Mấy vấn đề phê bình và lý thuyết văn học

Cùng một tác giả:

1. *Tìm hiểu nghệ thuật thơ Việt Nam* (Quê Mẹ, 1988)
2. *Nghĩ về thơ* (Văn Nghệ, 1989)
3. *Văn học Việt Nam dưới chế độ cộng sản* (Văn Nghệ, 1991, in lại 1996)
4. *Võ Phiến* (Văn Nghệ, 1996)
5. *Thơ, v.v... và v.v...* (Văn Nghệ, 1996)
6. *Văn học Việt Nam, từ điểm nhìn h(ậu h)iện đại* (Văn Nghệ, 2000)
7. *Văn hoá văn chương Việt Nam* (Văn Mới, 2002)
8. *Sống với chữ* (Văn Mới, 2004)
9. *Thơ 'Con Cóc' và những vấn đề khác* (Văn Mới, 2006)
10. *Mấy vấn đề phê bình và lý thuyết văn học* (Văn Mới, 2007)
11. *Socialist Realism in Vietnamese Literature: An Analysis of the Relationship Between Literature and Politics* (VDM Verlag, 2008)
12. *Văn học Việt Nam thời toàn cầu hoá* (Văn Mới, 2010)
13. *Phản tỉnh và phản biện* (Văn Mới, 2012; Người Việt tái bản 2013)
14. *Phương pháp dạy tiếng Việt như một ngôn ngữ thứ hai* (Tiền Vệ, 2012; Người Việt tái bản 2013)
15. *Thơ Lê Văn Tài* (biên tập và giới thiệu) (Văn Mới & Tiền Vệ, 2013; Người Việt tái bản 2013)
16. *Văn học Việt Nam tại Úc: Chính trị và thi pháp của lưu vong* (Văn Mới & Tiền Vệ, 2013; Người Việt tái bản với một số sửa chữa, 2014)

Một số tác phẩm của Nguyễn Hưng Quốc có thể xem trên http://tienve.org hoặc trên http://www.voatiengviet.com

NGUYỄN HƯNG QUỐC

MẤY VẤN ĐỀ PHÊ BÌNH VÀ LÝ THUYẾT VĂN HỌC

NGƯỜI VIỆT

First published 2007 by Văn Mới
P.O.Box 287, Gardena, CA 90248, USA
Phone: (1) (310) 366 6867
Email: kimanquan@yahoo.com

This edition published by Người Việt 2014
14771-14772 Moran Street
Westminster, CA 92683, USA
Phone: + (1) 714-892-9414
Homepage: http://www.nguoi-viet.com/

Cover painting by Trần Vinh
Cover design by Trần Minh Triết

ISBN: 978-1-62988-191-1

© Nguyễn Hưng Quốc & Người Việt, 2014
All rights reserved.

MỤC LỤC

Cảm tạ	7
Lời nói đầu	9
1. Thế hệ tiền-lý thuyết	13
2. (Nhưng) lý thuyết là gì?	39
3. Những nhà phê bình mù (hay văn học và hiện thực, sáng tác và phê bình)	57
4. Ba chức năng chính của phê bình trong thời điểm hiện nay (hay phê bình và lý thuyết)	81
5. Điển phạm: trung tâm của lịch sử và phê bình văn học	109
6. Đổi mới như một số phận và một phiêu lưu	129
7. Chiến tranh như một thi pháp	145
8. Tính đại chúng: kẻ thù của văn học	163
9. Văn hoá tục	183
10. Văn bản và liên văn bản	199
11. Lưu vong như một phạm trù mỹ học	227
12. Một phiên bản h(ậu h)iện đại cho văn học Việt Nam	257
Phụ lục: Các lý thuyết phê bình văn học chính từ đầu thế kỷ 20 đến nay	291
Tài liệu tham khảo chính	335
Bảng tra cứu	349
Vài nhận xét về Nguyễn Hưng Quốc	359

Cảm tạ

Viết văn bằng tiếng Việt ở một môi trường xa lắc ngoài đất nước là một việc làm rất cô đơn và là một đam mê hoàn toàn vị kỷ. Không ai có thể chịu đựng nổi sự cô đơn ấy nếu không có sự cổ vũ của bạn bè và cũng không ai có thể tiếp tục theo đuổi đam mê ấy nếu không nhận được sự đồng tình, và có khi, sự chịu đựng đầy bao dung, của những người thân trong gia đình. Hắn biết thế. Do đó, bao giờ hắn cũng muốn bắt đầu mọi cuốn sách mới của hắn bằng một lời cảm ơn. Gửi đến các bạn: Nguyễn Xuân Thu, Hoàng Ngọc-Tuấn, Lê Văn Tài, Võ Quốc Linh và Nguyễn Hoàng Văn. Và gia đình. Trong gia đình của hắn, rất hiếm người đọc những gì hắn viết nhưng hầu như mọi người - nhất là ba mẹ hắn - đều tin tưởng là chúng nhất định phải... hay. Nhờ niềm tin ngây thơ và đầy tình thương, không cần chứng cứ và cũng không thể lay chuyển được ấy, hắn có thể an tâm tiếp tục suốt ngày đọc sách, viết lách và mơ mộng.

Nguyễn Hưng Quốc
12.2006

Lời nói đầu

Trong cuốn sách này, tôi muốn chứng minh một số điểm chính:

Thứ nhất, dù tôi không tin là cứ hễ có một lý thuyết mới, văn học Việt Nam sẽ tức khắc đổi khác, nhưng tôi tin một cách mãnh liệt là nếu cứ duy trì mãi những cách nhìn hẹp hòi, cứng nhắc và cũ kỹ, thậm chí ấu trĩ, như hiện nay, văn học Việt Nam sẽ không có hy vọng gì thoát khỏi sự bế tắc vốn đã kéo dài quá lâu. Những góc nhìn mới, hướng nhìn mới và tầm nhìn mới tuy không có khả năng giúp người ta tự động vươn tới những đỉnh cao nhưng chắc chắn sẽ giúp giới cầm bút tự tin hơn trong việc tìm tòi và thử nghiệm và giúp giới độc giả cởi mở hơn, từ đó, nhạy bén hơn trong việc đánh giá cũng như tiếp nhận những tìm tòi và thử nghiệm ấy. Theo tôi, chính thái độ tự tin và cởi mở ấy là những điều kiện cần

- tuy dĩ nhiên là chưa đủ - để một nền văn học được khởi sắc, hoặc ít nhất, khởi động.

Thứ hai, tuy không ở đâu và không thời nào không có cái gọi là văn học nhưng văn học lại không phải là một cái gì chung nhất và vĩnh cửu. Nó được tạo thành chứ không có sẵn và sự tạo thành ấy diễn ra liên tục chứ không phải chỉ có một lần, trong một quá khứ xa xôi nào đó. Nói cách khác, văn học thực chất là một tiến trình chứ không phải là một sản phẩm, một cái gì đang hình thành chứ không phải đã hoàn tất. Những cái được gọi là tính văn học, bảng giá trị văn học hay là điển phạm đều mang tính lịch sử và văn hoá nhất định. Điều đó có nghĩa là sẽ không có một định nghĩa chung cuộc nào cho văn học cả: lịch sử văn học là lịch sử của những định nghĩa và tái định nghĩa văn học không ngừng. Việc định nghĩa và tái định nghĩa ấy được thực hiện chủ yếu thông qua các tác phẩm mang tính thử nghiệm được xem là "thành công". Trong một nền văn học giàu có, gồm nhiều tác phẩm thành công, các "định nghĩa" được đề nghị càng đa dạng, chân trời văn học càng rộng rãi.

Thứ ba, có nhiều điều người cầm bút phải khám phá nhưng điều thiết yếu nhất mà hắn phải khám phá với tư cách một người sáng tạo là các khả tính của văn học: bằng tác phẩm của mình, hắn phải thăm dò các giới hạn trong cách nhận thức về văn học, phải đề xuất được những định nghĩa mới về văn học, và phải mở rộng hơn, dù chỉ một chút, địa dư của văn học. Tầm vóc của hắn được đo lường ở khoảng cách đối với những gì đã được định hình trước đó.

Cuối cùng, khi văn học được nhìn như một tiến trình, người đọc sẽ đóng một vai trò quan trọng. Người đọc không còn là một kẻ tiêu thụ thụ động các sản phẩm có sẵn như ngày xưa, cái kẻ đi vào thế giới văn học với tâm thế, nói theo Xuân Diệu, *"cứ lặng chuồi theo dòng cảm xúc / như thuyền ngư phủ lạc trong sương."* Văn học ngày nay, nhất là dòng văn học cách tân, đòi hỏi người đọc phải tham gia vào tiến trình sáng tạo. Điều này vừa là một vinh dự lại vừa là một trách nhiệm đối với người đọc: người đọc chỉ có thể thâm nhập vào tác phẩm - tức là hiểu và cảm - khi trở thành đồng tác giả. Khi là đồng tác giả, người đọc làm cho tác phẩm trở thành phong phú hơn. Có thể ví tác phẩm như một ngân hàng: nó giàu, một phần, nhờ số tiền người khác ký thác. Điều này cũng có nghĩa là mọi vận động đổi mới văn học sẽ không thể nào được thành công nếu không có cuộc vận động đổi mới cách đọc – cũng có nghĩa là cách phê bình. Mỗi thời kỳ văn học có, và cần có, một văn hoá đọc riêng. Tiền đề của một văn hoá đọc mang tính cách tân là sẵn sàng đối diện với những thách thức đến từ những cái khác, cái lạ, cái nằm ngoài tầm kỳ vọng quen thuộc và cái mà mình, thoạt đầu, có thể không hiểu gì cả.

*

Vừa nhắm vào văn hoá viết vừa nhắm vào văn hoá đọc, trong cuốn sách này, tôi đề cập đến mấy vấn đề chính: vai trò của lý thuyết, chức năng điển phạm hoá (canonization) và giải điển phạm hoá (decanonization) của phê bình, nhu cầu đổi mới, đề tài chiến tranh trong quan hệ với hiện thực và với quá trình tái cấu trúc ký ức tập thể, ý nghĩa của văn hoá tục, tính văn bản và liên văn bản của văn học, lưu vong với tư cách một phạm trù mỹ học, và cuối cùng, việc du nhập chủ nghĩa hậu hiện đại vào văn học Việt Nam. Theo tôi, đó là những vấn đề căn bản và quan trọng nhất hiện nay.

*

Một số bạn bè trong giới văn nghệ ở Việt Nam đề nghị tôi chỉ trình bày các luận điểm chính nhưng đừng liên hệ gì đến thực tiễn văn học Việt Nam cả để có thể xuất bản được ở trong nước. Tôi cảm kích trước những đề nghị ấy nhưng tôi cũng chỉ đủ kiên nhẫn để viết mấy chục trang giới thiệu ngắn gọn đặt trong phần Phụ Lục. Tôi không thể nào chịu được những câu văn không mang hơi thở của mình, những kiến thức không được tái cấu trúc theo sơ đồ riêng của mình, những tư tưởng không có dấu ấn của mình, và những vấn đề không liên hệ gì đến kinh nghiệm đọc và viết của chính mình cả.

Cái "mình" ấy, dĩ nhiên, không thể thoát khỏi ảnh hưởng của một số điều kiện lịch sử và văn hoá nhất định, nghĩa là, nói cách khác, thực chất, trong chừng mực nào đó, chỉ là một thứ tập thể trá hình. Cách đây mấy chục năm, giữa thời cao trào của lý thuyết, đằng sau mỗi một tập-thể-trá-hình như thế bao giờ cũng là một trường phái lý thuyết nhất định mà người ta có thể định danh được dễ dàng: người này là Mác-xít, người nọ là Phê Bình Mới, người kia là cấu trúc luận hoặc hậu cấu trúc luận, v.v... Bây giờ thì khác. Trong những năm đầu tiên của thế kỷ 21 như hiện nay, lúc các đại lý thuyết chỉ còn là những dư âm và cuộc chiến tranh giữa các lý thuyết đã chấm dứt, không ai cần dựng lên chiến hào quanh mình nữa, bởi vậy, danh xưng trở thành một điều vô nghĩa.

1.
Thế hệ tiền-lý thuyết

Một trong những điều trớ trêu nhất trong lịch sử văn học Việt Nam hiện đại là một trong những nhân vật chính trong cuộc tranh luận đầu tiên về lý thuyết văn học tại Việt Nam, cuộc tranh luận giữa hai phái nghệ thuật vị nghệ thuật và nghệ thuật vị nhân sinh vào nửa sau thập niên 1930, lại là người rất ghét lý thuyết. Trong bài "Tiếp theo bài Văn chương là văn chương" nhằm trả lời Hải Triều và Phan Văn Hùm, Hoài Thanh thẳng thắn tuyên bố: "chẳng giấu gì các bạn, tôi nhát gan lắm, cứ thấy bóng lý thuyết là sợ."[1] Ừ, sợ thì cũng được, nhưng sau đó, ở một bài khác, Hoài Thanh kể: "Thấy họ muốn xoay cuộc biện luận về mặt lý thuyết khiến nó thành ra một câu chuyện rởm và nhàm, tôi đã chấm hết cho cuộc biện luận ấy rồi."[2] Tại sao bàn chuyện lý thuyết lại thành "rởm" và "nhàm"? Hoài Thanh không giải thích. Có điều, không cãi nhau trên báo chí nữa, Hoài Thanh lại tập trung vào việc viết cuốn *Văn chương và hành động* (1936) để... cãi tiếp. Trong "Lời nói đầu" cuốn sách ấy, ông lại nhấn mạnh: "những lý thuyết về văn chương chẳng có nghĩa lý gì, chẳng ăn thua gì."[3] Rõ ràng là Hoài Thanh tự mâu thuẫn: ông vừa muốn bàn về lý thuyết văn học vừa phủ nhận ý nghĩa và tầm quan trọng của nó.

---

[1] Hoài Thanh (1999), *Toàn tập*, tập 1, Hà Nội: nxb Văn Học, tr. 42.
[2] Như trên, tr. 57.
[3] Như trên, tr. 172.

Tại sao ư? Lý do, một phần, không chừng lúc ấy Hoài Thanh cũng chẳng hình dung rõ thế nào là lý thuyết văn học; phần khác, chọn cách lý-luận-phi-lý-thuyết như thế, ông khỏi phải nhọc công tìm hiểu các lý thuyết văn học phức tạp đã có sẵn trên thế giới để có thể an tâm dừng lại ở những nhận định cảm tính, nửa vời, cũ kỹ và có khi đầy mâu thuẫn của mình.

Điều đáng chú ý là, cho đến nay, ở Việt Nam, những người có cùng quan niệm và cùng thái độ với Hoài Thanh rất đông. Trên sách báo, chúng ta dễ dàng bắt gặp những lời tuyên bố tương tự. Có thể nói chống lý thuyết, hay nhẹ hơn, ngại ngùng trước lý thuyết, là một trong những đặc điểm và truyền thống lớn nhất trong văn học Việt Nam. Nhưng, vấn đề là: liệu chúng ta có thể bất cần lý thuyết mãi được không?

Câu trả lời, theo tôi, là: Không.

Không thể tránh được lý thuyết

Lý do có thể tóm lại thành bốn điểm. Thứ nhất, tính lý thuyết, trong mức độ nào đó, gắn liền với tính nhân văn. Thứ hai, mọi việc tiếp cận văn học, dù một cách tự giác hay không, đều gắn liền với một khung lý thuyết nhất định. Thứ ba, sáng tác, phê bình cũng như nghiên cứu văn học chỉ có thể khởi sắc trên nền tảng những lý thuyết mới. Cuối cùng, riêng trong trường hợp Việt Nam, điều chúng ta thiếu nhất, do đó, cần nhất, chính là một lý thuyết văn học để, một mặt, thay thế những giáo điều cũ mòn hiện nay; mặt khác, giảm thiểu những tác hại của chủ nghĩa phản trí thức[1] và đặc biệt chủ nghĩa

---

[1] Xin xem bài "Chủ nghĩa phản trí thức trong văn học Việt Nam" in trong cuốn *Văn Học Việt Nam Từ Điểm Nhìn H(ậu) H)iện Đại* của

tầm thường¹ vốn là những đặc trưng rất nổi bật trong nền văn hoá văn chương Việt Nam, những yếu tố góp phần hình thành một nếp nghĩ rất phản sáng tạo: không những thích đi theo lối mòn mà còn xem việc đi theo lối mòn ấy như một sự tất yếu, hơn nữa, một điều đáng biểu dương: cũ là trung thực và bảo vệ truyền thống là đạo đức.

Về điểm thứ nhất, Terry Eagleton, một nhà lý luận văn học Mác-xít người Anh, có một ý tưởng mà tôi rất tâm đắc: lý thuyết gắn liền với mọi hoạt động xã hội của con người. Theo ông, khác với các loài vật khác, con người không phải chỉ sống trong không gian vật lý mà còn sống trong một thế giới ý nghĩa được tạo thành bởi các ký hiệu.² Kể cũng dễ hiểu: ý nghĩa của các ký hiệu ấy, tự bản chất, là những khái niệm; và khái niệm, tự bản chất, có tính trừu tượng. Những khái niệm trừu tượng ấy, với nhiều mức độ và dưới nhiều hình thức khác nhau, liên kết với nhau thành những hệ thống nhất định; mỗi hệ thống như thế là một "lý thuyết", dù phần nhiều rất sơ khai. Thử nêu một ví dụ nhỏ: nhà. Rõ ràng là chúng ta không phải chỉ sống trong những ngôi nhà vật chất cụ thể mà còn sống trong khái niệm "nhà", một khái niệm không những có khả năng bao quát hàng triệu ngôi

---

Nguyễn Hưng Quốc, nxb Văn Nghệ, California, 2000, tr. 285-299 và các cuộc tranh luận chung quanh bài viết ấy trên tạp chí *Hợp Lưu* (California) từ số 52 đến số 55 (2000).

[1] Tôi đặt ra thuật ngữ "chủ nghĩa tầm thường" để chỉ nét tính cách dị ứng với những sự độc đáo và xuất sắc (bị xem là "lập dị", xấu), chỉ thích hoà lẫn vào đám đông, và xem sự tan loãng ấy như một đức hạnh vốn rất phổ biến ở Việt Nam xưa nay. Phát ngôn tiêu biểu cho thứ chủ nghĩa tầm thường này, xưa, chúng ta có câu tục ngữ: "Ai nhất thì tôi đứng nhì / Ai mà hơn nữa, tôi thì đứng ba"; sau, có thơ Chế Lan Viên: "Khi đứng riêng tây, ta thấy mình xấu hổ."

[2] Terry Eagleton (1990), *The Significance of Theory*, Oxford: Basil Blackwell, tr. 24-25.

nhà với những những vật liệu, những hình thức và những kích thước khác nhau mà còn có khả năng làm cho ngôi nhà vật thể chúng ta đang ở bỗng dưng trở thành một cái-tôi-mở-rộng: nó đồng nhất cái tôi và cái không gian chung quanh cái tôi ấy để, một mặt, làm cho cái tôi trở thành bao la hơn hẳn; mặt khác, làm cho nhiều cái khác, ngoài cái tôi, trở thành một phần của cái tôi. Chính vì vậy, chúng ta không phải chỉ thấy hình ảnh "nhà" trong từng căn nhà cụ thể mà còn thấy "nhà" ở hình ảnh người phối ngẫu (trong kiểu nói "nhà tôi" dùng để chỉ vợ hoặc chồng) và ngay cả ở quê hương (trong kiểu nói "quê nhà"). Như thế, ngay trong một chữ "nhà" đã có vô số những mối quan hệ chẳng chịt làm nên một hệ thống ít nhiều mang tính lý thuyết.

Liên quan đến văn học, tính lý thuyết ấy lại càng rõ.

Rất phổ biến những lời nhận xét đại loại như thế này: "Cuốn tiểu thuyết này hay dễ sợ. Đọc, cứ thấy như thật. Nhiều lúc muốn khóc luôn." Phổ biến? Đã đành. Tuy nhiên, chắc chắn những nhận xét kiểu như thế chỉ có thể phổ biến ở Việt Nam từ đầu thế kỷ 20 trở lại đây mà thôi. Những người đồng thời với Nguyễn Trãi, dù yêu thích văn học đến mấy, cũng không thể thốt lên những lời tương tự. Trước hết, thời ấy, chưa có khái niệm và cũng chưa có hình thức tiểu thuyết theo nghĩa chúng ta đang có hiện nay. Nhóm từ "cuốn tiểu thuyết này..." ẩn chứa đằng sau nó cả một lý thuyết về thể loại, ở đó, tiểu thuyết không những được phân biệt với thơ hay với kịch mà còn được phân biệt với cả truyện ngắn và cả thể truyện truyền thống như các loại "liệt truyện" hay truyện kiếm hiệp nữa. Gắn liền với lý thuyết thể loại ấy là một lý thuyết về ngôn ngữ: với "lý thuyết" ấy, người ta chấp nhận là nghệ thuật những câu văn được cấu trúc như những lời nói thông thường hằng ngày.

Tưởng điều này hiển nhiên hay đơn giản lắm sao? Không phải đâu. Phải nhờ sự chỉ dẫn của một vị giáo sư triết học, ông Jourdain, nhân vật chính trong vở *Trưởng giả học làm sang* của Molière, mới biết những gì ông ấy nói trong suốt cả 40 năm trong đời là "văn xuôi" đấy! Vào thế kỷ 18, khi các cuốn tiểu thuyết hiện thực đầu tiên của Samuel Richardson và Henry Fielding được dịch từ tiếng Anh sang tiếng Pháp, hầu hết độc giả Pháp, ngay cả những người được xem là tinh tế nhất, cũng không thưởng thức được: họ cho là vô vị, tục tằn, toàn những chuyện lặt vặt trong đời sống hằng ngày, còn nhân vật thì nói năng những câu tầm thường, chẳng có chút gì là "văn chương" cả.[1] Ở Việt Nam, chỉ mới giữa thế kỷ 19 thôi, Cao Bá Quát còn rất e dè khi đọc cuốn truyện Nôm *Hoa Tiên* của Nguyễn Huy Tự, được Nguyễn Thiện nhuận sắc. Khen, ừ, thì khen, nhưng ông vẫn phân vân không biết với chữ Nôm, người ta có thể làm ra cái gọi là văn chương hay không.[2] Chữ Nôm mà còn thế, huống gì là chữ quốc ngữ. Thơ lục bát mà còn thế, huống gì là văn xuôi hiện đại. Cho nên, thú thực, tôi không thể tưởng tượng nổi phản ứng của Cao Bá Quát sẽ như thế nào nếu, nhờ một phép lạ nào đó, ngày ấy ông được đọc một cuốn tiểu thuyết đại loại như *Số đỏ* của Vũ Trọng Phụng hay các truyện ngắn của Nguyễn Huy Thiệp sau này. Tôi không tưởng tượng nổi, nhưng tôi biết chắc một điều: ông không xem đó là văn học. Mà đã không xem là văn

---

[1] F.W.J. Hemmings (biên tập) (1974), *The Age of Realism*, Harmondsworth: Penguin, tr. 14.
[2] *Truyện Hoa Tiên*, Lại Ngọc Cang khảo thích và giới thiệu (1961), Hà Nội: Nhà xuất bản Văn Hoá, tr. 253-256.

học thì không có chuyện thích.[1] Càng không có chuyện khen.

Rồi nhận xét "thấy như thật" cũng tiết lộ ít nhiều ảnh hưởng của lý thuyết mỹ học hiện thực chủ nghĩa, ở đó, người ta không những tin văn học có khả năng tái hiện được hiện thực để hình thành những bức tranh bằng chữ "như thật" mà còn tin tính chất "như thật" ấy là một trong những biểu hiện của cái hay trong nghệ thuật. Thời xưa, khi chủ nghĩa hiện thực chưa được du nhập vào Việt Nam, khi khí quyển văn học Việt Nam vẫn còn bị thống trị bởi những quan niệm văn học cổ điển đến từ Trung Hoa như thuyết thi ngôn chí hay văn dĩ tải đạo, thì cái "chí" và cái "đạo" mới được nằm ở vị trí trung tâm trong bảng giá trị. Người ta có khen tác phẩm văn học nào đó thì cũng chỉ khen cái "chí" và cái "đạo" chứ nhất định không phải là cái "thực" trong đó. Thực hay không thực, với họ, chẳng có ý nghĩa gì cả. Thậm chí, ngược lại, khi văn học bị khống chế bởi tính ước lệ và thói quen sử dụng điển cố, những yếu tố đến thẳng từ đời sống có khi lại bị xem là suồng sã, phi nghệ thuật và phi thẩm mỹ. Nhớ lại các lời tranh cãi chung quanh *Truyện Kiều* từ đầu thế kỷ 20 trở về trước mà xem. Có phải những gì được chúng ta khen ngợi nhiều nhất sau này, xem như là những kết tinh của tính nhân đạo và tính hiện thực trong cái nhìn của Nguyễn Du đều bị người xưa chê bai thậm tệ, kẻ thì cho hỗn hào, người thì cho là tục tĩu, đến mức cho là dâm thư và khuyên con cháu, nhất là phái nữ, đừng đọc? Ngay cả một trong những người thuộc loại thông minh và tài hoa nhất trong nửa đầu thế kỷ 19 như Nguyễn Công Trứ, người

---

[1] Thích, ở đây, giới hạn trong phạm vi văn học. Người ta có thể thích một cái truyện hay một bài thơ vì những lý do ngoài văn học. Nhưng đó là chuyện khác.

sống gần như cùng thời với Cao Bá Quát, cũng không hề thấy chút gì gọi là "như thật" trong *Truyện Kiều*, và giả dụ - chỉ giả dụ thôi - nếu mơ hồ thoáng thấy, chắc ông cũng không hề xem đó như một biểu hiện của sự thành công trong nghệ thuật sáng tác của Nguyễn Du.

Ngoài ra, chi tiết "nhiều lúc muốn khóc luôn" cho thấy, với người phát ngôn, mức độ gây cảm xúc lên người đọc là một trong những yếu tố rất đáng kể, nếu không muốn nói là một trong những bằng chứng của sự thành công trong nghệ thuật tự sự. Ít nhiều đây là dấu ấn của mỹ học lãng mạn chủ nghĩa. Ngày xưa, có khi người ta cũng đề cao tính chất truyền cảm và gợi cảm trong văn học. Nhớ, Khổng Tử từng nói: "Thi khả dĩ hưng, khả dĩ quan, khả dĩ quần, khả dĩ oán..." Tuy vậy, hình như không ai có chủ trương hoặc đề cao loại tình cảm ướt át, đọc xong, nước mắt cứ tuôn rơi sụt sùi, có lúc nghĩ đến cả chuyện quyên sinh: hiện tượng ấy chỉ xảy ra ở Việt Nam từ những năm 1920, thời kỳ của những *Tố Tâm*, những *Đồi thông hai mộ* mà thôi.

Cho nên, có lẽ không có gì quá đáng khi chúng ta cho chính các lý thuyết thể loại (ở đây là tiểu thuyết), lý thuyết ngôn ngữ (ở đây là chữ quốc ngữ và văn xuôi), và lý thuyết mỹ học (ở đây là chủ nghĩa hiện thực, và phần nào, chủ nghĩa lãng mạn) đã làm cho những người đọc bình thường nhất hiện nay có thể cảm thụ được các tác phẩm văn học đương đại. Dĩ nhiên, trong hầu hết các trường hợp, người đọc chỉ tiếp nhận các lý thuyết ấy một cách gián tiếp và hoàn toàn tự phát: một số mảnh vụn của các lý thuyết ấy đã đến với họ qua hệ thống giáo dục trong nhà trường hoặc qua các phương tiện truyền thông đại chúng như những kiến thức phổ thông tồn tại riêng lẻ và rời rạc. Chúng bị tách ra khỏi hệ thống ban đầu của chúng, do đó, chúng không mang hình thức lý thuyết như chúng vốn là. Chính vì vậy, vô số người nghĩ là họ có thể tiếp tục sáng tác hay phê bình mà không cần biết đến bất cứ một lý thuyết văn học nào. Thật ra, đó chỉ là một ảo tưởng. Trên thực tế, như Murray Krieger nhận xét, người ta chỉ có thể có một trong hai lựa chọn: hoặc tiếp nhận lý thuyết một cách tự giác hoặc tiếp nhận nó một cách thụ động.[1] Điều này có nghĩa là từ chối đi sâu vào các khía cạnh lý thuyết cũng tức là chấp nhận tự biến mình thành một nơi giao thoa thụ động của các loại lý thuyết khác nhau. Hậu quả là, thứ nhất, tiếp nhận một cách thụ động, quan niệm văn học sẽ thiếu hẳn tính nhất quán, và cùng với tính nhất quán, chiều sâu của nhận thức: người ta chỉ thấy được những mảnh vụn kiến thức chứ không thấy được cả hệ thống của chúng. Mất tính hệ thống ấy, người ta đánh mất mối liên hệ với lý thuyết. Mất mối liên hệ ấy, người ta trở thành những đứa con rơi của lý thuyết: họ được đúc khuôn từ một lý thuyết nhất định nhưng lại không còn khả năng truy nguyên và nhận diện cái lý thuyết ấy. Họ trở thành sản phẩm của lý thuyết thay vì là những người vận dụng lý thuyết. Thứ hai, sự thành công và thất bại trong hoạt động sáng tác hay phê bình của người ta sẽ hoàn toàn tuỳ thuộc vào sự may mắn, chủ yếu nằm ở môi trường giáo dục và môi trường sống của họ: người sống trong môi trường tiến bộ sẽ tiến bộ; và ngược lại, người sống trong môi trường lạc hậu sẽ lạc hậu: ở đây, số phận tập thể và số phận cá nhân sẽ là một: tài năng và phong cách cá nhân, do đó, bị triệt tiêu.

---

[1] Murray Krieger (1981), *Theory of Criticism, a Tradition and Its System*, Baltimore: Johns Hopkins University Press, tr. 7.

Khung lý thuyết: mở và khép

Có thể nói một cách khái quát, bao giờ chúng ta cũng đọc và diễn dịch các tác phẩm văn học trong một cái khung nhất định. Xin lưu ý, chữ "khung" (frame) là một chữ khá thông dụng trong sinh hoạt nghiên cứu văn học mấy chục năm vừa qua. Trong lãnh vực hội hoạ và nhiếp ảnh, chức năng chính của khung là đặt ra những ranh giới, giúp phân biệt cái trong và cái ngoài tác phẩm, phân biệt tác phẩm nghệ thuật (bao giờ cũng nằm trong một không gian nhất định) và hiện thực (vô giới hạn), từ đó, khoanh vùng chú ý của người xem vào bản thân tác phẩm để có thể dễ dàng thưởng thức tác phẩm như một công trình nghệ thuật. Tiếp cận với các tác phẩm văn học, người đọc cũng mang theo những cái khung như thế. Không có những cái khung ấy, chúng ta sẽ không hiểu gì cả, bởi vì hiểu, nghĩ cho cùng, không phải chỉ là quá trình giải mã những gì được viết trên trang giấy mà còn là, nếu không muốn nói chủ yếu còn là, quá trình nối liền những gì mình đọc với những gì có sẵn trong cái khung văn hoá của mình.[1] Những cái khung ấy được hình thành từ kiến thức, kỷ niệm, kinh nghiệm, vốn liếng văn hoá, khả năng nhận thức, và các lý thuyết văn học mà người ta tiếp nhận được có thể một cách hoàn toàn tự phát. Không phải ngẫu nhiên mà trong từ nguyên tiếng Hy Lạp, chữ "lý thuyết" (theõrein) còn có nghĩa là "nói" hay "nhìn": lý thuyết giúp chúng ta khám phá ra được những ý nghĩa ẩn tàng trong các văn bản văn học.[2] Ví dụ, trong trường hợp tiểu thuyết, nếu không có ý

---

[1] Xem Gale MacLachlan và Ian Reid (1994), *Framing and Interpretation*, Melbourne: Melbourne University Press.
[2] Xem G. Douglas Atkins và Laura Morrow (biên tập) (1989), *Contemporary Literary Theory*, Amherst: University of Massachusette Press, tr. 3.

niệm về tiểu thuyết như một thể loại văn học lấy việc phản ánh cái-đời-thường làm mục tiêu và xem tính-chất-đời-thường là một giá trị thẩm mỹ có lẽ chúng ta sẽ khó mà cảm thấy là hay những cuốn sách chỉ kể về đời sống hàng ngày bằng những câu văn trần trụi và bình dị như những câu nói thông thường.

Những cái khung lý thuyết, một mặt, giúp chúng ta khám phá ra nhiều khía cạnh thẩm mỹ trong các tác phẩm văn học, nhưng mặt khác, chúng cũng làm hạn chế tầm nhìn của chúng ta. Lại thử lấy lời nhận xét bâng quơ ở trên làm ví dụ. Khi người phát ngôn nhấn mạnh vào hai yếu tố "như thật" và gợi cảm (khiến người đọc muốn khóc) của cuốn tiểu thuyết, hắn đã mặc nhiên xem tác phẩm văn học như một thứ trung gian giữa hiện thực và người đọc: chức năng chính của tác phẩm là tái hiện hiện thực để tạo nên những xúc động thật mạnh hoặc thật sâu cho người đọc. Là trung gian, thật ra, cũng chính là một phương tiện. Nói như các nhà Phê Bình Mới của Mỹ, ở đây, thay vì nhìn văn học như cái-nó-là (what it is), người ta lại nhìn văn học theo cái-nó-làm (what it does).[1] Nhìn văn học theo cái-nó-làm là nhìn cái ở ngoài văn học. Như vậy, yếu tính của văn học bị chối bỏ: chúng không còn tồn tại như những công trình nghệ thuật hay những đối tượng thẩm mỹ. Đây chính là kiểu phê bình chúng ta thường thấy ở Việt Nam lâu nay.

Như vậy, lý thuyết có hai mặt tích cực và tiêu cực. Theo Wlad Godzich, đã đành theo từ nguyên tiếng Hy Lạp, "lý thuyết" (theõrein) nghĩa là "nói" hay "nhìn", nhưng không phải phát biểu hay cái nhìn nào cũng đều được xem là lý thuyết. Trong xã hội cổ đại Hy Lạp, người được xem là lý thuyết gia (theõros) là người được đề cử

---

[1] Xem bài "The Affective Fallacy" in trong cuốn *The Verbal Icon* của W.K. Wimsatt do Methuen xuất bản tại London năm 1954, tr. 21-39.

để đứng ra tuyên bố hay chứng nhận một sự kiện nào đó. Điều đó có nghĩa là, từ trong gốc gác của nó, khái niệm lý thuyết vốn gắn liền với những thiết chế mang tính quyền lực của một nhóm người có tham vọng áp đặt cách nhìn của mình lên người khác khiến cả xã hội có cùng một cách nhìn giống nhau.[1] Âm mưu dùng lý thuyết để đồng nhất hoá xã hội như vậy kéo dài suốt thời Trung Đại và lấn cả sang thời hiện đại, không chừng đến tận ngày nay.[2] Tuy nhiên, khi lý thuyết được sử dụng với mục tiêu ấy, lý thuyết bị biến thành giáo điều, nó chỉ còn có chức năng duy nhất là ngăn chặn tiến trình sáng tạo. Để bảo vệ sáng tạo và để chống lại các lý-thuyết-giáo-điều, người ta chỉ có một vũ khí duy nhất: lý thuyết. Chỉ có lý thuyết mới chống được các lý thuyết. Lý thuyết, một khi đã ra đời, chỉ có thể bị thay thế chứ không bao giờ bị tan vào hư vô. Bởi vậy, khi chưa có một lý thuyết mới thay thế, lý thuyết cũ, dù già nua và lạc hậu đến mấy, chỉ lặn vào vô thức của tập thể và âm thầm chi phối cách nhìn của mọi người. Nói cách khác, người ta chỉ có thể cân bằng hai mặt tích cực và tiêu cực của lý thuyết bằng biện pháp duy nhất là không ngừng đa dạng hoá lý thuyết. Nếu sự thống trị của một lý thuyết là dấu hiệu của độc tài thì sự phong phú của các lý thuyết sẽ là biểu hiện rõ rệt nhất của tinh thần dân chủ và là một trong những bảo đảm đáng tin cậy nhất cho cơ chế dân chủ. Nói cách khác nữa, nếu lý thuyết, ở một nơi nào đó và trong một lúc nào đó, có thể bị sử dụng như một thứ công cụ để kìm hãm thì điều đó cũng không làm biến

---

[1] Xem Thomas M. Kavanagh (biên tập) (1989), *The Limits of Theory*, Stanford: Stanford University Press, tr. 8-9.
[2] Công việc thành lập Hội đồng lý luận - phê bình trực thuộc trung ương Đảng cũng như các cuộc hội nghị và hội thảo về lý luận phê bình văn học được tổ chức rầm rộ ở Việt Nam từ đầu năm 2004 có lẽ cũng nằm trong âm mưu này.

dạng tính chất cơ bản của lý thuyết là tính chất phân tích và phê phán: nó chống lại tất cả những gì được xem là tự nhiên như nhiên, nghĩa là, chống lại mọi hình thức thần quyền để vươn lên một tầm nhìn rộng rãi và sâu sắc hơn.

Những cuộc chống đối ấy manh nha từ thời Phục Hưng. Xin lưu ý là lý thuyết văn học xuất hiện rất sớm, ngay từ thời cổ đại, thoạt đầu ở Hy Lạp, Trung Hoa và Ấn Độ, lúc văn học viết cũng vừa mới phôi thai. Điều này, thật ra, cũng không có gì khó hiểu. Các tác phẩm văn học đầu tiên có thể ra đời một cách ngẫu nhiên, xuất phát từ cảm hứng sáng tạo thiên tài của ai đó, tuy nhiên, chúng chỉ có thể trở thành văn học khi chúng được công nhận là văn học, nghĩa là, khi ít nhất một số trong các đặc trưng mỹ học trong các tác phẩm ấy được một cộng đồng hoặc những người có quyền lực nhất trong cộng đồng ấy cảm nhận và công nhận. Suốt cả thời Trung Đại dằng dặc sau đó, dưới những chế độ toàn trị, khi tính giáo điều và tính quy phạm là những đặc trưng nổi bật nhất trong sinh hoạt văn hoá, lý thuyết văn học không có điều kiện để phát triển. Chỉ từ thời Phục Hưng, với việc tái phát hiện nền triết học cổ đại Hy Lạp và sự nhìn nhận các ngôn ngữ địa phương như những công cụ văn học, sự nẩy nở của tinh thần khoa học và ý thức cá nhân, các hoạt động thiên về lý thuyết mới sôi nổi, từ đó, xuất hiện nhiều nhà lý thuyết và phê bình tân cổ điển nổi tiếng như Minturno, Scaliger, Castelvetro (Ý), Boileau (Pháp), Ben Jonson, Samuel Johnson và John Dryden (Anh), v.v... Người ta đặt ra những vấn đề sau này sẽ là nền tảng của các lý thuyết mỹ học và văn học hiện đại: bản chất và chức năng của cái đẹp, mối quan hệ giữa nghệ thuật và xã hội, giữa xã hội và tác giả, giữa tác giả và tác phẩm, giữa tác phẩm và người đọc, v.v...

Thời đại của lý thuyết

Từ những cách trả lời các vấn đề ấy, người ta có các trường phái khác nhau. Về phương diện sáng tác, có lý thuyết nghệ thuật vị nghệ thuật và lý thuyết nghệ thuật vị nhân sinh, chủ nghĩa tân cổ điển và chủ nghĩa lãng mạn, chủ nghĩa hiện thực và chủ nghĩa siêu thực, chủ nghĩa tượng trưng và chủ nghĩa đa-đa, v.v... Mỗi trường phái được hậu thuẫn bởi một lý thuyết nhất định: những tác giả tiên phong nhất thường cũng đồng thời là những nhà lý thuyết, hoặc ít nhất, những người có tham vọng xây dựng một nền tảng lý thuyết cho phương pháp và phong cách sáng tác của mình. Về phương diện học thuật, trừ Hình thức luận của Nga ở đầu thế kỷ 20, phần lớn các nỗ lực lý thuyết hoá đều bị gắn liền với các lãnh vực khác: từ triết học đến xã hội học, phân tâm học hay lịch sử; ở đó, văn học được sử dụng như một chất liệu hơn là một đối tượng. Với tư cách là chất liệu, khía cạnh sinh hoạt được đề cao hơn hẳn khía cạnh nghệ thuật. Ở phương diện này, Phê Bình Mới của Anh và Mỹ, từ những năm 1930, đã có công khôi phục khía cạnh nghệ thuật của văn học, biến văn học thành một đối tượng trung tâm của ngành nghiên cứu văn học và đưa ngành nghiên cứu văn học vào vị trí trung tâm trong các phân khoa nhân văn ở các đại học. Chính trong môi trường đại học, các hoạt động nghiên cứu văn học dần dần được chuyên biệt hoá, và nhờ chuyên biệt hoá, nên cũng dễ dàng được chuyên nghiệp hoá: phê bình tách ra khỏi lịch sử văn học và xã hội học văn học, và lý thuyết văn học dần dần tách ra khỏi bộ phận phê bình và lịch sử. Có điều, lý thuyết chỉ là một phần nhỏ của phong trào Phê Bình Mới. Mối quan tâm chính của các nhà Phê Bình Mới là thực hành; khi thực hành, họ chủ trương phương pháp "đọc gần" (close reading); trong phương pháp "đọc gần", họ chỉ chú mục vào tác phẩm; ở tác phẩm, họ chỉ quan tâm đến cái văn bản nằm trên trang giấy; ở văn bản, họ chỉ tập trung vào các đặc điểm mang tính hình thức, từ chữ đến câu, hình ảnh, cấu trúc, ở đó, song song với nỗ lực khám phá tính thống nhất, họ còn tìm cách phát hiện những biểu hiện hàm hồ, nghịch lý hay châm biếm của văn bản, từ đó, tìm cách diễn dịch để phát hiện ý nghĩa ẩn giấu bên trong tác phẩm. Ảnh hưởng của Phê Bình Mới trong các xứ nói tiếng Anh lớn đến độ thời của Phê Bình Mới được gọi là Thời Đại của Phê Bình (Age of Criticism) nói chung.

Nhưng người ta không thể an tâm tiếp tục làm những nhà phê bình thực hành mãi được. Ý thức phê phán, nhu cầu tổng hợp và nhu cầu thuyết phục vốn tiềm tàng trong phê bình thực hành không sớm thì muộn cũng thúc đẩy nó đến với lý thuyết: từ việc phê bình một văn bản cụ thể, người ta đi đến phê bình chính động tác phê bình của mình. Không có gì đáng ngạc nhiên khi, vào khoảng cuối thập niên 1960, một phần như một sự phản tỉnh, phần khác, dưới ảnh hưởng của các trường phái cấu trúc luận và sau đó, hậu cấu trúc luận của Pháp, Thời Đại của Phê Bình bị thay thế bằng Thời Đại của Lý Thuyết (Age of Theory).

Chưa bao giờ, trong lịch sử nhân loại, lý thuyết văn học lại bùng nổ một cách dữ dội đến như vậy. Hầu hết các trào lưu văn học, trong nửa đầu thế kỷ 20, đều gắn liền, trước hết, với sáng tác: chủ nghĩa siêu thực, chủ nghĩa vị lai, chủ nghĩa đa-đa, chủ nghĩa duy hình tượng, v.v...; trong nửa sau thế kỷ 20, lại gắn liền, trước hết, với các lý thuyết: cấu trúc luận, hậu cấu trúc luận, giải kiến tạo, hậu thực dân luận, nữ quyền luận, v.v... Những cây bút có ảnh hưởng nhất trong việc định hình các quan điểm thẩm mỹ trong văn học, trong nửa đầu thế kỷ 20, là các nhà văn và nhà thơ; trong nửa sau thế kỷ 20, là các lý thuyết gia. Sách lý luận văn học được xuất bản ào ạt. Thư mục hàng năm của Hội Ngôn Ngữ Hiện Đại của Mỹ, trước năm 1960, không có phần lý thuyết văn học; sau đó, lý thuyết văn học bị gộp chung với mỹ học và phê bình với một lượng đầu sách cực ít; năm 1967, sách về lý thuyết văn học bỗng nhảy vọt: 200 cuốn; năm 1975, lại một bước nhảy vọt khác: trên 600 cuốn.[1] Lý thuyết văn học được đưa vào các trường đại học, không phải chỉ như một trong nhiều bộ môn văn học, bên cạnh lịch sử văn học, xã hội học văn học và phê bình văn học, mà, theo nhận xét của Murray Krieger, như một bộ môn riêng biệt, có vị trí độc tôn so với các bộ phận khác trong lãnh vực nghiên cứu văn học và phần nào độc lập với văn học.[2]

Trong môi trường học thuật, lý thuyết văn học dần dần vươn lên vị trí trung tâm của các ngành nhân văn: ở vị trí ấy, ngày xưa là thần học và tu từ học, từ thế kỷ 19 là triết học, và từ một hai thập niên đầu tiên của thế kỷ 20 là ngôn ngữ học. Ở vị trí trung tâm ấy, lý thuyết văn học dần dần mang tính liên ngành rõ rệt: trước đây, nó vốn chỉ là một bộ phận, có khi là một bộ phận khá khiêm tốn của các lãnh vực học thuật khác; hiện nay, nó xâm lấn sang khá nhiều nơi, ở đó, người ta cũng dần dần nghiên cứu đối tượng của chuyên ngành họ như là cách đọc những "văn bản": các nhà phân tâm học, như Jacques Lacan, tin là vô thức cũng được cấu trúc như là ngôn ngữ, nghĩa là, như một văn bản; các nhà nhân

---

[1] Elizabeth W. Bruss (1982), *Beautiful Theories, the Spectacle of Discourse in Contemporary Criticism*, Baltimore: John Hopkins University Press, sđd., tr. 3.
[2] Murray Krieger (1994), *The Institution of Theory*, Baltimore: The Johns Hopkins University Press, tr. 3, và Thomas M. Kavanagh (biên tập) (1989), sđd., tr. 10.

chủng học và văn hoá học như Michel Foucault tin là lịch sử nhân loại là lịch sử của các diễn ngôn (discourse), v.v...

Trong các đại học, theo ghi nhận của Jonathan Culler, các khoá học về Freud thường nằm trong phân khoa văn học hơn là tâm lý học; các triết gia Nietzsche, Sartre, Gadamer, Heidegger và Derrida thường được giáo sư và sinh viên văn học thảo luận nhiều hơn là các giáo sư và sinh viên triết học; tên tuổi của Ferdinand de Saussure quen thuộc trong giới nghiên cứu văn học còn hơn cả trong giới ngôn ngữ học.[1]

Tính chất liên ngành của lý thuyết văn học còn được nhìn thấy ở một khía cạnh khác nữa: nó được/bị văn chương hoá. Theo Elizabeth W. Bruss, một trong những đặc điểm nổi bật nhất trong sinh hoạt lý thuyết văn học hiện nay là bản thân lý thuyết trở thành văn học, tức cũng sử dụng rất nhiều các biện pháp tu từ và cũng có những giá trị thẩm mỹ nhất định.[2] Một điều thú vị nữa cũng cần được chú ý là sự thay đổi này của lý thuyết văn học làm cho bản thân triết học thay đổi theo: triết học, nói theo Jacques Derrida, bị mắc vào cái lưới của thi ca; nói theo Richard Rorty, trở thành một kiểu viết (philosophy as a kind of writing) và bản thân các triết gia trở thành các thi sĩ.[3] Những quan niệm này làm thay đổi cả cách đọc triết học và lý thuyết văn học: những triết gia và lý thuyết gia có phong cách gần với văn học được đọc nhiều và ưa chuộng hơn hẳn những người có

---

[1] Jonathan Culler (1988), *Framing the Sign, Criticism and Its Institutions*, Norman: University of Oklahoma Press, tr. 15.
[2] Elizabeth W. Bruss (1982), sđd., đặc biệt chương "Theory of Literature Becomes Theory as Literature", tr. 33-79.
[3] Reed Way Dasenbrock (biên tập) (1993), *Literary Theory After Davidson*, Pennsylvania: Pennsylvania State University Press, tr. 3.

lối viết kinh viện khô khan; Plato được đọc nhiều hơn Aristotle, Hume hơn Kant, Nietzsche hơn Hegel, v.v...[1]

Thời đại bất an

Sự phát triển vượt bậc của lý thuyết văn học trong nửa sau của thế kỷ 20 không phải chỉ là kết quả của tiến trình dân chủ trong sinh hoạt văn hoá hay của năng lực tư duy và phân tích mà, quan trọng không kém, còn là biểu hiện của những sự bất an của nhân loại trong thời hậu hiện đại. Trong thời hiện đại, ít ra nhân loại cũng có được một số siêu-tự sự (metanarratives), tức những "câu chuyện" có tham vọng thâu tóm toàn bộ hiện thực và lịch sử vào một mối, qua đó, hợp thức hoá một cách nhìn nào đó đối với hiện thực và lịch sử, để tin tưởng. Bước sang thời hậu hiện đại, nền tảng của những "siêu-tự sự" ấy hoàn toàn bị lung lay. Những tuyên truyền ồn ào và dối trá chung quanh cuộc chiến tranh lạnh giữa hai khối tư bản và cộng sản cũng góp phần làm cho con người mất dần các niềm tin. Hậu quả là không còn thứ gì có thể được chấp nhận như những sự tự nhiên, đương nhiên cả. Mở đầu cuốn *Aesthetic Theory* (Lý thuyết thẩm mỹ), Theodor Adorno tuyên bố dứt khoát:

> Ngày nay không có cái gì liên quan đến nghệ thuật mà không đáng bàn, không đáng suy nghĩ. Mọi thứ về nghệ thuật đều trở thành nghi vấn: đời sống bên trong của nó, mối quan hệ giữa nó và xã hội chung quanh, ngay cả chính sự tồn tại của nó nữa.[2]

---

[1] Như trên, tr. 2.
[2] Theodor Adorno (1984), *Aesthetic Theory*, do C. Lenhardt dịch sang tiếng Anh, Gretel Adorno và Rolf Tiedemann biên tập, London: Routledge and Kegan Paul, tr. 1.

Chính sự phát triển ào ạt như thế của các lý thuyết đã khiến cho nhiều lý thuyết gia đâm ra lo lắng. Từ sự lo lắng ấy, một số quan điểm chống lại lý thuyết đã ra đời, tuy nhiên, như W.J.T. Mitchell nhận định "luận chiến phản lý thuyết là một trong những thể loại của diễn ngôn lý thuyết, là một thời điểm không thể tránh khỏi trong diễn ngôn lý thuyết, thời điểm khi xu hướng xây dựng và tích cực của lý thuyết nảy sinh ra một số phủ định của chính nó."[1] Chính vì thế, phản lý thuyết, tự bản thân nó, cũng là một lý thuyết: lý thuyết phản-lý thuyết (an anti-theory theory). Lý thuyết phản-lý thuyết, thật ra, là một thứ siêu-lý thuyết (meta-theory): lý thuyết nhằm biện minh cho chính lý thuyết, một thứ lý thuyết về lý thuyết. Tất cả các loại lý thuyết, phản-lý thuyết và siêu-lý thuyết này chỉ làm cho sinh hoạt lý thuyết văn học sôi động và khởi sắc hẳn lên. Phê bình và cả lịch sử văn học cũng được thừa hưởng kết quả của các cuộc tranh luận về lý thuyết ấy: đối diện với tính chất phức tạp trong cách nhìn mang tính lý thuyết về văn học, khó ai có thể an tâm tiếp tục mãi một cách nhìn cố định về một tác phẩm hay cả lịch sử văn học được.

Lịch sử và phê bình văn học

Nên lưu ý là lịch sử văn học không giống các loại lịch sử khác. Thứ nhất, khác với lịch sử nói chung vốn nhấn mạnh vào tính liên tục, trong đó các sự kiện đều có quan hệ chặt chẽ với nhau, phần lớn là quan hệ nhân quả, lịch sử văn học tập trung nhiều hơn vào tính đứt đoạn, vào các điểm đỉnh và những sự sáng tạo đột xuất, những điều trước đó chưa có và sau đó sẽ bị phủ nhận

---

[1] Dẫn theo Thomas M. Kavanagh (biên tập) (1989), *The Limits of Theory*, Stanford University Press, tr. 2.

bởi những tài năng kiệt xuất nhất ở những thời đại kế tiếp. Thứ hai, đối tượng của các lịch sử khác là những sự kiện, những biến cố, những nhân vật đã thuộc về quá khứ, hoàn toàn là quá khứ. Trong lịch sử văn học thì khác. Chỉ có tác giả là thuộc về quá khứ, còn tác phẩm văn học thì lại tồn tại như một cái gì trong hiện tại: chúng được đọc, được cảm nhận, được kinh nghiệm như những gì đang hiện hữu, và sự tiếp nhận và phân tích của người viết văn học sử hoàn toàn thuộc về hiện tại. Bởi vậy, viết lịch sử văn học không phải chỉ là một nỗ lực tái hiện những gì đã xảy ra mà thực chất là mô tả một tham vọng tái cấu trúc quá khứ từ những kinh nghiệm thẩm mỹ trong hiện tại và dự phóng văn hoá hướng tới tương lai của chính người viết lịch sử. Có thể nói, các công trình lịch sử văn học phản ảnh cách nhìn và tầm nhìn của người viết sử; và những điều này phản ánh bối cảnh văn hoá văn chương của hiện tại nhiều hơn là chính những gì đã thuộc về quá khứ.

Nói cách khác, ở mọi công trình lịch sử văn học, tính hiện tại bao giờ cũng rõ nét hơn là tính lịch sử. Mỗi lần được đọc là một lần được kinh nghiệm lại từ hiện tại: mỗi tác phẩm văn học, do đó, có đến hai loại lịch sử khác nhau: một, lịch sử về quá trình được sáng tác của nó; và hai, lịch sử nó được đọc, được diễn dịch và được đánh giá qua các thời đại và các thế hệ khác nhau. Trong hai loại lịch sử ấy, loại sau có ý nghĩa đặc biệt quan trọng hơn hẳn loại đầu: chính lịch sử ấy trở thành một phần trong nền tư bản văn hoá của cộng đồng văn học, làm cho, một mặt, các tác phẩm trở thành giàu có, có thể nói là giàu có hơn hẳn chính bản thân chúng; mặt khác, tầm nhìn và tầm cảm nhận của người đọc được mở rộng, có khả năng thấy được nhiều tầng và nhiều góc độ khác nhau. Nói cách khác nữa, trong mỗi cái đọc đều có tính lịch sử.

Khác với lịch sử văn học xem văn học trước hết như một thế giới với nhiều hoạt động và bao gồm nhiều lãnh vực khác nhau, phê bình, nhất là phê bình trong gần trọn thế kỷ 20, chỉ quan tâm chủ yếu đến tác phẩm, bắt đầu từ tác phẩm và từ kinh nghiệm tiếp xúc trực tiếp với tác phẩm. Có thể nói chọn viết lịch sử văn học là chọn đứng bên ngoài văn học để nhìn văn học như một đối tượng với những chức năng, những đặc điểm và những mối quan hệ cụ thể. Chọn viết phê bình là chọn đứng từ bên trong, biến chính bản thân mình thành một trong những đối tượng khảo sát: nhà phê bình không những đắn đo cân nhắc nhiều khía cạnh khác nhau của tác phẩm mà còn, nếu không muốn nói chủ yếu còn, lắng nghe những hồi ứng âm thầm dậy lên từ đáy sâu tâm hồn mình khi tiếp cận tác phẩm ấy. Viết lịch sử văn học là cố gắng ghi nhận cái thứ bậc đang hiện hữu, nhằm tái hiện những cái chung nhất trong văn học. Viết phê bình văn học, ngược lại, là nỗ lực chống lại cái trật tự và cái sự chung nhất ấy. Viết lịch sử văn học là từ hiện tại nhìn về quá khứ để củng cố một niềm tin trong hiện tại; viết phê bình văn học là từ một dự phóng về tương lai nhìn lại hiện tại để củng cố một niềm tin về dự phóng ấy. Một nhà văn học sử xuất sắc là kẻ tự tin, từ một chỗ đứng nào đó trong hiện tại, có thể nhìn xuyên suốt toàn bộ hoặc gần như toàn bộ quá khứ văn học; một nhà phê bình xuất sắc là kẻ tự chọn cho mình một chỗ đứng trong tương lai để hình dung một trật tự trong hiện tại, cái trật tự sẽ định hình dần dần trong nhiều thập niên, thậm chí, nhiều thế kỷ sau đó. Cả nhà văn học sử lẫn nhà phê bình đều cần khả năng phán đoán cao, nhưng trong khi sự phán đoán của nhà văn học sử cần có tính bao quát thì sự phán đoán của nhà phê bình cần phải có tính nhạy bén. Nhà văn học sử nhìn những gì đã có; nhà phê bình cố gắng nhìn những cái sẽ có. Nhà văn học sử nhìn văn học như một thiết chế, ở đó, các yếu tố và mối quan hệ tương tác giữa các yếu tố là đối tượng quan tâm chính; nhà phê bình nhìn văn học như một sự sáng tạo, ở đó, chỉ có khía cạnh thẩm mỹ và tính độc sáng là đáng kể.

Dù có một số dị biệt, cả phê bình lẫn lịch sử văn học đều cần lý thuyết để làm một cái khung nhận thức, từ đó, có được một cái nhìn mới về các hiện tượng văn học. Tuy nhiên, trong cả phê bình lẫn lịch sử văn học, lựa chọn lý thuyết chỉ là lựa chọn ban đầu và bao giờ cũng cần phải được tiến hành với một tinh thần phê phán và sáng tạo cực cao: không ai có thể trở thành nhà phê bình hay sử gia văn học xuất sắc nếu chỉ ngoan ngoãn làm một kẻ ứng dụng lý thuyết vào việc diễn dịch hay bình luận một hiện tượng văn học cụ thể: trong trường hợp này, may lắm, hắn chỉ có thể được xem là một nhà nghiên cứu mà thôi. Nhà phê bình và sử gia văn học thực sự, dù xuất phát từ một lý thuyết, không được quyền xem lý thuyết ấy là một giáo điều hay những nguyên tắc cứng nhắc. Hắn, qua hành động phê bình và viết lịch sử của mình, phải có khả năng làm thay đổi ít nhiều cái lý thuyết mà hắn chọn lựa.

Thời hậu – lý thuyết

May, sau một giai đoạn cực thịnh với sự ra đời của nhiều lý thuyết khác nhau và sự tranh cãi gay gắt giữa hai phe lý thuyết và phản-lý thuyết, vào những năm cuối cùng của thế kỷ 20 vừa qua, nền văn học thế giới bắt đầu im ắng dần. Nhan đề một số cuốn sách lý thuyết cho thấy có sự đổi chiều: *Những tận cùng của lý thuyết,*[1] *Sau lý thuyết,*[2] *Hậu-lý thuyết,*[3] và *Đời sống sau lý thuyết,*[4] v.v... Một số người tự xem mình thuộc thế hệ "hậu-lý thuyết" (Posttheory generation).[5] Nhưng "sau lý thuyết" hay "hậu-lý thuyết" không phải là không có lý thuyết, là bất cần lý thuyết, là ngoảnh lưng lại với lý thuyết. Theo Terry Eagleton, không có cách gì người ta có thể lội ngược lịch sử để trở lại với cái thời hồn nhiên tiền-lý thuyết được: hiện nay chỉ là giai đoạn tạm dừng các cuộc phiêu lưu để tập trung phát triển, bổ sung, phê bình và ứng dụng những phát kiến độc đáo của thế hệ đi trước, những người đã tạo nên những cao trào lý thuyết rực rỡ.[6] Ivan Callus và Stefan Herbrechter ví lý thuyết như một loại "virus" trong máy vi tính: nó đang lan tràn và sẽ tiếp tục lan tràn trong phạm vi toàn cầu, không có cách gì ngăn chặn được nữa.[7]

Theo Jonathan Culler, "hậu-lý thuyết" là thứ lý thuyết nảy sinh từ những cuộc bàn luận về cái chết của chính lý thuyết, hay, nói cách khác, là thứ lý thuyết sau

---

[1] *The Ends of Theory* do Jerry Herron, Dorothy Hudson, Ross Pudaloff và Robert Strozier biên tập, Wayne State University Press xuất bản năm 1996.
[2] *After Theory* của Thomas Docherty, Edinburgh University Press xuất bản năm 1996.
[3] *Post-Theory, New Directions in Criticism* do Martin McQuillan, Graeme Macdonald, Robin Purves và Stephen Thomson biên tập, University of Edinburgh Press xuất bản năm 1999.
[4] *Life after Theory* do Michael Payne và John Schad biên tập, Continuum Publishing xuất bản năm 2003.
[5] Jeffrey Williams, "The Posttheory Generation" in trong cuốn *Day Late, Dollar Short: the Next Generation and the New Academy*, Peter C. Herman (biên tập) (2000), Albany: State University of New York Press, tr. 25-43.
[6] Terry Eagleton (2003), *After Theory*, New York: Basic Books, tr. 1-2.
[7] Ivan Callus và Stefan Herbrechter (biên tập) (2004), *Post-Theory, Culture, Criticism*, New York: Rodopi, tr. 283.

cái chết của "đại lý thuyết" (grand theory),[1] tức lý thuyết – hay những lý thuyết – có tham vọng thâu tóm toàn bộ vũ trụ và lịch sử vào một mối, hình thành một thứ siêu tự sự để, với nó, con người có thể trở thành những Thượng Đế, ở ngoài và ở trên, nhìn thấy tất cả mọi chuyện, kể cả những quy luật xuyên suốt toàn bộ lịch sử nhân loại và những "bản chất" ẩn náu đằng sau mọi hiện tượng, nhất là các hiện tượng xã hội.

Trong lời tựa viết cho cuốn *Life after Theory* (Đời sống sau lý thuyết), John Schad lý luận là trong tiếng Anh, chữ "after" có hai ý nghĩa: một, đến sau về thời gian; hai, đuổi theo hay bắt chước: "life after theory", do đó, có thể có nghĩa là đời sống rượt đuổi theo lý thuyết, mô phỏng theo lý thuyết.[2] Jean Baudrillard cũng quan niệm tương tự: với ông, "lý thuyết không còn phải thích nghi với các biến cố mà chính các biến cố phải tìm cách thích nghi với lý thuyết." "Hậu" (post), trong trường hợp này, do đó, là đi trước hơn là đi sau các biến cố trong hiện thực.[3]

"Thế hệ hậu-lý thuyết", cũng do đó, là thế hệ lớn lên và được đào tạo trong môi trường lý thuyết, vẫn không thoát khỏi ám ảnh về lý thuyết, tuy nhiên, cách tiếp cận lý thuyết của họ khoan hoà và có tính chất chiết trung hơn. Họ không sử dụng lý thuyết như một thứ vũ khí để chống lại các tín điều cũ, các phương thức phê bình cũ - như cái điều thế hệ đàn anh của họ đã làm - mà chỉ sử dụng như một thứ kiến thức nền tảng, từ đó, họ diễn dịch và phân tích các hiện tượng khác nhau trong sinh

---

[1] Judith Butler, John Guillory, và Kendall Thomas (biên tập) (2000), *What's Left of Theory*, New York: Routledge, tr. 277.
[2] Michael Payne và John Schad (biên tập) (2003), *Life after Theory*, London: Continuum, tr. x.
[3] Dẫn theo Ivan Callus và Stefan Herbrechter (biên tập) (2004), sđd., tr. 286.

hoạt văn học và văn hoá. Họ có thể dung hợp nhiều lý thuyết chứ không nhất thiết phải sống chết với một lý thuyết nhất định nào đó như một thứ chân lý duy nhất. Họ không còn phân biệt một cách máy móc ranh giới giữa lý thuyết và thực nghiệm: lý thuyết không còn được xem là cái gì bay bổng giữa không trung, và thực nghiệm cũng không chỉ biết gắn chặt với các dữ liệu cụ thể. Họ không đóng vai lý thuyết gia tháp ngà chỉ biết lý thuyết, họ trở thành những trí thức quần chúng (public intellectuals), những người sẵn sàng tham gia bàn luận về bất cứ vấn đề gì trong đời sống văn hoá, kể cả văn hoá bình dân, từ chuyện thời trang đến chuyện ẩm thực, từ một vở kịch đến một trận bóng đá, từ một cuộc tranh cử đến một chiến dịch chống khủng bố, v.v...[1]

Thời tiền sử của các lý thuyết

Trong lúc giới cầm bút và giới nghiên cứu ở Tây phương tự nhận là thuộc "thế hệ hậu-lý thuyết", chúng ta, những người cầm bút và nghiên cứu Việt Nam thuộc thế hệ nào? Câu trả lời trung thực nhất, theo tôi, là: thế hệ tiền-lý thuyết. Có thể nói, trong sinh hoạt văn học Việt Nam hiện nay, phần lạc hậu nhất, không còn hoài nghi gì nữa, chính là phần lý thuyết. Sáng tác, tuy chưa có những thành tựu thật lớn, nhưng ít nhất cũng có sự vận động; phê bình, tuy kém, cực kỳ kém, nhưng ít nhất cũng hiện hữu; còn lý thuyết thì dường như chỉ mới ở dạng phôi thai: trừ một vài ngoại lệ cực kỳ hiếm hoi, hầu hết những công trình gọi là mang tính lý thuyết của Việt Nam hiện nay hoặc chỉ là các cuốn giáo trình, lại là giáo

---

[1] Thật ra, đặc điểm cuối cùng này đã manh nha từ "thế hệ lý thuyết" trước đó như Roland Barthes, Umberto Eco và Edward W. Said. Sau này, xu hướng này càng được phát triển và trở thành phổ biến hơn.

trình theo kiểu Việt Nam, rất mực đơn sơ và ngây thơ, hoặc chỉ là các công trình biên khảo, ở đó, tác giả dừng lại ở việc tóm tắt, thường một cách hời hợt, thậm chí sai lầm, một số kết quả nghiên cứu nhập môn ở nước ngoài. Ở giới sáng tác, phần lạc hậu nhất cũng lại là phần quan điểm, nghĩa là, nói cách khác, cũng chính là lý thuyết. Đọc những lời phát biểu về văn học của đại đa số các nhà văn và nhà thơ Việt Nam, người ta không khỏi kinh hoàng, ngỡ như đang sống ở cuối thế kỷ 18 hoặc nửa đầu thế kỷ 19, lúc văn học còn đong đưa trong khối tam giác: chủ nghĩa tân cổ điển, chủ nghĩa lãng mạn và chủ nghĩa hiện thực.[1] Với những quan điểm văn học như thế, không có gì đáng ngạc nhiên khi đa số các nhà văn và nhà thơ Việt Nam vẫn cứ tiếp tục quanh quẩn dưới bóng của các cây bút thuộc thế hệ 1932-1945; khi đa số các nhà phê bình vẫn chưa thoát khỏi khí hậu thẩm mỹ của thời tiền chiến và kháng chiến và vẫn chưa thoát khỏi truyền thống bình vu vơ, luận vu vơ, rất cảm tính, rất lạc hậu và thiếu hẳn tính nhất quán; khi đa số các nhà lý luận văn học vẫn tiếp tục cuộc đối thoại của vua quan nhà Nguyễn ngày xưa: loay hoay về sự hiện hữu của những chiếc xe hai bánh hay những bóng đèn chốc ngược mà vẫn sáng, v.v... Bởi vậy, có thể nói, cái thiếu đáng tiếc nhất của giới cầm bút Việt Nam hiện nay cũng chính là những cách nhìn mang tầm lý thuyết.

À, mà không phải. Có một cái thiếu khác còn trầm trọng và đáng tiếc hơn cái thiếu lý thuyết: đó là cái thiếu ý thức về chính sự thiếu vắng ấy. Thiếu cái ý thức ấy, không chừng đến cuối thế kỷ 21, chúng ta vẫn tiếp tục nằm trong thời kỳ tiền sử của các lý thuyết văn học.

---

[1] Không phải chỉ lạc hậu, những lời phát biểu ấy lại đầy những mâu thuẫn, dường như sẵn sàng chà đạp lên mọi yêu cầu tối thiểu của luận lý học.

Bỗng dưng lại nhớ một câu *Kiều*:
Đường xa nghĩ nỗi sau này mà kinh.

2.
(Nhưng) lý thuyết là gì?

Một trong những biểu hiện cụ thể nhất của tư duy tiền-lý thuyết là quan niệm cho lý thuyết như một bộ tín lý và cẩm nang cố định, thậm chí, bất biến. Chẳng hạn, lý thuyết sẽ cung cấp cho người ta những định nghĩa rõ ràng và dứt khoát về văn học, những đặc điểm và những chức năng quan trọng nhất của văn học, mối quan hệ giữa văn học và những lãnh vực khác như chính trị, đạo đức, v.v... Nền tảng của quan niệm này là cái nhìn mang tính duy bản luận (foundationalism), dựa trên hai tiền giả định chính: một, văn học là cái gì đã có sẵn, chúng ta chỉ cần "nhận diện" bản chất và những đặc trưng cơ bản của nó; hai, văn học là một bộ phận trong cấu trúc chung và cố định của toàn xã hội, chúng ta chỉ cần khám phá ra các mối quan hệ giữa nó với các bộ phận khác. Cả hai tiền giả định này đều được tin tưởng trong một thời gian khá dài. Tuy nhiên, càng ngày người ta càng thấy chúng ngây thơ. Thứ nhất, văn học là một tiến trình không ngừng vận động và thay đổi, do đó, bất cứ định nghĩa và bất cứ nỗ lực "nhận diện" nào cũng đều bất cập. Thứ hai, vì bản thân chúng ta cũng chỉ là một bộ phận, thậm chí là một bộ phận cực nhỏ của xã hội, mọi tham vọng nhìn xã hội như một toàn cảnh, từ đó, định vị văn học một cách chính xác, chỉ là một ảo tưởng. Xuất phát từ cái nhìn duy bản luận như vậy, lý thuyết biến thành một thứ thần học: về thời điểm, nó có trước mọi sinh hoạt văn học; về chức năng, nó định hướng cho các hoạt động văn học, kể cả sáng tác và phê bình; và về bản chất: nó có quyền lực siêu tự nhiên, ít nhiều có tính chất tín ngưỡng.

Mất tính chất tín ngưỡng và thần học, lý thuyết văn học chỉ còn là một nỗ lực xây dựng những tiền đề nhận thức và những nhãn giới mỹ học để từ đó người ta có thể nhìn văn học như một giá trị và có thể tiến hành các thao tác đánh giá cũng như diễn dịch. Để được nhìn nhận như một giá trị, văn học phải được đặt trong quan hệ với văn hoá và lịch sử. Để việc đánh giá và diễn dịch được chấp nhận, các mối quan hệ giữa văn bản và tác giả, giữa văn bản và liên văn bản, giữa ý định và ý nghĩa, giữa tác phẩm và người đọc, v.v… phải được xác lập. Nói theo Gerald Graff, lý thuyết văn học là một diễn ngôn liên quan đến việc hợp thức hoá các nguyên tắc và các tiền đề của phê bình.[1] Hay, nói theo Murray Krieger, "cách đọc có thẩm quyền" về một tác phẩm văn học được gọi là phê bình, "việc thẩm quyền hoá cách đọc ấy chính là lý thuyết."[2]

Quyền lực và khủng hoảng

Nhưng cái gọi là "thẩm quyền hoá" (authorization) ấy đến từ đâu? Oái oăm thay, nó lại đến từ những hoài nghi đối với mọi thẩm quyền. Mà thẩm quyền lớn nhất trong văn học lại chính là những hệ thống giá trị để căn cứ vào đó mọi người tiến hành các hoạt động sáng tác và

---

[1] Dẫn theo Eugene Goodheart (1999), *Does Literary Studies Have a Future?*, Madison: The University of Wisconsin Press, tr. 71.
[2] Murray Krieger (1994), *The Institution of Theory*, Baltimore: The Johns Hopkins University Press, tr. 7.

phê bình. Lý thuyết "gây sự" ngay với những hệ thống giá trị ấy, hơn nữa, còn "gây sự" với những nền tảng trên đó các hệ thống ấy được xây dựng. Khi "gây sự" với cả những nền tảng như vậy, lý thuyết tự động tạo ra những khủng hoảng trong niềm tin và nhận thức: có thể xem đây như một trong những chức năng đầu tiên của lý thuyết. Nó bắt người ta phải định nghĩa lại mọi khái niệm, nhận diện lại mọi hiện tượng, cấu trúc lại mọi hệ thống.

Tạo ra khủng hoảng, lý thuyết không bị bắt buộc phải giải quyết khủng hoảng. Có khi, ngược lại, nó còn làm cho cuộc khủng hoảng càng trầm trọng thêm và ý thức về cuộc khủng hoảng ấy càng sâu sắc thêm. Đến lúc nào đó, tự nó biến thành một sự khủng hoảng: bản thân nó trở thành một vấn đề: từ lý thuyết, nó sinh ra lý thuyết về lý thuyết. Lịch sử của lý thuyết về lý thuyết này càng dài, một định nghĩa thực sự và chung nhất của khái niệm lý thuyết càng trở thành một ước mơ không thể thực hiện được. Tính bất khả thực hiện này, đến lượt nó, lại trở thành một quyến rũ lúc nào cũng lấp lánh trước mắt mọi nhà lý thuyết. Hơn nữa, nó còn trở thành một động lực âm thầm của lịch sử.

Tầm vóc của các sự khủng hoảng thay đổi theo thời gian. Trước, khủng hoảng thường mang tính cục bộ, giới hạn trong từng vấn đề, ở đó, khi có ai hoài nghi về một chức năng nào đó của văn học, chẳng hạn, hắn không nhất thiết phải hoài nghi toàn bộ hệ thống ngôn ngữ và văn hoá đằng sau văn học. Bây giờ, ngược lại, khi người ta đã phát hiện ra tính liên văn bản trong văn học, tính liên ngành trong văn hoá, và tính liên chủ thể trong xã hội, không còn một khía cạnh nào có thể đứng vững khi những khía cạnh khác bị đặt thành nghi vấn cả. Điều này dẫn đến hậu quả là thế giới của lý thuyết càng ngày càng bao la đến gần như vô giới hạn. Jonathan Culler ghi nhận: lý thuyết văn học "không còn là một mớ phương pháp luận để nghiên cứu văn học mà trở thành một tổ hợp không cùng của những bài viết về bất cứ điều gì dưới ánh mặt trời, từ những vấn đề thuần kỹ thuật trong triết học kinh viện đến những biến đổi trong cách người ta nói và nghĩ về thân thể."[1]

Lý thuyết và văn hoá

Gắn liền với khủng hoảng về trí thức và niềm tin, bất cứ lý thuyết nào cũng mang trong nó những khắc khoải và những nhiệt huyết, những ước mơ và những tuyệt vọng, cái lạnh của trí tuệ và cái đau đáu của tâm hồn. Nó không phải là thứ gì mình có thể dễ dàng vay mượn được. Không ít người cầm bút Việt Nam, khi nghĩ đến lý thuyết văn học, thường có một quan niệm đơn giản là nhìn quanh trên thế giới, xem có cái gì thích hợp thì... mượn đỡ. Thật ra, đó chỉ là một ảo tưởng. Trong một cuộc họp báo được tổ chức tại hội nghị thượng đỉnh của khối G-8 vào ngày 10 tháng 6 năm 2004, nhân bàn về tham vọng dân chủ hoá các quốc gia Hồi giáo ở Trung Đông của Mỹ, tổng thống Pháp Jacques Chirac có một câu nói mà tôi rất thích: "Dân chủ không phải là một phương pháp; nó là một văn hoá." Do đó, "cải cách không thể được áp đặt từ bên ngoài; nó phải được hoàn thiện từ bên trong."[2] Nhận định ấy, tôi nghĩ, cũng có thể được áp dụng cho lý thuyết văn học: lý thuyết là một văn hoá. Nó không thể được vay mượn một cách máy móc: vay mượn như thế, nó sẽ biến ngay thành giáo

---
[1] Jonathan Culler (1997), *Literary Theory, A Very Short Introduction*, Oxford: Oxford University Press, tr. 3-4.
[2] Nghe được từ các bản tin trên Tivi trong ngày.

điều; và với tư cách giáo điều, nó chỉ có tác dụng tiêu cực: nó giết chết sáng tạo. Nghĩa là, đồng thời, giết chết lý thuyết.

Lý thuyết chỉ có thể được tiếp nhận khi, và chỉ khi, nó bị phê phán hoặc/và được phát triển, nghĩa là, nói cách khác, nó bị đối xử như một kẻ thù trước khi là một kẻ đồng hành. Điều đó giải thích tại sao, ở Việt Nam, mặc dù được du nhập trong cả hơn nửa thế kỷ và mặc dù được nhà nước ủng hộ tối đa bằng cả một bộ máy tuyên truyền, giáo dục và thậm chí, hành chính kềnh càng, chủ nghĩa hiện thực xã hội chủ nghĩa vẫn chưa bao giờ tồn tại như một lý thuyết. Và điều đó cũng cho thấy tính nhà nước và tính lý thuyết hầu như không bao giờ đi liền với nhau được.

Lý thuyết và cách mạng

Tự bản chất, lý thuyết gắn liền với cách mạng: nó ra đời từ những sự phản tỉnh đối với chính sự suy nghĩ, từ những sự hoài nghi và phản kháng đối với những quy phạm có sẵn, và từ khát vọng tái định hướng cách nhìn về văn học cũng như tái cấu trúc hiện thực văn học, từ đó, dẫn đến việc hình thành những quy phạm mới có khả năng mở ra những chân trời mới và những hướng phát triển mới. Nhằm duy trì quyền lực và tạo sự ổn định, nhà nước nào cũng cố gắng tước bỏ bản chất cách mạng ấy của lý thuyết bằng cách loại trừ tính phê phán và chỉ giữ lại tính quy phạm, triệt tiêu tinh thần hoài nghi và củng cố ý thức phục tùng, cuối cùng, giản lược mọi lý thuyết lại thành những công thức cứng nhắc để làm kim chỉ nam cho các hoạt động sáng tác, phê bình và biên khảo.

Cách tiếp cận như thế dẫn đến sự ra đời của những nô bộc lý thuyết, những kẻ chỉ biết lặp lại như vẹt những mảnh vụn vỡ ra từ lý thuyết nhưng không bao giờ có đủ khả năng để tiếp cận lý thuyết như một hệ thống quan điểm khái quát và nhất quán. Cách tiếp cận như thế, tự bản chất, mang tính phản lý thuyết, hơn nữa, phản trí thức: thứ nhất, nó chỉ nhắm tới mục đích thực tiễn chứ không nhằm thoả mãn khuynh hướng muốn biết và mở rộng tầm nhận thức của con người; thứ hai, nó chỉ đòi hỏi người khác phải chấp nhận những công thức ấy như những chân lý tuyệt đối và hiển nhiên chứ không được quyền nghi vấn hay tìm tòi tiếp.

Với tính phản lý thuyết và phản trí thức như vậy, cách tiếp cận lý thuyết của nhà cầm quyền bao giờ cũng ở trong trạng thái nghịch lý: họ vừa tuyên bố là cần có lý thuyết mới để chỉ đạo hoạt động văn học lại vừa cấm mọi tìm tòi, hơn nữa, có khi còn cấm cả việc đọc và phiêu lưu vào những lãnh địa mới của tư tưởng; họ vừa kêu gọi sự sáng tạo lại vừa đẩy mọi người vào thế thụ động, thậm chí nô lệ là chỉ được quyền chấp nhận mệnh lệnh và những gì được ban phát. Hậu quả là nó chỉ có thể đẻ ra một thứ lý-thuyết-phi-lý-luận, một hệ thống của những điều phải làm và những điều không được làm.

Lý thuyết và tinh thần phê phán

Nói một cách tóm tắt, một trong những điều kiện quan trọng nhất của lý thuyết chính là tinh thần phê phán: lý thuyết chỉ được ra đời từ, và được nuôi dưỡng bởi, tinh thần phê phán. Không phải chỉ là điều kiện, theo Jonathan Culler, tinh thần phê phán còn là một thuộc tính tất yếu của lý thuyết, bên cạnh ba thuộc tính căn bản khác: tính liên ngành, tính phân tích và tính phản tỉnh.[1] Trong ý nghĩa đó, theo tôi, lý thuyết trước hết là một hình thái của phê bình: lý thuyết nào cũng được xây dựng từ nỗ lực đả phá những quan niệm cũ kỹ, bất cập hay sai lầm trước đó. Mối quan hệ giữa lý thuyết và phê bình, do đó, là một thứ quan hệ hai chiều và thực sự biện chứng: phê bình là một cách vận dụng lý thuyết nhưng đồng thời cũng là tiền đề của lý thuyết; lý thuyết, cũng vậy, vừa sinh ra từ phê bình lại vừa phục vụ phê bình. Hơn nữa, cũng có thể nói lý thuyết chính là phê bình về phê bình, hoặc còn được gọi là siêu-phê hình (metacriticism): phê bình những tiền đề được dùng làm cơ sở cho hoạt động phê bình nói chung.

Riêng ở Việt Nam, nói đến nhu cầu xây dựng một hệ thống lý thuyết mới, điều cần thiết và khẩn thiết nhất là phải rèn luyện cách suy nghĩ mang tính phê phán (critical thinking) mà một trong những đối tượng cần phê phán đầu tiên chính là những quan điểm vốn được chấp nhận như những chân lý lâu đời và hiển nhiên, những tiền đề được sử dụng như chỗ dựa vững chắc cho các phán đoán của chúng ta về các hiện tượng văn học.

Tiếc thay, tinh thần phê phán lại là điều dường như chúng ta thiếu nhất.

Đọc các bài tiểu luận do giới cầm bút Việt Nam viết, người ta dễ nhận ra một số đặc điểm: một, bị ám ảnh bởi con người hơn là vấn đề, hai, sự sùng bái đối với quyền lực và ba, dễ bị khuất phục trước tính đại chúng. Tranh luận, người ta hiếm khi phân tích một cách khách quan các luận điểm chính của đối thủ mà chỉ chăm chăm tập trung vào tính cách và các quan hệ xã hội của người ấy.[2]

---

[1] Jonathan Culler (1997), sđd, tr. 14-15.
[2] Hình thức ngụy biện này thường được gọi là "ad hominem".

Ngược lại, bênh vực cho một ý kiến, thay vì phải dùng lý luận, người ta chỉ cần dẫn ra một câu tục ngữ, ca dao, một danh ngôn, hay một lời phát biểu của một vị lãnh tụ nào đó, thế là coi như xong: vấn đề đã được giải quyết và chân lý đã được sáng tỏ. Hiếm người tự đặt câu hỏi: liệu những câu tục ngữ, ca dao, danh ngôn hoặc những lời phát biểu ấy có đúng hay không? Liệu lãnh tụ của mình, bước ra ngoài lãnh vực chính trị, bàn chuyện văn học, nghệ thuật, có gì đáng tin cậy hay không? Ngay cả khi họ bàn chuyện chính trị thì một nhà chính trị lớn có nhất thiết lúc nào cũng đúng hay không? Liệu lời phát biểu của một chuyên gia, ngay cả chuyên gia hàng đầu trong một lãnh vực nào đó, có phải là toàn bộ chân lý hay không?

Nguyên tắc cơ bản của cách suy nghĩ mang tính phê phán là: không có gì có thể được xem là chân lý trước khi chúng được chứng minh là chân lý. Điều này có nghĩa là mọi sự suy nghĩ mang tính phê phán đều được bắt đầu bằng ba điều kiện: sự hoài nghi đối với mọi quyền lực, sự tự tin ở lý trí và khát vọng tìm hiểu sự thật. Nhưng không có cuộc hành trình tìm kiếm chân lý nào bắt đầu từ con số Không. Sau Adam và Eve, lý luận, thực sự là lý luận, bao giờ cũng là một sự tiếp nối của một chuỗi lý luận dằng dặc trong lịch sử. Ngay cả khi tôi muốn bênh vực cho một luận điểm đơn giản, chẳng hạn, "văn chương dâm uế không phải là văn chương", tôi đã, một cách tự giác hay không, tham gia vào một cuộc tranh luận mà hàng triệu, thậm chí hàng trăm triệu người trước tôi, đã từng tham gia: cuộc tranh luận về quan niệm về văn chương, về chức năng của văn chương, về sự dâm uế, về quan hệ giữa văn chương và đạo đức, giữa nhà văn và xã hội, giữa tính đặc tuyển và tính đại chúng, v.v... Trong cuộc tranh luận ấy, sự khác nhau trong cách hiểu những khái niệm căn bản như "văn chương" hay "sự dâm uế" có thể dẫn đến những kết luận hoàn toàn khác nhau. Không phải ngẫu nhiên mà trong nền giáo dục Tây phương, người ta rất xem trọng tính lịch sử của vấn đề và khung lý thuyết khi giải quyết một vấn đề cụ thể nào đó: đó là hai phần bắt buộc trong hầu hết các luận án ở bậc đại học, đặc biệt, bậc hậu đại học,[1] đồng thời, cũng là hai phần thường xuyên xuất hiện trong các bài tiểu luận theo phong cách hàn lâm.

Một cung cách lý-luận-phi-lý-thuyết, dựa theo cảm tính và thành kiến, chỉ dẫn đến những ý tưởng tản mạn, rời rạc, ngẫu nhiên, có khi đầy mâu thuẫn, hiếm khi vươn lên được một tầm nhìn có tính chiến lược để có thể bao quát phần lớn những vấn đề liên hệ. Một cung cách lý-luận-phi-lịch-sử, ở đó, người ta phát ngôn như mình là người đầu tiên và duy nhất đề cập đến đề tài ấy, không những dễ gợi ấn tượng là hợp hợm mà còn rất dễ có nguy cơ bất cập và lảm nhảm, chỉ lặp lại người khác, thậm chí, lặp lại những cái sai của người khác. Những cái sai rất cũ.

Tính hệ thống

Ngoài tính chất phê phán, lý thuyết nào cũng cần có tính hệ thống. Nói đến tính hệ thống, thật ra, cũng là nói đến các mối quan hệ chặt chẽ và có thứ bậc giữa các ý tưởng và các luận điểm, giữa các "nguyên lý" và các hệ luận. Những ý nghĩ rời, bộc phát tình cờ như một phản hồi tự nhiên khi chúng ta đối diện với vô số sự kiện khác nhau trong đời sống không phải là lý thuyết. Lý thuyết là

---

[1] Tức là phần "Literature Review" và phần "Theoretical Framework".

cách nhìn có tham vọng bao quát toàn cảnh vấn đề và đi sâu vào "bản chất" của văn học, xây dựng những tiền đề trên đó chúng ta có thể tiến hành việc đọc, việc diễn dịch và việc đánh giá các tác phẩm văn học. Trong lý thuyết, các luận điểm phải được đẩy đến tận cùng nhưng bao giờ cũng phải giữ được sự nhất quán: tất cả đều phải dựa trên một số tiền đề chung nhất. Trước, từ thời cổ đại đến thời hiện đại, người ta tin vào sự tồn tại của những điểm chung nhất tối hậu cho cả nhân loại và xuyên suốt toàn bộ lịch sử. Sau, bước sang thời của chủ nghĩa hậu hiện đại, với sụp đổ của các đại tự sự, người ta biết tự dừng lại ở một số giới hạn nhất định, ý niệm về tính hệ thống, bởi vậy, không còn quá nặng nề như ngày xưa. Nhưng dù sao, đó cũng là một yêu cầu quan trọng đối với mọi cuộc nghiên cứu cũng như mọi nỗ lực lý thuyết hoá. Yêu cầu này càng bức xúc ở Việt Nam. Tôi cho một trong những khuyết điểm lớn nhất trong sinh hoạt văn học nghệ thuật cũng như văn hoá nói chung của Việt Nam từ xưa đến nay là hiếm khi chúng ta dám đi đến tận cùng bất cứ điều gì. Không dám đi đến tận cùng, chúng ta không những từ chối tư cách những người lập thuyết mà còn xoá bỏ mọi cơ hội và mọi hy vọng làm cách mạng của các thế hệ kế tiếp: không ai có thể lật đổ được một cái vô hình. Nhưng muốn đi đến tận cùng, ngoài sự dũng cảm, người ta còn cần khả năng phân tích và khái quát hoá.

Jonathan Culler nói đến tính phân tích như một trong những thuộc tính căn bản của lý thuyết.[1] Đành là đúng. Tuy nhiên, theo tôi, để hình thành lý thuyết, điều kiện cần không kém, nếu không muốn nói là trước cả khả năng phân tích, chính là năng lực khái quát hoá.

---

[1] Jonathan Culler (1997), sđd., tr. 14.

Theo Reichenbach, "bản chất của kiến thức là khái quát hoá... Khái quát hoá, bởi vậy, chính là nguồn gốc của khoa học."[1] Và của lý thuyết nữa, dĩ nhiên. Nhờ năng lực khái quát hoá, người ta mới có thể nắm bắt được những gì thuộc về "bản chất", sâu kín và trừu tượng nhất của các hiện tượng. Cũng nhờ tính chất khái quát hoá ấy, lý thuyết mới có độ mở và sức lan toả rất rộng: nó có thể cung cấp hoặc gợi ý cho các chuyên gia ở các lãnh vực khác một cách nhìn mới khi tiếp cận với các vấn đề thuộc lãnh vực chuyên môn của họ. Jonathan Culler gọi đó là tính chất liên ngành và khẳng định: "Tác phẩm được xem là lý thuyết phải có tác động vượt ra ngoài lãnh vực nguyên thuỷ của nó."[2] Những lý thuyết về ngôn ngữ của Ferdinand de Saussure, về phân tâm học của Sigmund Freud, về nhân chủng học của Claude Levi-Strauss, về lịch sử tính dục của Michel Foucault, về ký hiệu học của Umberto Eco, về sự thay đổi trong điều kiện tri thức của thời đại của Jean-Francois Lyotard... đã có ảnh hưởng cực kỳ sâu đậm trong lãnh vực nghiên cứu văn học. Từ thập niên 1960 về sau, càng ngày càng có nhiều người được xem là lý thuyết gia văn học mặc dù đề tài nghiên cứu của họ rất xa văn học: Không trực tiếp bàn đến văn học nhưng những khám phá và những phân tích của họ về ý nghĩa, ngôn ngữ, văn hoá, lịch sử, chính trị hoặc về tâm thức con người đã làm thay đổi

---

[1] Dẫn theo Thomas A.C. Reydon (2005), *Species as Units of Generalization in Biological Science, A Philosophical Analysis*, luận án tiến sĩ, trình tại Leiden University. Xem trên trang mạng http://72.14.253.104/search?q=cache:gLTvlNqnBwkJ:www.weten schapsagenda.leidenuniv.nl/content_docs/Proefschriften_juni_200 5/reydon_hele_proefschrift.pdf+%22Aristotle%22+%22generaliza tion%22+%22science%22&hl=en&gl=au&ct=clnk&cd=29 ngày 6.10.2006.
[2] Jonathan Culler (1997), sđd., tr. 3.

cách nhìn về văn học còn hơn cả những lý thuyết thuần tuý văn học truyền thống.

Những thay đổi trong cách viết về lý thuyết

Khi lý thuyết được xem như một cách nhìn sâu vào những nền tảng trên đó văn bản trở thành tác phẩm văn học, theo cách nhìn của các nhà thẩm mỹ học, hoặc ngược lại, tác phẩm văn học trở thành văn bản, theo cách nhìn của các nhà cấu trúc luận và hậu cấu trúc luận, việc phân chia lý thuyết thành hai loại: lý thuyết mô tả (descriptive theory, gồm cả lý thuyết về diễn dịch) và lý thuyết quy phạm (normative theory, bao gồm lý thuyết mỹ học và lý thuyết chính trị/đạo đức) như thường lệ dần dần trở thành khiên cưỡng. Lý do là không có sự mô tả hay diễn dịch nào lại không mang tính khuynh hướng hay không gắn liền với những điều kiện văn hoá mang tính liên văn bản nhất định. Tất cả những sự thay đổi này tất yếu dẫn đến nhiều hệ quả quan trọng, trong đó, đáng nói đầu tiên có lẽ là cách viết về lý thuyết văn học.

Nhìn từ một khía cạnh nào đó, các cuốn sách được xem là thuộc loại "lý luận văn học" ở Việt Nam lâu nay không khác mấy với cuốn *Văn học khái luận* của Đặng Thai Mai xuất bản từ đầu thập niên 1940. Giống nhất là ở các vấn đề được quan tâm. Thì cũng, trước hết, nỗ lực định nghĩa văn học và sau đó, nhận diện các đặc điểm và chức năng của văn học. Thì cũng những sự loay hoay về các thể loại và mối quan hệ giữa văn học và các khía cạnh khác nhau trong đời sống xã hội, từ những yếu tố được xem là "cơ sở" như kinh tế và những yếu tố được xem là thuộc kiến trúc thượng tầng như văn hoá, chính trị, đạo đức, v.v...

Thật ra, những ám ảnh như thế cũng có thể tìm thấy ở những nơi khác trong nửa đầu thế kỷ 20. Trong các quốc gia nói tiếng Anh, cuốn *Theory of Literature* của René Wellek và Austin Warren được xuất bản lần đầu tiên năm 1949 là một ví dụ tiêu biểu. Cuốn sách cũng được mở đầu bằng những định nghĩa và những đặc trưng. Cũng so sánh văn học với tâm lý học, xã hội, tư tưởng và các ngành nghệ thuật khác. Cũng phân tích từ nhịp điệu, âm điệu đến hình tượng, ẩn dụ, thể loại, v.v... Cuốn sách có ảnh hưởng cực kỳ sâu rộng, được xem như một thứ "kinh điển" trong sinh hoạt lý thuyết văn học các xứ nói tiếng Anh trong suốt cả mấy thập niên, thời "thịnh trị" của phong trào Phê Bình Mới.

Tuy nhiên, dần dần, từ giữa thập niên 1960 về sau, tư tưởng văn học càng ngày càng đa dạng và phức tạp. Cái khung cấu trúc quen thuộc này không còn đủ sức chứa đựng những cách kiến giải khác nhau nữa. Từ đó, hầu hết các cuốn sách về lý thuyết văn học đều chọn lối tiếp cận theo các trường phái. Ba cuốn sách được sử dụng như những tài liệu tham khảo phổ biến và đáng tin cậy nhất tại các đại học nói tiếng Anh từ giữa thập niên 1980 đến đầu thập niên 1990 là cuốn *Literary Theory: An Introduction* (1983) của Terry Eagleton, cuốn *Modern Literary Theory: A Comparative Introduction* (1986) do Ann Jefferson và David Robey biên tập, và cuốn *A Reader's Guide to Contemporary Literary Theory* (1989) của Raman Selden đều được cấu trúc giống nhau, lần lượt phân tích hết trường phái này đến các trường phái khác, từ Hình thức luận đến ký hiệu học, từ cấu trúc luận đến hậu cấu trúc luận, từ phân tâm học đến chú giải học, v.v... Không phải chỉ có các sách giáo khoa, ngay cả các tuyển tập phê bình và lý thuyết văn học cũng đi theo con đường này. Cũng được phân bố theo các trường phái và các trường phái được sắp xếp theo thứ tự thời điểm xuất hiện: từ Hình thức luận của Nga, Phê Bình Mới của Anh Mỹ, cấu trúc luận của Pháp đến chủ nghĩa hậu thực dân, chủ nghĩa hậu hiện đại, nữ quyền luận, lý thuyết lệch pha (hay đồng tính, queer theory), duy sử (historicism), v.v...[1]

Từ những năm cuối cùng của thế kỷ 20 trở lại đây, cách tiếp cận theo trường phái này cũng dần dần trở thành lỗi thời. Lý do chính là, trong cách nhìn thấm đẫm tính chất hậu hiện đại vốn hoài nghi mọi đại tự sự (grand narratives), và do đó, mọi đại lý thuyết (grand theory / high theory) có khả năng bao quát toàn bộ hiện thực và lịch sử, không có lý thuyết nào còn giữ được vị trí thống trị được nữa. Không những vậy, chúng còn thâm nhập vào nhau, tan hoà vào nhau: ranh giới giữa hậu cấu trúc luận, giải kiến tạo (deconstruction), chủ nghĩa hậu thực dân và chủ nghĩa hậu hiện đại rất tế nhị; ranh giới giữa nữ quyền luận, giới tính học (gender studies), lý thuyết về sự lệch pha và diễn ngôn thiểu số (minority discourse) rất mờ nhạt. Ngoài ra, không ít lý thuyết gia từ những lập trường hoàn toàn khác nhau sử dụng những nguyên tắc có tính phương pháp luận giống nhau, từ đó, chúng ta thấy có những nhà Mác-xít hoặc

---

[1] Một số tác phẩm tiêu biểu như: *Debating Texts: A Reader in Ttwentieth-Century Literary Theory and Method* do Rick Rylance biên tập, Open University Press xuất bản Milton (Anh) năm 1987; *Modern Criticism and Theory* do David Lodge biên tập, Longman xuất bản tại New York và London năm 1988; *Twentieth-Century Literary Theory, A Reader* do K.M. Newton biên tập và giới thiệu, St. Martin"s Press xuất bản tại New York năm 1988; *Contemporary Literary Criticism* do Robert Con Davis và Ronald Schleifer biên tập, Longman xuất bản năm 1989; *Literary Theory: An Anthology* do Julie Rivkin và Michael Ryan biên tập, Blackwell xuất bản tại Oxford năm 1998, v.v...

phân tâm học theo khuynh hướng hậu cấu trúc luận hoặc những nhà nữ quyền luận theo khuynh hướng giải kiến tạo, v.v...

Sự giao thoa giữa các trường phái này làm cho lý thuyết văn học phải đối diện với những vấn đề mới, căn bản hơn, không những chỉ thuộc văn học mà còn thuộc những hình thức diễn ngôn khác, như vấn đề bản sắc (identity), bản sắc hoá (identification), tái hiện (representation), ý nghĩa và công việc diễn dịch (interpretation), v.v... Cuốn *Literary Theory: A Very Short Introduction* (1997) của Jonathan Culler, sau khi phân tích các khái niệm chính như lý thuyết và văn học, tập trung vào những vấn đề như: văn học và văn hoá học; ngôn ngữ, ý nghĩa và sự diễn dịch; tu từ, thi pháp và thơ; tự sự; ngôn ngữ trình diễn, bản sắc, bản sắc hoá và chủ thể. Cuốn *Introducing Criticism at the 21st Century* do Julian Wolfreys biên tập và được Edinburgh University Press xuất bản năm 2002 thì đề cập đến các chuyện: bản sắc, đối thoại, không gian và địa điểm, những tiếng nói phê phán, vật thể tính và cái phi vật thể (materiality and the immaterial), v.v...

Những sự thay đổi như thế lớn lao đến độ khiến rất nhiều người ngạc nhiên và không phải ai cũng có thể dễ dàng đồng ý hay chấp nhận. Hậu quả là, như Jonathan Culler ghi nhận rất sớm trong cuốn *On Deconstruction*: viết về lý thuyết, người cầm bút không thể tiếp tục trình bày tư tưởng của mình một cách vô cảm về từng khái niệm hay từng vấn đề nữa, mà hắn phải lao vào những cuộc tranh luận gay gắt với vô số những người, xuất phát từ những góc nhìn khác nhau, không đồng ý với hẳn, nhiều khi ngay từ những điểm căn bản nhất.[1]

Tính cát cứ và cái đẹp của lý thuyết

Khi việc mô tả đối tượng thay đổi, cách tiếp cận đối tượng ấy cũng thay đổi theo. Bởi vậy, một trong những cống hiến có ý nghĩa nhất của lý thuyết là làm sụp đổ những điều được mọi người xem là hiển nhiên, mở ra những góc độ mới để từ đó người ta có thể nhìn các hiện tượng văn học hoặc văn học nói chung một cách khác. Những cách nhìn mới ấy gắn liền với những khái niệm mới: đó là lý do tại sao sự xuất hiện của các lý thuyết mới bao giờ cũng dẫn đến sự ra đời của vô số thuật ngữ mới. Trong tiếng Việt, cùng lúc với việc giới thiệu các lý thuyết mới là sự sử dụng hàng loạt những thuật ngữ mới như thi pháp, thủ pháp nghệ thuật, không gian nghệ thuật, thời gian nghệ thuật, hệ hình, lạ hoá, tính quy phạm, tính liên văn bản, tính bất định, tính bất quyết, siêu hư cấu, đại tự sự, văn hoá văn chương, văn hoá tranh luận, cộng hoà văn học, diễn ngôn (discourse), hành ngôn (speech act), điển phạm, cái thế vì, phi tuyến tính, chủ nghĩa *iện* đại, chủ nghĩa h(ậu h)iện đại, tr(ch)uyện, v.v… Nghe, dễ có cảm tưởng là làm dáng, thậm chí, ồn ào, nhưng đó là điều không thể tránh được khi nội dung những điều được diễn đạt chưa bao giờ từng phổ biến ở Việt Nam.[2]

---

[1] Jonathan Culler (1982), *On Deconstruction: Theory and Criticism after Structuralism*, London: Routledge & Kegan Paul, tr. 7-8.
[2] Một số thuật ngữ vừa nêu hiện nay đã bắt đầu được sử dụng khá rộng rãi trong giới cầm bút ở Việt Nam cũng như ở hải ngoại.

Nhấn mạnh vào chức năng làm thay đổi cách nhìn như vậy, chúng ta cũng đồng thời chấp nhận tính tương đối của lý thuyết: mỗi lý thuyết mở ra một góc độ và không có một lý thuyết nào có giá trị tuyệt đối. Các lý thuyết thường bổ sung cho nhau hơn là loại trừ nhau: sự nở rộ của các lý thuyết làm cho, một mặt, tầm nhìn của mọi người rộng ra, diện tích của văn học cũng trở thành bao la và đa dạng hơn hẳn; mặt khác, khi thay đổi góc nhìn, hướng nhìn và cách nhìn, người ta cũng thay đổi cả chính bản thân họ với tư cách người cầm bút cũng như với tư cách độc giả. Một cái nhìn lý thuyết thừa nhận tính tương đối của lý thuyết như vậy thực chất là một cái nhìn hậu-lý thuyết, cái nhìn xuất phát từ những vùng "cát cứ" của lý thuyết. Chữ "cát cứ" (balkanization) này, tôi mượn từ Jeffrey Williams, chỉ một tình trạng mới của lý thuyết từ những năm cuối cùng của thế kỷ 20, khi các đại-lý thuyết, vốn thường được hình dung như những đế quốc, đã thuộc về quá khứ.[1] Điều tôi muốn thêm là: Trong thế bổ sung của các lý thuyết, các lý thuyết không "cạnh tranh" nhau ở chuyện đúng hay sai (đúng hay sai so với cái gì? dựa trên tiêu chuẩn nào?) mà chủ yếu ở tính độc đáo của tư tưởng, độ hoàn chỉnh của hệ thống lý luận, ở cái sang cả của tầm nhìn, và ở cái đẹp của trí tuệ toả sáng từ góc nhìn cũng như lấp lánh trên từng cách nhìn.

Hình như chưa có ai nói đến cái đẹp của các lý thuyết văn học nhỉ?

---

[1] Jeffrey Williams, "The Posttheory Generation" in trong *Day Late, Dollar Short: The Next Generation and the New Academy*, New York: State University of New York Press, tr. 33.

3.
Những nhà phê bình mù
(hay: văn học và hiện thực,
sáng tác và phê bình)

Ở Việt Nam, trong mấy chục năm vừa qua, thỉnh thoảng người ta hay tổ chức các cuộc hội nghị và hội thảo về các vấn đề văn học, trong đó, một trong các đề tài xuất hiện thường xuyên và thu hút nhiều ý kiến đóng góp nhất bao giờ cũng là việc đánh giá những thành công cũng như những thất bại của nền văn học hiện thực xã hội chủ nghĩa và hậu-hiện thực xã hội chủ nghĩa. Kể ra, làm được như thế cũng là điều hay. Nó rất đáng khuyến khích. Điều duy nhất tôi cảm thấy tiếc là mặc dù bỏ nhiều công sức tổ chức như thế, quy tụ được đông đảo giới cầm bút như thế, kết quả của các cuộc hội nghị và hội thảo ấy thường rất khiêm tốn. Khiêm tốn đến đáng kinh ngạc: suốt cả mấy chục năm, với bao nhiêu lần hội họp, những luận điểm chính mà người ta rút ra được trong các cuộc hội nghị và hội thảo ấy thường giống nhau một cách lạ lùng. Hình như cứ quanh quẩn với hai ý chính: (a) văn học không theo kịp đời sống, và (b) trong văn học, phê bình không theo kịp sáng tác. Thời kháng chiến chống Pháp, người ta nói thế. Thời chiến tranh Nam Bắc, người ta cũng nói thế. Thời hậu 1975 và thậm chí, thời hậu đổi mới, người ta cũng vẫn nói y như thế. Đọc, tôi cứ hay liên tưởng đến những thầy cô giáo lười biếng và kém thông minh: trong học bạ của học sinh, từ năm này qua năm khác, cứ chép đi chép lại mãi một hai nhận xét giống hệt nhau. Làm như học sinh nào cũng giống học sinh nào. Và thời nào cũng giống thời nào.

Lặp đi lặp lại mãi một điều đúng đã tệ; lặp đi lặp lại mãi một điều sai thì lại càng tệ hơn nữa. Mà nhận định trên rõ ràng là sai. Nó có hai ý: cả hai ý đều sai.

Chủ nghĩa hiện thực đã lỗi thời

Cho văn học không theo kịp đời sống là cho văn học, tự bản chất, là một sự tái hiện đời sống. Xuất phát điểm ở đây chỉ có một: chủ nghĩa hiện thực. Ừ, thì cũng được. Chủ nghĩa hiện thực từng có lúc là một cuộc cách mạng trong văn học, và khi tính chất cách mạng đã qua, cũng còn lại không ít điểm khả thủ. Manh nha ở Âu châu, chủ yếu là Anh và Pháp, từ đầu thế kỷ 18, phát triển mạnh mẽ vào đầu thế kỷ 19, chủ nghĩa hiện thực là trào lưu văn học của một thời đại, ở đó, sự bùng nổ của khoa học kỹ thuật, đặc biệt của xe lửa và điện thoại, làm thay đổi hẳn điều kiện sinh sống của dân chúng: quá trình thương mại hoá và đô thị hoá phát triển vượt bậc, tầng lớp thị dân trung lưu ra đời và càng ngày càng đông đảo, cung cấp cho văn học một lực lượng sáng tác và một nguồn độc giả mới rất mực dồi dào. Cả những tác giả lẫn những độc giả mới ấy, vừa bị choáng ngợp trước tốc độ phát triển và phân hoá cực nhanh trong xã hội vừa đầy tự tin vào sức sống của mình, có nhu cầu nhận diện và tái hiện ngay chính cái xã hội mà họ sống, những con người mà họ kề cận.

Xuất phát từ những nhu cầu như thế, chủ nghĩa hiện thực đã chấm cái dấu chấm hết ở cuối chương cổ điển. Nó giúp cả người cầm bút lẫn người đọc chuyển cái nhìn từ những quy phạm trừu tượng và ngỡ là bất biến sang những hiện thực hôi hổi sức sống, chuyển từ mỹ học của những ước lệ sang mỹ học của cái đời thường, chuyển từ chức năng giáo dục sang chức năng tái hiện hiện thực. Chính yếu tố sau cùng này là yếu tố nòng cốt của chủ nghĩa hiện thực: các nhà hiện thực chủ nghĩa tin là, về phương diện bản thể luận, trên thế giới tồn tại song song hai trật tự độc lập và riêng biệt: trật tự của cái thực và trật tự của ngôn ngữ; về phương diện nhận thức luận, giữa hiện thực và ngôn ngữ có sự tương thông và ít nhiều hô ứng với nhau;[1] và về phương diện văn học, hiện thực có thể được tái hiện một cách trung thành trong các công trình ngôn ngữ, thậm chí, nó có thể được tái hiện bất chấp ý thức và ý đồ của tác giả.

Ở đây, có mấy điều cần lưu ý.

Thứ nhất, chủ nghĩa hiện thực không phải bắt đầu với, hay được hệ thống hoá bởi, Friedrich Engels như nhiều người ở Việt Nam thường tưởng. Trong lãnh vực triết học, thuật ngữ "chủ nghĩa hiện thực" đã được sử dụng từ thế kỷ 13, như một khái niệm đối lập với thuyết duy danh (nominalism); sau đó, vào thế kỷ 18, xuất hiện lại trong các tác phẩm của Thomas Reid, Kant và Schelling, như một khái niệm đối lập với chủ nghĩa duy tâm;[2] trong lãnh vực văn học, thuật ngữ "chủ nghĩa hiện thực" đã xuất hiện trên tờ *Le Mercure français* ở Paris

---

[1] Ruth Ronen, "Philosophical realism and postmodern antirealism", *Style*, vol. 29, no. 2, 1995.
[2] Xem René Wellek, "Realism in Literature" trên trang mạng *The Dictionary of the History of Ideas*, http://etext.lib.virginia.edu/cgi-local/DHI/dhi.cgi?Id=dv4-08.

vào năm 1826 với ý nghĩa được xác định rõ ràng là một "lý thuyết văn học chủ trương mô phỏng không phải các kiệt tác nghệ thuật mà là những nguyên mẫu mà tự nhiên cung cấp cho chúng ta."[1] Đến giữa thế kỷ 18, thuật ngữ này được sử dụng rộng rãi ở châu Âu, đặc biệt tại Pháp, Đức, Anh, Nga và Ý với cách hiểu khá thống nhất: đó là khuynh hướng sáng tác nhằm mô tả thế giới như nó là, nhằm triển lãm cuộc sống trong trạng thái trung thực của nó.[2]

Thứ hai, Engels không phải là người chuyên về lý thuyết văn học, do đó, ý kiến của ông, vốn được phát biểu một cách rải rác và tản mạn chủ yếu trong một số bức thư hay một số bài báo bàn về chính trị và triết học, thực chất chỉ là sự lặp lại những quan điểm khá phổ thông trong thập niên 1860 ở châu Âu, từ xã hội học văn học của Hippolyte Taine cho đến chủ nghĩa tự nhiên của Emile Zola.[3] Ngay cái nhận định nổi tiếng về tính chất mâu thuẫn trong tư tưởng và sáng tác của Honoré de Balzac mà Engels trình bày trong lá thư gửi cô Margaret Harkness vào năm 1888[4] thường được giới nghiên cứu Việt Nam trích dẫn cũng chỉ là sự lặp lại một ý kiến được Zola phát biểu trước đó sáu năm: "Mặc dù Balzac công khai bộc lộ thái độ bảo hoàng và Thiên Chúa giáo, tác phẩm của ông mang đầy tính chất khoa học và dân chủ."[5]

---

[1] Xem René Wellek, bài đã dẫn; và F.W.J. Hemmings (1974), *The Age of Realism*, Harmondsworth: Penguin, tr. 9.
[2] Hemmings (1974), sđd, tr. 11-12.
[3] Xem René Wellek (1965), *A History of Modern Criticism 1750-1950*, tập 3, London: Jonathan Cape, tr. 232-239.
[4] Marx và Engels (1978), *On Literature and Art*, Moscow: Progress Publishers, tr. 91-92.
[5] René Wellek (1965), *A History of Modern Criticism 1750-1950*, tập 4, Cambridge: Cambridge University Press, tr. 18.

Thứ ba, dù theo cách hiểu nào đi nữa thì chủ nghĩa hiện thực, với tư cách là trào lưu hay một lý thuyết, cũng chỉ là một hiện tượng văn học thuộc thế kỷ 18 và 19. Hình như trước đây, khi phong trào đổi mới vừa dấy lên, Lê Ngọc Trà đã nhận ra tính chất lỗi thời của chủ nghĩa hiện thực, do đó, ông đưa ra chủ trương: văn học không phải chỉ là một sự phản ánh hiện thực mà còn là, nếu không muốn nói chủ yếu là, một "sự nghiền ngẫm về hiện thực", một "hành động tự nhận thức của nhà văn", một sự phản ánh tư tưởng và tình cảm của người cầm bút.[1] Tuy nhiên, nói như thế, thật ra, Lê Ngọc Trà chỉ nhích từ chủ nghĩa hiện thực xã hội chủ nghĩa (socialist realism) sang chủ nghĩa hiện thực biểu hiện (expressive realism), một lý thuyết xuất hiện từ giữa thế kỷ 19 nhằm kết hợp quan niệm theo truyền thống của Aristotle cho nghệ thuật là sự mô phỏng hiện thực với chủ nghĩa lãng mạn cho thơ và văn học nói chung chỉ là sự tuôn trào dào dạt của những cảm xúc mãnh liệt.[2]

Nhưng bất chấp những biến dạng ấy, chủ nghĩa hiện thực nói chung, với tư cách là một quan điểm thẩm mỹ và một phương pháp sáng tác, đã bị nghi vấn, thậm chí, phủ định hoàn toàn. Giới sáng tác phủ định nó: về phương diện hội hoạ, ngay từ đầu thế kỷ 20, cách vẽ trừu tượng đã thay thế loại tranh hiện thực; trong phạm vi văn học, cũng ở đầu thế kỷ 20, tất cả các khuynh hướng sáng tác thuộc chủ nghĩa hiện đại, từ tượng trưng đến siêu thực, từ duy hình tượng (imagism) đến đa-đa và chủ nghĩa vị lai, v.v..., tất cả đều quay lưng lại với ý đồ tái hiện hiện thực; từ giữa thế kỷ 20 đến nay, dưới ảnh

---

[1] Lê Ngọc Trà (1990), *Lý luận và văn học*, Thành phố HCM: NxbTrẻ, tr. 41.
[2] Xem Catherine Belsey (1980), *Critical Practice*, London: Methuen, tr. 7-8.

hưởng của Franz Kafka và chủ nghĩa hiện thực thần kỳ ở châu Mỹ La Tinh, ngay cả những cây bút muốn dùng văn chương để tái hiện hiện thực cũng sẵn sàng sử dụng cả những yếu tố phi hiện thực, thậm chí, phản hiện thực như một thủ pháp nghệ thuật chính khi sáng tác. Các nhà ngôn ngữ học phủ định nó: kể từ Ferdinand de Saussure, người ta cho bản chất của ngôn ngữ là quan hệ giữa các ký hiệu và không còn tin vào mối quan hệ giữa ngôn ngữ và hiện thực nữa, do đó, cái gọi là chức năng phản ánh hay tái hiện hiện thực chỉ là một ảo tưởng. Các nhà triết học phủ định nó: chủ nghĩa hiện thực được xây dựng trên giả thiết là hiện thực tồn tại độc lập với ý thức, lý thuyết và ngôn ngữ, trong khi, theo họ, tính chất độc lập ấy chỉ là một điều bất khả.[1] Với con người, hiện thực nào cũng được/bị khái niệm hoá, mà khái niệm hoá tức là khu biệt hoá, khu biệt hoá tức là loại trừ: chúng không còn nguyên vẹn là hiện thực nữa. Lấy một ví dụ đơn giản nhất: thoạt đầu, nam hay nữ hay ái nam ái nữ hay đồng tính luyến gì thì cũng là người cả; nhưng khi xuất hiện hai khái niệm "nam" và "nữ" thì nhân loại hầu như chỉ còn thuộc một trong hai phạm trù: hoặc nam hoặc nữ. Tất cả những người nào không nằm lọt vào phạm trù "nam" và "nữ" ấy đều bị xem là bất bình thường. Tính chất bất bình thường của một hiện tượng tự nhiên, do đó, rõ ràng là kết quả của một quá trình khái niệm hoá. Nhưng là con người, chúng ta không thể thoát ra khỏi số phận bị khái niệm hoá: giấc mơ phản ánh một thứ hiện thực như nó-là, do đó, chỉ là một ảo tưởng. Ngay cái gọi là "phản ánh" ấy cũng là một ảo tưởng: theo Jean Baudrillard, trước đây người ta tin bất cứ ký hiệu nào cũng quy chiếu về một ý nghĩa thâm

---

[1] Xem bài "Philosophical realism and postmodern antirealism" của Ruth Ronen trên *Style*, vol. 29, no. 2, 1995.

sâu nào đó; ngày nay, một sự tin tưởng như vậy không còn cơ sở nữa: cái gọi là hiện thực chỉ là những bản sao, những vật thế vì (simulacra), chúng không quy chiếu đến một hiện thực hay một ý nghĩa nào cả; chúng chỉ tự quy chiếu vào chính chúng mà thôi.[1]

Chủ nghĩa hiện thực và chủ nghĩa hậu hiện đại

Các lý thuyết gia hậu hiện đại lại càng phủ định chủ nghĩa hiện thực. Xin lưu ý là chủ nghĩa hậu hiện đại không quá cực đoan và cũng không quá nhấn mạnh vào các phiêu lưu và thử nghiệm như chủ nghĩa hiện đại, thậm chí còn chủ trương quay về truyền thống, dung hợp các thành tựu trong quá khứ, từ xu hướng tự sự trong văn học đến xu hướng mô tả trong hội hoạ và tính cung thể (tonality) trong âm nhạc. Tuy nhiên, như Hans Bertens nhấn mạnh, điều đó không có nghĩa là chủ nghĩa hậu hiện đại phục hồi chủ nghĩa hiện thực thế kỷ 19.[2] Ngược lại, chủ nghĩa hậu hiện đại phát triển theo hướng ngược chiều hẳn với chủ nghĩa hiện thực: trong khi chủ nghĩa hiện thực tin vào cái thực và vào khả năng tái hiện hiện thực của ngôn ngữ, chủ nghĩa hậu hiện đại không những ngờ vực khả năng tái hiện hiện thực như các nhà hiện đại chủ nghĩa đầu thế kỷ 20 mà còn ngờ vực cả cái gọi là hiện thực;[3] trong khi chủ nghĩa hiện thực thiên về

---

[1] Xem Jean Baudrillard (1983), *Simulations*, Paul Foss, Paul Patton và Philip Beitchman dịch từ tiếng Pháp, New York: Semiotext(e).
[2] Hans Bertens (1995), *The Ideas of the Postmodern, a History*, London: Routledge, tr. 216.
[3] Trong cuốn *Sociology of Postmodernism* do Routledge xuất bản tại London năm 1990, Scott Lash tóm tắt sự khác biệt giữa chủ nghĩa hiện đại và chủ nghĩa hậu hiện đại vào một nhận xét được rất nhiều người trích dẫn: "modernism conceives of representation being

tính chất quy chiếu (referential), chủ nghĩa hậu hiện đại thiên về tính hình thức; trong khi chủ nghĩa hiện thực quan tâm đến tính lịch sử, chủ nghĩa hậu hiện đại lại quan tâm nhiều hơn đến tính văn bản và liên văn bản; trong khi chủ nghĩa hiện thực khao khát tìm kiếm "quy luật", "chân lý" hay "bản chất" của hiện thực, chủ nghĩa hậu hiện đại dừng lại ở những hiện tượng bên ngoài, trên bề mặt, thiếu hẳn chiều sâu.

Theo các lý thuyết gia Tây phương về chủ nghĩa hiện thực, từ Georg Lukács đến Erich Auerbach, đặc điểm nổi bật nhất của chủ nghĩa hiện thực là khả năng tái hiện một cách trung thực tính toàn thể (totality) và tổng thể (wholeness) của kinh nghiệm sống.[1] Tính toàn thể và tổng thể ấy, một mặt, gắn liền với lịch sử như là một chuỗi sự kiện có quan hệ nhân quả chặt chẽ với nhau; mặt khác, có thể được xem như những biểu hiện của những đại tự sự (grand narrative) hay siêu tự sự (metanarrative), nói theo thuật ngữ của Jean-François Lyotard, một đặc trưng của chủ nghĩa hiện đại, ở đó, người ta có tham vọng xây dựng những tự sự lớn lao, bao trùm mọi thứ để chính thức hoá những dự án chính trị, triết học hay đạo đức học của họ. Về khía cạnh thứ nhất, hầu hết các lý thuyết gia hậu hiện đại, từ các nhà nữ quyền đến hậu thực dân luận, hậu cấu trúc luận, và cả các nhà Mác-xít ở Tây phương nữa, đều nghi ngờ những cái gọi là lịch sử khách quan, thống nhất và phi-văn bản (atextual) như thế: với họ, lịch sử là cái được tạo thành hơn là có sẵn, là một diễn ngôn (discourse) hơn là một thực tại, từ đó, một số người đi xa hơn, xem

---

problematic whereas postmodernism problematizes reality." (tr. 13)
[1] Stephen Baker (2000), *The Fiction of Postmodernity*, Lanham: Rowman and Littlefield Publishers, tr. 20.

lịch sử như một cái gì đã chết. Về khía cạnh thứ hai, những tham vọng vươn đến cái nhìn bao trùm thực tại càng ngày càng tỏ ra không có cơ sở. Bước sang thời hậu hiện đại, theo Lyotard, những đại tự sự như thế càng ngày càng mất dần tính chất khả tín. Con người hậu hiện đại không còn tin vào những tiêu chuẩn phổ quát làm nền tảng cho sự phán đoán nữa; không chấp nhận đóng khung sự phán đoán của mình theo những luật lệ tiền lập trong các đại tự sự có sẵn.[1] Văn học hậu hiện đại cũng vậy: tính toàn thể và tổng thể bị thay thế bởi tính phân mảnh (fragmentation) và đứt khúc (disjunction). Những yếu tố phân mảnh và đứt khúc này, thật ra, đã xuất hiện ngay trong cao trào của chủ nghĩa hiện đại. Bởi vậy, cả Auerbach lẫn Lukács đều xem chủ nghĩa hiện đại như kẻ thù của chủ nghĩa hiện thực: với Auerbach, chủ nghĩa hiện đại đã phủ nhận ngay chính yếu tính của chủ nghĩa hiện thực, trong khi đó, với Lukács, chủ nghĩa hiện đại đã phủ nhận cả bản thân hiện thực.[2]

Chủ nghĩa hiện thực và tầm nhìn về văn học

Nói một cách tổng quát, như Fredric Jameson - một lý thuyết gia Mác-xít hàng đầu của Mỹ hiện nay - nhận định, quan niệm cho văn học phải phản ánh tính toàn thể và tổng thể của kinh nghiệm sống chỉ là một quan niệm ngây thơ và phi thực.[3] Quan niệm về chủ nghĩa hiện thực ở Việt Nam thì lại càng ngây thơ và phi thực. Điều đáng chú ý là mặc dù xem chủ nghĩa hiện thực (xã

---

[1] Xem bài "Điều kiện hậu hiện đại: bản tường trình về trí thức" của Jean-Francois Lyotard do Nguyễn Minh Quân dịch, *Việt*, số 7 (2001), tr. 177-196. (Có thể xem trên http://tienve.org.)
[2] Stephen Baker (2000), sđd, tr. 21.
[3] Như trên, tr. 23-24.

hội chủ nghĩa) là quan điểm thẩm mỹ và là phương pháp sáng tác chính thống trong suốt cả nửa thế kỷ, ở Việt Nam, hình như chưa có ai thực sự để tâm tìm hiểu bất cứ một lý thuyết hiện thực chủ nghĩa nào khác ngoài cái chủ nghĩa hiện thực nặng tính giáo điều ở Liên Xô và Trung Quốc trước đây. Trong cái chủ nghĩa hiện thực giáo điều ấy, hình như người Việt Nam chỉ gạn lọc một số công thức máy móc và đơn giản nhất để làm "kim chỉ nam" cho hoạt động phê bình và sáng tác: suốt mấy chục năm, ngoài các giáo trình, không có lấy một công trình nghiên cứu về lý thuyết hiện thực chủ nghĩa có chút giá trị học thuật. Tuyệt đối không. Hậu quả: tầm nhìn về văn học đã hẹp, tầm nhìn về hiện thực lại càng hẹp. Yêu cầu văn học phản ánh hiện thực, nhưng những cảnh tượng xô bồ và hèn đớn trong một xã hội bước vào nền kinh tế thị trường như trong các truyện ngắn của Nguyễn Huy Thiệp hay những cảnh tượng tha hoá nhố nhăng trong một xã hội nông thôn bước đầu đô thị hoá và nhấp nhổm hội nhập vào xu hướng toàn cầu hoá như trong tiểu thuyết *Marie Sến* của Phạm Thị Hoài thì lại không được xem là... hiện thực. Hiện thực, dưới cái nhìn phi-, thậm chí, phản-biện chứng của nhiều người cầm bút tại Việt Nam phải là hiện thực cách mạng; và cách mạng, với họ, đương nhiên phải tốt, ở đó, khía cạnh tích cực và âm hưởng lạc quan phải đóng vai trò chủ đạo. Nói cách khác, tuy gọi là hiện thực, quan niệm chính thống về văn học ở Việt Nam thực chất chỉ là một thứ chủ nghĩa lãng mạn cách mạng của thời kỳ đầu cách mạng vô sản mà thôi. Nhưng thời kỳ niên thiếu của cách mạng ấy qua rồi. Qua lâu rồi. Ngay ở Nga trước đây, kể từ sau chiến tranh thế giới lần thứ hai, những sáng tác thành công theo khuynh hướng lãng mạn cách mạng như thế cũng không có nữa. Ở Việt Nam hiện nay, một quan điểm như vậy lại càng muộn màng. Và tuyệt vọng.

Ở Việt Nam hiện nay, nếu cứ khăng khăng đòi văn học phải "theo kịp đời sống" và nếu cứ khăng khăng cho "đời sống" ấy phải là "đời sống cách mạng" theo cách hiểu đã thành công thức, người ta không thể không đối diện với vô số những nghịch lý vì người ta đang đòi hỏi những điều không thể thực hiện được: một, cái gọi là "đời sống cách mạng" ấy, nếu có, từ lâu, đã thuộc về quá khứ; hai, công việc phản ánh cái hiện thực ấy chủ yếu là công việc của báo chí hay sử học chứ không phải của văn học, ngay cả bộ phận nặng tính tự sự nhất của văn học: tiểu thuyết. Đòi hỏi "văn học phải theo kịp đời sống", người ta đòi hỏi văn học phải phủ định chính nó, phủ định chính lý do tồn tại của nó: bằng ngôn ngữ và các đặc trưng thể loại riêng biệt, khám phá những sự thực mà chỉ có nó mới khám phá được.[1] Nói cách khác, với cái nhìn như thế, người ta đã giết chết văn học trước khi yêu cầu nó phải là một nền văn học lớn với những thành tựu thật huy hoàng.

Phê bình và sáng tác

Nhận định thứ hai, cho phê bình không theo kịp sáng tác, thật ra, bao gồm ba ý nhỏ: một, cho nhiệm vụ chính, nếu không nói là duy nhất, của phê bình là phát hiện và biểu dương kịp thời các tác phẩm mới cũng như các khuynh hướng sáng tác mới; hai, về phương diện tư

---

[1] Ở câu này, tôi bắt chước cách diễn đạt của Herman Broch, Carlos Fuentes và Milan Kundera khi nói về tiểu thuyết. Xem Milan Kundera (1998), *Nghệ thuật tiểu thuyết*, Nguyên Ngọc dịch, Nxb Đà Nẵng, tr. 10; và bài "Vượt thoát khỏi chủ nghĩa hiện thực" của Guy Scarpetta do Ng. lược dịch đăng trên *eVăn* ngày 14.2.2004.

tưởng thẩm mỹ, giới phê bình, tự bản chất, bao giờ cũng tụt hậu so với giới sáng tác: những khám phá có ý nghĩa thẩm mỹ lớn bao giờ cũng thuộc về giới sáng tác và bao giờ cũng đi trước khả năng tưởng tượng của giới phê bình; và ba, về phương diện sinh hoạt, phê bình bao giờ cũng phụ thuộc vào sáng tác, chỉ là một bộ phận thứ yếu so với sáng tác.

Cả ba ý ấy, theo tôi, đều sai.

Về ý thứ ba, cho phê bình phụ thuộc vào sáng tác, trước đây, có lần tôi đã bàn đến. Xin chép lại nguyên văn đoạn ấy cho tiện:

Quan hệ giữa sáng tác và phê bình là một thứ quan hệ phức tạp. Gần đây, ở hải ngoại, có người đã dám khẳng định dứt khoát là phê bình phải đóng vai "phụ tuỳ sáng tác", phải chạy theo sáng tác.

Lời khẳng định ấy hiển nhiên là sai. Sai, bởi vì chỉ cần một chút kiến thức về lịch sử văn học, người ta cũng biết là những nhận định về văn học của Aristotle và của Khổng Tử ngày xưa không những không đi sau sáng tác mà còn có những ảnh hưởng dẫn đạo lớn lao trong suốt cả mấy ngàn năm, một ở Tây phương và một ở Đông phương. Sai, bởi vì chỉ cần chút tỉnh táo, ai trong chúng ta cũng có thể thấy rõ là những yếu tố góp phần quyết định diện mạo văn học Việt Nam, ở cả hai miền Nam và Bắc, trong suốt mấy chục năm qua, chính là những nhận định về văn học của Karl Marx, Friedrich Engels, Jean-Paul Sartre và Sigmund Freud. Sai, bởi vì nếu nghiên cứu kỹ lưỡng các trào lưu văn học trên thế giới, người ta sẽ thấy là chúng được hình thành không phải chỉ bằng trực giác sáng tạo của người nghệ sĩ mà còn trên cơ sở của những quan niệm mới về bản chất và chức năng của văn học, hoặc thậm chí, của ngôn ngữ.[1]

Ý thứ hai, cho giới sáng tác đi trước giới phê bình về phương diện nhận thức thẩm mỹ, nếu đúng, chỉ đúng với một thời đại nào đó, đã qua. Ngày xưa, từ đầu thế kỷ 20 trở về trước, trình độ dân trí còn thấp, giới cầm bút, chủ yếu là giới sáng tác, được xem là giới dẫn đầu xã hội về học vấn. Luôn luôn có một khoảng cách nhất định về kiến thức cũng như nhận thức giữa họ và quần chúng khiến cho, một mặt, một số sáng tạo mang tính tiên phong của họ không được cảm nhận đúng mức; mặt khác, như là hệ quả của điều ấy, họ cảm thấy lúc nào cũng lẻ loi, cũng cô đơn, như những kẻ, nói theo Vũ Hoàng Chương, *đầu thai lầm thế kỷ*. Tuy nhiên, cái thời đại ấy qua rồi. Sau này, ngay cả ở Việt Nam vốn đi sau thế giới khá xa, trình độ dân trí càng lúc càng cao, kiến thức càng ngày càng có xu hướng chuyên môn hoá, do đó, mặt bằng học vấn của giới cầm bút nói chung không những không còn ở vị trí dẫn đầu mà còn, thậm chí, thua hẳn các giới khác, ngay cả những giới cũng hoạt động trong lãnh vực chữ nghĩa và nghệ thuật, như báo chí, âm nhạc, hội hoạ hay điêu khắc. Có lẽ không phải ngẫu nhiên mà gần đây, nhiều người cầm bút, từ Nguyên Ngọc đến Dương Tường và Nguyễn Huy Thiệp, đều than phiền là các nhà văn và nhà thơ Việt Nam "dốt" và "vô học".[2] Tôi xin nhấn mạnh: ở đây, tôi chỉ xin trích lại ý

---

[1] Nguyễn Hưng Quốc (2000), *Văn học Việt Nam, từ điểm nhìn h(ậu h)iện đại*, California: Văn Nghệ, tr. 41-42.
[2] Trong bài phỏng vấn "Mười năm trên giá sách văn chương" do Lê Hồng Lâm và Bình Nguyên Trang thực hiện đăng trên diễn đàn http://talawas.org ngày 31.1.2004, Dương Tường phát biểu: "Tôi cũng đồng ý với quan điểm của anh Nguyên Ngọc. Nhà văn chúng ta... dốt quá. Không chịu học, không chịu đọc, lại mang cái bệnh 'ếch ngồi đáy giếng', mới 'nho nhoe' lên một tý cứ tưởng mình nhất thế

kiến của người khác và xin phép được đứng ngoài những lời bình luận ấy. Tôi chỉ xin góp một tư liệu có lẽ không phải ai cũng biết hoặc nhớ: người đầu tiên đưa ra nhận định tương tự không chừng là Phạm Thị Hoài, trong cuốn *Thiên Sứ*, và vì *Thiên Sứ* là một cuốn tiểu thuyết cho nên nhận định trên nằm trong lời phát biểu của một nhân vật được gọi là "thày Hoàng": "Ồ mà đám nghệ sĩ dốt lè lưỡi các ông hiểu thế nào được triết học với tôn giáo. Đất nước gì mà nhà văn nhà thơ toàn bọn thất học."[1] Cũng xin nói thêm: hình như người Việt Nam, cho đến nay, vẫn còn thích nói đến những trí thức tự học, những người chưa học xong đại học, thậm chí, chưa học xong trung học, vẫn được xem là những trí thức cực kỳ uyên bác. Đó là sự thật có thể được chứng minh dễ dàng bằng tên tuổi của khá nhiều người, đặc biệt trong

---

giới." Trong bài "Trò chuyện với hoa thuỷ tiên và những nhầm lẫn của nhà văn" (3) đăng trên http://talawas.org ngày 26.3.2004, Nguyễn Huy Thiệp viết: "Nhìn vào danh sách hơn 1000 hội viên Hội Nhà văn Việt Nam người ta đều thấy đa số đều chỉ là những người già nua không có khả năng sáng tạo và hầu hết đều... 'vô học', tự phát mà thành danh." (Khi bài này được in lại trong cuốn *Giăng lưới bắt chim* do Hội Nhà Văn xuất bản, 2005, nhóm từ "và hầu hết đều... 'vô học'" biến mất. Cuối trang sách có lời ghi chú của người biên tập: "Đoạn này được cắt bỏ có sự đồng ý của tác giả.", tr. 275)
Thật ra, cái "dốt" và cái "vô học" không hẳn là độc quyền của một số người sáng tác. Nhiều người trong giới phê bình cũng không khá hơn. Trả lời một cuộc phỏng vấn, "Vì một nền văn học sạch", do Lê Anh Hoài thực hiện, nhà phê bình Phạm Xuân Nguyên tự hỏi: "Phê bình văn học của ta thiếu gì ư? cần gì ư?" Rồi ông tự trả lời: "Nó thiếu học thức. Nó cần học thức." Bài phỏng vấn này thoạt đầu được đăng trên trang mạng Văn Nghệ Sông Cửu Long ở Việt Nam (http://www.vannghesongcuulong.org/vietnamese/phongvan_chitiet.asp?PVSKID=78) ngày 5 tháng 10, 2006, nhưng chỉ vài ngày sau, bị cắt bỏ. Sau, đăng lại trên Talawas.org ngày 9.10.2006: http://www.talawas.org/talaDB/showFile.php?res=8257&rb=0102.
[1] Phạm Thị Hoài (1995), *Thiên Sứ*, Hà Nội: Nxb Hội Nhà Văn, tr. 162-163. (Xuất bản lần đầu năm 1988.)

nửa đầu thế kỷ 20, do đó, không ai có thể phủ nhận được. Tuy nhiên, phần lớn những sự thật đó đều thuộc về quá khứ: khi nền giáo dục chỉ dừng lại ở mức phổ cập, người ta có thể đạt đến hay vượt qua cái ngưỡng phổ cập ấy bằng việc ở nhà chăm chỉ đọc sách. Khi nền giáo dục đi vào giai đoạn chuyên môn hoá, tự học để vượt tới cái ngưỡng chuyên gia là điều khó, cực khó. Những người đạt được điều đó chỉ là những ngoại lệ hi hữu. Chúng sẽ càng hi hữu hơn nữa khi nền giáo dục Việt Nam thực sự được phát triển, thực sự có chất lượng cao, không còn hiện tượng học giả bằng thật tràn lan như hiện nay.

Phê bình và nhiệm vụ phát hiện tài năng

Đó là về trình độ kiến thức và nhận thức nói chung. Giới hạn trong phạm vi nhận thức thẩm mỹ, giới sáng tác cũng không còn giữ được khoảng cách từng có giữa họ với giới phê bình. Nhìn trên toàn cảnh văn học thế giới, nói như W.J.T. Mitchell, bộ phận có tính tiên phong nhất suốt mấy chục năm vừa qua không phải là bộ phận sáng tác mà chính là bộ phận phê bình và lý thuyết.[1] Chính các nhà phê bình và lý thuyết là những kẻ có công đầu trong việc đưa ra nhiều phát hiện có ý nghĩa lớn về mỹ học góp phần thay đổi diện mạo không phải của nền phê bình hay lý thuyết mà của cả sáng tác nữa. Tuy

---

[1] Xem bài "The Golden Age of Criticism: Seven Theses and a Commentary" của W.J.T. Mitchell, in trong tập *Outside the Book: Contemporary Essays on Literary Periodicals* do David Carter biên tập, Local Consumption Publications xuất bản tại Sydney năm 1991; Tú Ân lược dịch một phần, dưới nhan đề "Bảy luận đề về thời hoàng kim của phê bình văn học" đăng trên tạp chí *Việt* số 1 (1998), tr. 97-99. (Có thể xem trên http://tienve.org).

nhiên, tôi không muốn đi sâu vào khía cạnh này. Tôi chỉ muốn dừng lại ở một luận điểm có tính chiết trung để dễ được chấp nhận hầu có thể đi tiếp mạch suy nghĩ về mối quan hệ giữa sáng tác và phê bình: không những giới sáng tác và giới phê bình mà một bộ phận quần chúng độc giả không nhỏ đang đứng ở một mặt bằng văn hoá thẩm mỹ khá giống nhau. Điều này có thể kiểm tra dễ dàng: trên thế giới trong hơn nửa thế kỷ vừa qua cũng như ở Việt Nam trong hai, ba thập niên vừa qua, hầu như không còn có những "thiên tài bị bỏ quên" nữa. Hầu như tài năng nào mới xuất hiện cũng đều được khám phá, và với những mức độ khác nhau, công nhận hầu như ngay tức khắc. Cứ lấy văn học Việt Nam từ lúc có phong trào đổi mới (1987) đến nay làm ví dụ: tất cả những tác giả tiêu biểu nhất hiện nay đều được chú ý ngay từ những tác phẩm đầu tiên họ công bố. Theo dõi những hồi âm nhanh nhạy của giới phê bình cũng như một số độc giả chung quanh một số tên tuổi như Nguyễn Huy Thiệp, Phạm Thị Hoài, Tạ Duy Anh, Phan Thị Vàng Anh, Trần Dần, Lê Đạt, Nguyễn Quang Thiều, Bảo Ninh, v.v... tôi cho không ai còn có thể tin vào bất cứ thứ khoảng cách nào giữa giới sáng tác và quần chúng. Một số tên tuổi khác ít được quần chúng biết hơn nhưng cũng không lọt khỏi tầm nhìn của giới cầm bút: Bùi Hoằng Vị, Đặng Đình Hưng, Hoàng Hưng, Nguyễn Quốc Chánh, v.v...

Trước tình hình như thế, hệ quả đầu tiên cần được rút ra là: người ta không cần, hoàn toàn không cần, nhà phê bình trong việc phát hiện các tài năng mới nữa. Bởi vậy, những tiếng la gào, đại loại, "đâu rồi những Hoài Thanh, những Vũ Ngọc Phan của nền văn học đương đại?" chỉ là những tiếng la hoảng của những người không hiểu gì về văn học hoặc vẫn còn le lói chút ảo tưởng về tài năng của mình. Sự thực, nếu Hoài Thanh hay Vũ Ngọc Phan có tái sinh, đứng trước yêu cầu "phát hiện tài năng", thì có lẽ họ cũng chỉ làm được cái việc mà bất cứ người am hiểu văn học nào cũng có thể làm được: này nhé, trong văn xuôi thì có Nguyễn Huy Thiệp, Phạm Thị Hoài, Phan Thị Vàng Anh, Bùi Hoằng Vị, Nguyễn Viện, Thuận, Nguyễn Bình Phương, v.v...; trong thơ thì có Đặng Đình Hưng, Đỗ Kh., Nguyễn Quốc Chánh, Nguyễn Quang Thiều, Phan Đan,[1] v.v...

Mà trên thế giới hiện nay, người ta cũng không đòi hỏi các nhà phê bình làm điều đó. Thứ nhất, muốn làm, họ cũng làm không nổi: số lượng sách xuất bản hàng năm quá nhiều, vượt ra ngoài khả năng đọc của bất cứ một cá nhân nào.[2] Thứ hai, làm được, họ cũng không làm: công việc phát hiện các tài năng mới cũng như những cuốn sách hay nằm trong tay của những nhà phê bình thực hành hoặc của những nhà điểm sách vốn là các nhà văn, nhà báo, các giáo sư hay giảng viên đại học, những người hoàn toàn không có danh phận gì trong thế giới phê bình văn học cả.[3]

---

[1] Cho đến nay, hầu như thơ Phan Đan chỉ mới đăng tải trên trang nhà của Tiền Vệ. Địa chỉ: http://tienve.org.

[2] Trong mấy năm gần đây, mỗi năm ở Anh, có khoảng gần 120,000 cuốn sách mới; ở Mỹ trung bình có khoảng 170,000 đầu sách các loại được xuất bản; riêng tiểu thuyết có khoảng 17,000 cuốn. Ở Mỹ, trung bình cứ khoảng 20 giây lại có một cuốn sách gì đó được xuất bản; cứ khoảng nửa giờ lại có một cuốn tiểu thuyết ra đời. (Xem bài "Quality, not quantity, will always win out" của Robert McCrum trên báo *The Observer*, Chủ nhật, 22.8.2004, và Jane Sullivan, trong bài "What's the story with Australian fiction" đăng trên báo *The Age Review*, Saturday 14 August, 2004, tr. 2.)

[3] Ở đây, tôi chỉ đề cập đến tình hình chung ở các nước Tây phương. Riêng ở Việt Nam, do kỹ năng diễn dịch ít được rèn luyện, khả năng cảm thụ và đánh giá văn học còn nhiều vấn đề, các bài phê bình tập

Phê bình trong thời khủng hoảng về hệ thẩm mỹ

Thoát khỏi nhiệm vụ phát hiện những tài năng mới cũng như những cuốn sách hay, giới phê bình tập trung làm những chuyện khác.

Đó là những chuyện gì?

Trước hết, xin trở lại với danh sách các nhà văn, nhà thơ "tiêu biểu" tôi nêu ở trên. Tôi biết, nếu, trong ví dụ vừa dẫn, tôi chịu khó kể ra khoảng bốn, năm chục người như Hoài Thanh đã làm trong cuốn *Thi nhân Việt Nam* hay khoảng một trăm người như Vũ Ngọc Phan đã làm trong bộ *Nhà văn hiện đại* thì có lẽ mọi người sẽ dễ dàng đồng ý. Tuy nhiên, tôi cố tình đưa ra một ví dụ thật gọn dù biết nó có thể gây dị ứng ở một số người. Theo tôi, chính những dị ứng ấy cho thấy: một mặt, người ta dễ dàng ghi nhận những nỗ lực sáng tạo của các tên tuổi mới; mặt khác, không phải ai cũng công nhận những nỗ lực sáng tạo ấy là những giá trị văn học thực sự. Nói cách khác, trong lúc mặt bằng về văn hoá thẩm mỹ của độc giả khá cao để có thể nắm bắt mọi biến động trong sinh hoạt văn học, xu hướng thẩm mỹ của họ lại bị phân hoá dữ dội, do đó, họ khó đi đến một kết luận chung nhất về bất cứ điều gì.

Điều này dẫn đến một hệ quả khác: phê bình hiện nay không thể đi theo con đường Hoài Thanh và Vũ Ngọc Phan đã đi được nữa. Những giấc mộng viết hậu-*Thi nhân Việt Nam* hay hậu-*Nhà văn hiện đại* của một số người chỉ là một ảo tưởng. Viết thế, không phải tôi xem thường khả năng phê bình của các cây bút hiện nay.

---

trung vào việc phân tích từng tác phẩm cụ thể vẫn là một nhu cầu lớn.

Không phải. Ngay cả khi họ có tài năng thật lớn, họ cũng không làm được cái việc Vũ Ngọc Phan và nhất là Hoài Thanh đã làm thời 1932-45. Lý do chủ yếu thuộc về thời đại. Thứ nhất, trong nửa đầu thế kỷ 20, truyền thống thi thoại vẫn còn khá phổ biến ở Việt Nam: phần lớn cuốn *Thi nhân Việt Nam* được viết trong cảm hứng thi thoại và đặc biệt, được tiếp nhận trong mỹ học thi thoại: điều người đọc chờ đợi ở các bài viết ngắn ngắn ấy chỉ là những gợi ý chứ không phải những sự phân tích. Bây giờ thì khác. Người đọc bây giờ có một đòi hỏi rất "hiện đại" và cũng rất chính đáng: đó là các bài phê bình phải đưa ra được những khám phá mới, hơn nữa, những khám phá ấy phải có sức thuyết phục. Không ai có thể thoả mãn được yêu cầu ấy nếu chỉ dừng lại ở cách viết nặng tính ấn tượng chủ nghĩa như Hoài Thanh hay nặng tính mô tả như Vũ Ngọc Phan thuở trước. Thứ hai, Thơ Mới thời 1932-45, dù rất mới, vẫn có nhiều liên hệ với thơ Việt Nam trước đó, từ thơ Tản Đà đến thơ cổ điển và cả ca dao nữa. Về hình thức, chúng vẫn là các thể thơ cũ được nới rộng ra: lục bát, ngũ ngôn và thất ngôn; câu thơ tám chữ thì xuất phát từ ca trù, còn thơ tự do thì rất hoạ hoằn; hơn nữa, mang tiếng là tự do, nhưng phần lớn lại là thứ tự do có vần, nên vẫn hao hao các điệu từ ngày trước. Nói chung, trong Thơ Mới, vần và nhịp, tuy đa dạng hơn hẳn ngày xưa, nhưng dù sao cũng vẫn là vần và nhịp. Đọc lên, vẫn thấy luyến láy, trầm bổng và ngân nga. Nghe rất sướng tai. Cảm xúc, dù vô cùng nồng nhiệt, vẫn là những cảm xúc quen thuộc: những niềm vui, những nỗi buồn, những hờn giận, những yêu thương và nhớ nhung hoặc xa vắng hoặc cồn cào. Chính vì thế, chỉ sau một thời gian ngắn ngỡ ngàng, đại đa số độc giả thơ thời 1932-45 đều cảm nhận được ngay cái hay và cả cái mới của Thơ Mới. Họ trở thành những người đồng điệu với mỹ học của Thơ Mới, và chính sự đồng điệu này đã làm cho họ nhanh chóng trở thành những tri âm của Hoài Thanh trong việc cảm thụ và tán dương Thơ Mới. Với những tri âm như thế, Hoài Thanh không cần viết dài, và cũng không cần phân tích hay chứng minh gì nhiều. Bây giờ thì khác. Sự phong phú và đa dạng của các quan điểm mỹ học làm giới độc giả bị phân hoá trầm trọng; sự phân hoá ấy làm người ta khó cảm thấy đồng điệu và càng khó trở thành tri âm của nhau.

Những cách tân của thơ hiện nay vượt ra ngoài mọi khuôn khổ cũ khiến phản ứng chung của nhiều người là phủ nhận ngay tư cách thơ của những bài thơ được xem là mới trước khi đặt vấn đề là chúng hay hay không hay. Rất phổ biến trên báo chí trong và ngoài nước, những lời phán quyết đại loại "Những thứ như thế này mà cũng gọi là thơ được à?" Đại khái thế. Đối diện với những thái độ như thế, nhiệm vụ quan trọng nhất của nhà phê bình không phải chỉ là phân tích những cái hay, cái dở mà còn phải chứng minh những bài thơ mình định khen ngợi ấy đúng là thơ... thực. Nhưng không ai có thể chứng minh được những bài thơ tự do hay thơ văn xuôi là thơ nếu người đối thoại cứ khăng khăng cho thơ nhất định phải có vần; không ai có thể chứng minh được những bài thơ siêu thực là thơ nếu người đối thoại cứ khăng khăng cho thơ thì phải trong sáng và dễ hiểu như... ca dao. (Nhớ thơ Tế Hanh: *Tôi muốn viết những bài thơ dễ hiểu / Như những lời mộc mạc trong ca dao.*)

Thành ra, trong tình hình văn hoá hiện nay, khi mọi giá trị đều bị đặt thành nghi vấn, trong đó có cả ý niệm về cái đẹp để làm chuẩn mực cho việc đánh giá, khó có nhà phê bình nào còn đủ hồn nhiên để chỉ làm một kẻ nhẩn nha thưởng thức suông. Mà nhẩn nha cũng không được. Trừ việc cứ lảm nhảm khen ngợi những tác phẩm cũ mềm thì không nói làm gì; nhưng khi đã có ý định làm phê bình thực sự, tức muốn khám phá những giá trị sáng tạo thực sự, thì hắn và cả người đọc nữa, không thể cứ đứng nguyên một chỗ cũ được mãi. Nhiệm vụ đầu tiên của nhà phê bình, do đó, là phải cố gắng thuyết phục người đọc chấp nhận, chẳng hạn, cốt truyện là cần nhưng không hẳn đã là yếu tính của tiểu thuyết; vần hay tính chất trong sáng và dễ hiểu, tuy quý, nhưng không hẳn đã là yếu tính của thơ; từ đó, đi xa hơn, thuyết phục người đọc chấp nhận một hướng nhìn trước khi chấp nhận một số thành tựu nào đó, những thành tựu chỉ có thể được thấy từ một góc nhìn nhất định. Nhắm, chủ yếu, đến việc thay đổi cách nhìn văn học như thế, nhà phê bình tự động tập trung vào những khái niệm trừu tượng hay nền văn hoá văn chương hơn là từng tác phẩm cụ thể.

Những thay đổi trong phạm vi phê bình

Xin lưu ý là, phê bình văn học trên thế giới, từ trước đến nay, đã nhiều lần thay đổi những góc nhìn như vậy. Nói một cách tổng quát, từ đầu thế kỷ 20 trở về trước, phê bình chủ yếu tập trung vào những thứ đằng sau văn học, những yếu tố được xem là quyết định hoặc góp phần quyết định diện mạo của văn học: gần, đó là tác giả; xa, bối cảnh lịch sử, xã hội, chính trị và văn hoá bao quanh tác giả. Tác giả, do đó, trở thành đối tượng chính của phê bình. Từ những thập niên đầu tiên của thế kỷ 20, bắt đầu với Hình thức luận của Nga và Phê Bình Mới của Anh và Mỹ, sau đó, với cấu trúc luận của Pháp, phê bình tập trung chủ yếu vào tác phẩm, vào những yếu tố hình thức bên trong tác phẩm, từ vần điệu đến nhịp điệu, từ hình tượng đến cấu trúc của tác phẩm. Từ những năm 1980 trở đi, với giải kiến tạo và hậu cấu trúc luận, tình hình đổi khác. Trung tâm của phê bình không còn là tác giả mà cũng không còn là tác phẩm nữa. Trung tâm của phê bình là văn bản và ngôn ngữ. Gần đây, cả văn bản lẫn ngôn ngữ cũng không còn nằm trong trung tâm của phê bình nữa. Ám ảnh lớn nhất của phê bình hiện nay là các mối quan hệ tương tác và phức tạp giữa các yếu tố hình thành văn học, từ tác phẩm đến tác giả đến môi trường văn hoá chung quanh, từ đó, làm nở rộ bao nhiêu là quan điểm thú vị: tính chất liên văn bản, chủ nghĩa nữ quyền, chủ nghĩa hậu thực dân, chủ nghĩa duy vật văn hoá, chủ nghĩa tân duy sử, v.v... Với ám ảnh ấy, một trong những nội dung chính của phê bình hiện nay là phê bình chính nó. Để tự biện minh cho sự hiện hữu của nó.

Nói cách khác, phê bình không phải chỉ là phê bình từng tác phẩm hay từng tác giả. Từ mấy chục năm nay, ở Tây phương, hình thức phê bình tập trung phân tích các vấn đề khá trừu tượng mà không cần quy chiếu đến bất cứ một tác phẩm cụ thể nào càng ngày càng phát triển mạnh mẽ. Nhìn vào danh sách tác phẩm của những nhà phê bình được xem là hàng đầu thế giới, những cuốn sách phê bình tác phẩm và tác giả rất hiếm hoi: nếu có, chúng được viết không phải để tôn vinh một tên tuổi hay một phong cách cụ thể mà chủ yếu để phát hiện một hay vài cái mã chung trong văn học và mỹ học.

Khi nhắm đến các vấn đề có tính trừu tượng như vậy, phê bình tự khẳng định mình như một hoạt động độc lập, một thể loại độc lập, hơn nữa, nó không còn đi sau sáng tác. Ngược lại, có khi nó còn đi trước sáng tác, tạo những nền tảng mỹ học, trên đó, giới sáng tác mở rộng tầm thử nghiệm và sáng tạo; và qua đó, phê bình, tự bản thân nó, cũng biến thành một tiến trình sáng tạo.

Kết luận

Có thể nói những lời nhận định thường nghe ở Việt Nam như "văn học không theo kịp đời sống, và trong văn học, phê bình không theo kịp sáng tác" chỉ xuất phát từ những cách nhìn cũ kỹ và sai lạc về bản chất của hiện thực, của văn học và của phê bình nói riêng, về mối quan hệ giữa văn học và hiện thực cũng như giữa sáng tác và phê bình. Với cách nhìn như vậy, người ta sẽ thấy văn học mãi mãi không bao giờ theo kịp đời sống và phê bình mãi mãi không bao giờ theo kịp sáng tác. Mãi mãi. Người ta cũng sẽ mãi mãi không thấy bất cứ cái mới nào xuất hiện trong sinh hoạt văn học. Thậm chí, tôi e là người ta cũng không thấy cả văn học nữa.

Đó là lời nhận định của những người mù.

4.

Ba chức năng chính của phê bình trong thời điểm hiện nay (hay: phê bình và lý thuyết)

Để khắc phục tình trạng "mù" trong phê bình, cần phải thay đổi cách nhìn về văn học, trước hết, cách nhìn về phê bình, đặc biệt, chức năng của phê bình.

Tuy nhiên, cần lưu ý: phê bình là một loại hình khá đa dạng.

Các hình thức phê bình

Đa dạng ở đối tượng: theo truyền thống, phê bình có thể tập trung vào (a) một tác giả; (b) một tác phẩm, (c) một trào lưu, hay (d) một giai đoạn; gần đây, nó có thể tập trung vào (đ) việc đọc,[1] (e) việc viết,[2] (g) việc phê

---

[1] Đây là đề tài nghiên cứu chính của các lý thuyết gia và phê bình gia thuộc Lý thuyết tiếp nhận (Theory of Reception) và phương pháp phê bình căn cứ trên hồi ứng của người đọc (reader-response) với những tên tuổi tiêu biểu như Louise Rosenblatt, Stanley Fish, Wolfgang Iser, Hans Robert Jauss, Norman Holland, v.v... Ở Việt Nam, lý thuyết tiếp nhận được Trương Đăng Dung giới thiệu một cách khá hệ thống trong cuốn *Tác phẩm văn học như là quá trình* xuất bản tại Hà Nội năm 2004.

[2] Từ giữa thế kỷ 20 về sau, bản thân việc viết (l'écriture / writing) cũng trở thành một đề tài lớn trong phê bình văn học với một số tác phẩm được xem là kinh điển như *Le degré zéro de l'écriture* của

bình,¹ và (h) văn hoá văn chương,² tức những quy ước và những quy luật, những điều, một mặt, làm cho văn chương trở thành văn chương chứ không phải chỉ là một dạng truyền thông thuần tuý, mặt khác, làm cơ sở cho cả việc viết, việc đọc và việc phê bình.

Phê bình đa dạng ở góc nhìn: một, từ góc cạnh thẩm mỹ, chúng ta sẽ có những đánh giá về nghệ thuật, về thi pháp, về mức độ hay và dở; hai, từ góc cạnh chú giải học (hermeneutics), chúng ta sẽ có những diễn dịch khác nhau để mở rộng nội hàm của hiện tượng văn học đang được đề cập; và ba, từ góc cạnh lịch sử, chúng ta sẽ đánh giá những phát hiện mới mẻ của hiện tượng văn học ấy về cả hai phương diện tư tưởng và thẩm mỹ so với những hiện tượng khác cùng thời hoặc trước đó.

Phê bình còn đa dạng ở hình thức. Ít nhất là có bốn hình thức chính: phê bình báo chí, phê bình học thuật, phê bình thực hành và phê bình lý thuyết. Phê bình báo chí chủ yếu là các bài điểm sách, ở đó, tác giả thường dừng lại ở việc tóm tắt đôi nét chính của một tác phẩm và việc trình bày một số ấn tượng ban đầu khi tiếp cận tác phẩm ấy. Phê bình học thuật thực chất là những bài

---

Roland Barthes, *De la grammatologie* và *L'écriture et la différence* của Jacques Derrida. Về vấn đề này, có thể xem thêm bài "Writing" của Barbara Johnson in trong cuốn *Critical Terms for Literary Study* do Frank Lentricchia và Thomas McLaughlin biên tập, The University of Chicago Press xuất bản tại Chicago năm 1990, tr. 39-49.

¹ Khi phê bình trở thành đối tượng của chính phê bình, nó được gọi là "siêu phê bình" (metacriticism).

² Việc phê bình tập trung vào văn hoá văn chương dẫn đến sự hình thành của Lý thuyết phê phán (Critical theory) vốn, thoạt đầu, gắn liền với trường phái Frankfurt ở Đức và ngành Văn hoá học (Cultural Studies) rất thịnh hành từ khoảng đầu thập niên 1990 đến nay. Xin đọc thêm cuốn *Văn hoá văn chương Việt Nam* của Nguyễn Hưng Quốc (2002).

nghiên cứu có tính chất văn học sử về một khía cạnh nào đó liên quan đến văn học, ở đó, giá trị chủ yếu tuỳ thuộc vào tư liệu, khả năng tổng hợp và khả năng phân tích. Phê bình thực hành nhắm đến việc phân tích, diễn dịch, cảm thụ và/hoặc đánh giá một hiện tượng văn học cụ thể, có thể là tác phẩm, tác giả hay cả một trào lưu lớn. Phê bình lý thuyết nhắm đến việc phát hiện những yếu tố chi phối, có khi một cách xa xôi, vào sự hình thành cũng như diện mạo một nền văn học, từ những yếu tố như chủng tộc, phái tính, dục tính đến các hình thức diễn ngôn, ngôn ngữ, ý nghĩa, cách thể hiện và tính liên văn bản, v.v... Không ít nhà nghiên cứu cho hình thức thứ nhất chỉ thuộc phạm trù báo chí; hình thức thứ hai chỉ thuộc phạm trù nghiên cứu, do đó, chỉ thừa nhận, thuộc phạm trù văn học, hai hình thức chính: phê bình thực hành và phê bình lý thuyết.

Tất cả các hình thức phê bình trên đều chỉ xuất hiện chủ yếu trong thời hiện đại, ở Tây phương, vào khoảng thế kỷ 18 và ở Việt Nam, đầu thế kỷ 20, khi báo chí và xuất bản phát triển đủ mạnh để biến văn học thành một hoạt động có tính thương mại; trình độ dân trí và dân chủ đã tiến bộ đến một mức nhất định để, thứ nhất, người ta có thể tự tin phát biểu cảm nghĩ của mình một cách công khai; và thứ hai, để hình thành một công chúng độc giả đông đảo, nhờ họ, giới cầm bút có thể sống được bằng nghề viết lách, từ đó, văn học dần dần được chuyên nghiệp hoá.

Tuy nhiên, tiền thân của phê bình thì đã có từ xưa. Có khi, từ thời nguyên thuỷ.

Quy phạm hoá và điển phạm hoá

Những câu nói ngân nga có vần có điệu, tiền thân của cái sau này chúng ta gọi là thơ hay ca dao, có thể ra đời một cách ngẫu nhiên, do người nguyên thuỷ, trong một lúc nào đó, buộc miệng mà thành. Tuy nhiên, khi người ta gật gù tự tán thưởng hay khi những người chung quanh tấm tắc khen ngợi những câu nói trầm bổng và gợi cảm ấy,[1] ý thức phê bình đã xuất hiện. Nó xuất hiện, trước hết, qua việc ghi nhận những câu nói trầm bổng và gợi cảm ấy là một sự sáng tạo bất ngờ và thú vị; sau đó, qua việc ghi nhận, có thể một cách tự phát, bản chất của sự sáng tạo ấy nằm ngay ở tính chất trầm bổng và gợi cảm của ngôn ngữ. Sự ghi nhận thứ nhất dẫn đến những hành động tán thưởng trong một tập thể nhỏ nhưng chính sự ghi nhận thứ hai mới dẫn đến việc hình thành văn học: mọi người xem tính chất trầm bổng và gợi cảm như những nguyên tắc chính để kết hợp ngôn ngữ theo nhiều cách khác nhau hầu tái sản xuất một sự sáng tạo vốn thoạt đầu nẩy sinh hoàn toàn do tình cờ.

Từ hai sự ghi nhận vừa nêu, theo tôi, phê bình, ngay từ khởi thuỷ, đã có hai chức năng chính: phát hiện và quy phạm hoá những cái đẹp. Khi Khổng Tử chọn lựa 305 bài ca dao ông cho là xuất sắc hoặc tiêu biểu nhất từ vô số những bài ca dao đang được lưu hành trong dân gian thuở ấy vào một tập sách gọi là *Kinh Thi*, ông thực hiện chức năng thứ nhất của nhà phê bình. Nhưng khi ông nhận định hơn ba trăm bài ca dao ấy có một đặc

---

[1] Chúng ta không thể nào biết chắc được những cái được người nguyên thuỷ xem là văn chương có những đặc điểm cụ thể như thế nào. Những tính từ "trầm bổng" và "gợi cảm" này chỉ là một giả thuyết. Dù vậy, chúng cũng không ảnh hưởng gì đến những sự phân tích về hai sự "ghi nhận" liên quan đến cái đẹp và tính chất quy phạm của cái đẹp phía sau.

điểm chung là "tư vô tà",¹ ông không dừng lại ở việc phát hiện cái hay mà tiến tới việc quy phạm hoá cái hay ấy: nó phải hợp với đạo đức. Aristotle cũng vậy: trong cuốn *Poetics*, ông không những phát hiện chất văn học trong anh hùng ca và bi kịch mà còn, qua việc phân tích những đặc điểm nổi bật trong cách dựng truyện, cách mô tả nhân vật và các thủ pháp ngôn ngữ, đã cố gắng quy phạm hoá các thể loại ấy trong cả phương diện chức năng lẫn phương diện cấu trúc.

Công việc quy phạm hoá (normalization) có thể được tiến hành một cách trực tiếp bằng những nhận định có tính giáo huấn như của Khổng Tử hoặc bằng những sự phân tích đầy tính khoa học như của Aristotle. Nó cũng có thể được tiến hành một cách gián tiếp thông qua việc điển phạm hoá (canonization), tức việc xem một số tác giả hoặc tác phẩm nào đó như những khuôn vàng thước ngọc của văn học.

Chính trong tiến trình quy phạm hoá và điển phạm hoá này, chúng ta nhận ra vai trò của nhà phê bình. Có thể nói tham vọng lớn nhất của các nhà phê bình, qua việc phát hiện những cái hay trong những tác phẩm lớn, những tác giả lớn hoặc các trường phái lớn là nhằm góp phần tạo nên các điển phạm. Kim Thánh Thán cho trong lịch sử văn học Trung Quốc có sáu tác phẩm lớn: *Nam hoa kinh* của Trang Tử, *Ly Tao* của Khuất Nguyên, *Sử ký* của Tư Mã Thiên, thơ Đường luật của Đỗ Phủ, *Thuỷ hử*

---

[1] Nguyên câu nói viết của Khổng Tử là: "Thi tam bách, nhất ngôn dĩ tế chi, viết tư vô tà", nghĩa là: cả 300 thiên trong *Kinh Thi*, chỉ có một câu có thể trùm được, là: không nghĩ bậy." Xem *Đại cương văn học sử Trung Quốc* của Nguyễn Hiến Lê, nxb Trẻ, tp HCM, 1997, tr. 72.

của Thi Nại Am và *Tây sương ký* của Vương Thực Phủ.[1] Nhà phê bình F.R. Leavis mở đầu cuốn *The Great Tradition* bằng nhận định: "Các nhà tiểu thuyết lớn của Anh là Jane Austen, George Eliot, Henry James và Joseph Conrad..."[2] Harold Bloom, có nhiều tham vọng hơn, viết hẳn một cuốn sách để phân tích tỉ mỉ những đóng góp của hai mươi sáu tác giả và liệt kê danh sách hàng trăm tác giả khác, rồi thẳng thắn gọi đó là những điển phạm của nền văn học Tây phương, trong đó, ông khẳng định rõ ràng: Shakespeare là một trung tâm.[3] Ở Việt Nam, Hoài Thanh, rải rác trong cuốn *Thi nhân Việt Nam*, cũng có những lời tuyên bố dứt khoát như thế, chẳng hạn, về toàn cảnh phong trào Thơ Mới: "Tôi quyết rằng trong lịch sử thi ca Việt Nam chưa bao giờ có một thời đại phong phú như thời đại này. Chưa bao giờ người ta thấy xuất hiện cùng một lần một hồn thơ rộng mở như Thế Lữ, mơ màng như Lưu Trọng Lư, hùng tráng như Huy Thông, trong sáng như Nguyễn Nhược Pháp, ảo não như Huy Cận, quê mùa như Nguyễn Bính, kỳ dị như Chế Lan Viên... và thiết tha, rạo rực, băn khoăn như Xuân Diệu."[4] Xuân Diệu, đến lượt ông, khi viết phê bình, đã không ngần ngại lập nên danh sách năm tên tuổi lớn nhất trong lịch sử văn học Việt Nam từ khởi thuỷ cho đến năm 1945: Nguyễn Trãi, Nguyễn Du, Hồ Xuân Hương, Tú

---

[1] Trần Trọng San (1990), *Kim Thánh Thán phê bình thơ Đường*, Tp HCM: Tủ sách Đại học Tổng hợp, tr. 6.
[2] F.R. Leavis (1948), *The Great Tradition*, Middlesex: Penguin Books, tr. 9.
[3] Harold Bloom (1994), *The Western Canon, the Books and School of the Ages*, London: Papermac.
[4] Hoài Thanh & Hoài Chân (1967), *Thi nhân Việt Nam*, Sài Gòn: Thiều Quang, tr. 29.

Xương và Đoàn Thị Điểm (nếu bà quả đúng là tác giả bản dịch *Chinh phụ ngâm* hiện hành).[1]

Qua các ví dụ vừa nêu, có thể khẳng định mục tiêu lớn nhất của các nhà phê bình là cố gắng xác lập danh sách những tác giả lớn, và cùng với họ, những tác phẩm được xem là đỉnh cao của văn học, tiêu biểu cho các phẩm chất nghệ thuật cao quý nhất của văn học. Những tác phẩm ấy hiện hữu không phải chỉ như những thành tựu hoàn hảo mà còn như những chuẩn mực để căn cứ vào đó người ta có thể hiểu, cảm thụ và đánh giá mọi hiện tượng văn học.

Trong ý nghĩa như thế, theo tôi, thực chất của việc điển phạm hoá là quy phạm hoá: qua việc tuyên dương một số tác phẩm nào đó là điển phạm, nhà phê bình, một cách tự giác hay tự phát, xem một vẻ đẹp nào đó cao hơn hẳn các vẻ đẹp khác, biến nó thành một thứ quy phạm (norm), một kiểu mẫu của cái đẹp nói chung. Trong lời "Nhỏ to" in ở cuối cuốn *Thi nhân Việt Nam*, Hoài Thanh tự nhận là ông thích "những lối thơ trái hẳn nhau."[2] Thực ra thì không phải. Đọc mấy lời nhận định tổng quát về phong trào Thơ Mới dẫn trên của Hoài Thanh, chúng ta có thể thấy ngay là ông có hẳn một quy phạm về thơ và chỉ có một mà thôi: đó là một quy phạm mang nặng tính lãng mạn chủ nghĩa, xem thơ như một biểu hiện của tâm hồn, do đó, xem mức độ nhạy cảm và độc đáo của tâm hồn, tức cái mà Hoài Thanh gọi là "hồn thơ", là thước đo để đánh giá một tài thơ, và xem sự phong phú và đa dạng của các "hồn thơ" ấy là thước đo để đánh giá một giai đoạn thơ. Có thể xem việc chú

---

[1] Xuân Diệu (1998), *Các nhà thơ cổ điển Việt Nam* (bản in lần thứ ba), Hà Nội: nxb Văn Học, tr. 550-1.
[2] Hoài Thanh (1967), sđd, tr. 394.

trọng hầu như tuyệt đối vào "hồn thơ" là điểm chung, rất nhất quán trong phong cách phê bình của Hoài Thanh, ít nhất là qua cuốn *Thi nhân Việt Nam*.

Hai chức năng đầu của phê bình

Có thể nói, hai chức năng phát hiện hoặc tuyên dương cái đẹp và quy phạm hoá cái đẹp lúc nào cũng đi liền với nhau. Chỉ chú ý đến chức năng phát hiện cái đẹp của phê bình, nhiều người có khuynh hướng xem phê bình như cái gì đến sau sáng tác và phụ thuộc vào sáng tác: nếu không có sáng tác thì không thể có phê bình. Tuy nhiên, nếu chúng ta tập trung vào chức năng thứ hai của phê bình, không chừng chúng ta phải đi đến một kết luận khác, ngược lại: văn học, với tư cách là một hoạt động nghệ thuật của ngôn ngữ không thể thực sự hiện hữu nếu tính nghệ thuật trong hoạt động ấy chưa được ghi nhận, nghĩa là khi con người chưa có ý niệm về văn học. Nói cách khác, phê bình có thể được nhìn như một phương tiện tập hợp vô số các văn bản và các hình thức diễn ngôn khác nhau vào một thế giới chung nhất có tên là văn học. Trong chiều hướng này, người ta cũng có thể nói, như cách tóm tắt của Roger Webster, "văn học có thể được nhìn như là sản phẩm của phê bình và lệ thuộc vào phê bình hơn là ngược lại."[1]

Phê bình, từ chức năng thứ nhất, tập trung vào những đối tượng cụ thể: một tác phẩm, một tác giả hoặc một trào lưu. Nội dung chính của chức năng này là một phán đoán thẩm mỹ. Ở đây, điều kiện quan trọng hàng đầu của một nhà phê bình là khả năng biện biệt cái hay

---

[1] Roger Webster (1990), *Studying Literary Theory, an Introduction*, London: Edward Arnold, tr. 7.

và cái dở. Những sự biện biệt này càng lúc càng có tầm quan trọng đặc biệt khi càng ngày số lượng tác phẩm được xuất bản càng nhiều trong khi các bảng giá trị thẩm mỹ và văn hoá càng lúc càng bị phân hoá nghiêm trọng: nó giúp bảo vệ môi trường văn học để một mặt, văn học không bị ô nhiễm bởi những yếu tố phi văn học, và mặt khác, bắc một nhịp cầu nào đó giữa tác giả và độc giả, từ đó, vừa làm phổ cập các giá trị văn học vừa kích thích và đẩy mạnh tiến trình sáng tạo văn học. Với vai trò biện biệt các giá trị như thế, phê bình trở thành một yếu tố chủ đạo trong mọi hoạt động nghiên cứu văn học: người ta không thể làm công tác lý luận hay nghiên cứu văn học sử nếu không có năng lực phê bình hoặc không nhờ cậy vào các công trình phê bình của giới phê bình. Nếu không, người ta sẽ lẫn lộn mọi thứ: thay vì viết lý thuyết văn học, người ta sẽ viết về lý thuyết văn hoá hay xã hội; thay vì viết lịch sử văn học, người ta sẽ viết về lịch sử xã hội học của văn học, thậm chí có khi là một thứ xã hội học dung tục.

Khi phê bình tập trung vào chức năng thứ nhất, ưu thế nghiêng về giới sáng tác, đặc biệt những người sáng tác xuất sắc. Lý do là muốn biện biệt một giá trị thẩm mỹ, người ta cần phải nhạy cảm: điều này giải thích tại sao Ezra Pound lại khuyên giới cầm bút không nên quan tâm đến lời phê bình của những kẻ tự họ chưa bao giờ viết được một tác phẩm nào đáng chú ý,[1] và tại sao T.S. Eliot cho hình thức cao nhất của phê bình là hình thức tự phê bình trong quá trình sáng tác của những nhà văn tài hoa và kinh nghiệm, đồng thời, cũng như Pound, cho chỉ có những nhà phê bình đáng để đọc là những người đã thực hành và hơn nữa, thực hành giỏi cái nghệ thuật

---

[1] T.S. Eliot (biên tập & giới thiệu) (1954), *Literary Essays of Ezra Pound*, London: Faber and Faber, tr. 4.

mà họ phê bình.¹ Điều này cũng giải thích tại sao trước kia có thời kỳ hầu hết các nhà phê bình lớn đều là những nhà văn và nhà thơ lớn: Ben Jonson, Samuel Taylor Coleridge, Matthew Arnold, Henry James, T.S. Eliot, Ezra Pound, Marcel Proust, Jean-Paul Sartre, Paul Valéry, v.v...²

Ưu thế của giới sáng tác trong phê bình càng ngày càng giảm sút khi phê bình chuyển hướng sang chức năng thứ hai vốn vượt qua các phán đoán thẩm mỹ để tập trung vào những đặc điểm chung nhất của nếu không phải tất cả thì cũng đa số tác phẩm văn học, những đặc điểm mang tính thể loại và tính thẩm mỹ hay nhận thức của văn học. Nó có tham vọng khái quát hoá những tác phẩm cụ thể thành những quy phạm trừu tượng và phổ quát. Nó phê bình văn học bằng cách xây dựng những hệ thống giá trị cho văn học. Do đó, loại phê bình này luôn luôn có khuynh hướng biến thành lý thuyết. Phê bình của Aristotle, trong *Poetics*; của Horace, trong *The Art of Poetry*;³ của Longinus, trong *On Sublimity*, biến thành một thứ thi pháp học. Phê bình của Khổng Tử biến thành một thứ lý thuyết mang tính chức năng luận về thơ, sau đó, được phát triển thành những lý thuyết mang tên là "thi ngôn chí" hay "văn dĩ

---

¹ David Lodge (1972), *20th Century Literary Criticism, a Reader*, London: Longman, tr. 81-2.

² Nên lưu ý hiện tượng này chỉ phổ biến ở các quốc gia Tây phương từ giữa thế kỷ 20 trở về trước mà thôi. Từ khoảng thập niên 1960 đến nay, số lượng những người sáng tác kiêm nhiệm xuất sắc công tác phê bình và lý luận rất hiếm, càng ngày càng hiếm. Công việc phê bình và lý luận càng ngày càng được chuyên nghiệp hoá và nằm hẳn trong tay của những người được gọi là nhà phê bình và lý luận chuyên nghiệp.

³ Có thể xem các tác phẩm vừa nêu trong cuốn *Classical Literary Criticism* do D.A. Russell và M. Winterbottom biên tập, Oxford University Press xuất bản tại Oxford, 1989.

tải đạo". Các lý thuyết văn học ấy vừa tồn tại như một sự phê bình đối với bản thân ý niệm văn học vừa tồn tại như một cương lĩnh để các nhà phê bình cũng như người đọc nói chung theo đó tiến hành công tác phê bình các tác phẩm văn học. Trong cách nhìn này, phê bình văn học và lý thuyết văn học có quan hệ mật thiết với nhau: không có một lý thuyết văn học nào không được hình thành, trước hết, như một cách phê bình đối với một lý thuyết, hoặc ít nhất, đối với một cách nhìn nào đó về văn học; và không có một hành động phê bình nghiêm chỉnh nào lại không dựa trên một cơ sở lý thuyết nhất định.

Ưu thế của phê bình mang tính lý thuyết

Khi tính chất đa nguyên về văn hoá và thẩm mỹ càng phát triển, các nhà phê bình càng đối diện với nhu cầu tự chứng minh và bênh vực cho các luận điểm của mình, do đó, càng phải lún sâu vào lý thuyết: ngay cả khi họ thực lòng không thích lý thuyết thì họ cũng bị buộc phải lý thuyết hoá thái độ phản-lý thuyết của họ. Hầu hết các nhà phê bình được xem là chỉ tập trung vào việc phê bình thực hành (practical criticism) như F.R. Leavis hay Lionel Trilling, v.v... đều là những trường hợp như thế: rải rác trong các công trình phê bình thực hành của họ, họ phải luôn luôn đề cập đến các vấn đề lý thuyết như chức năng của phê bình, bản chất của việc diễn dịch và đánh giá văn học để tự bảo vệ sự lựa chọn không đi quá sâu vào lý thuyết của họ. Riêng I.A. Richards, người đặt ra danh từ "phê bình thực hành" lại là kẻ suốt đời bàn chuyện lý thuyết, từ lý thuyết văn học đến lý thuyết giáo dục. Do đó, nói như John Crowe Ransom, một người thuộc phong trào Phê Bình Mới, điều người ta hay nói về tình trạng phi lý thuyết ở nhà phê bình chỉ là một ảo tưởng.[1]

Trong hai chức năng phát hiện và quy phạm hoá cái đẹp của phê bình, ở Việt Nam, từ trước đến nay, người ta hay chú ý đến chức năng thứ nhất mà lại thờ ơ với chức năng thứ hai trong khi trên thực tế chính chức năng thứ hai mới có tác động lớn, một cách tích cực hoặc tiêu cực, trong quá trình vận động của văn học. Văn học không thể được chuyên nghiệp hoá và cũng không thể phong phú và sâu sắc nếu công việc quy phạm hoá các khía cạnh thẩm mỹ và thi pháp trong văn học không được thực hiện một cách nghiêm túc.

Ở các nước Âu châu, từ lâu nền phê bình chủ yếu dựa vào chức năng thứ hai: từ xu hướng phê bình xã hội học đến phê bình ký hiệu học, phân tâm học, hiện tượng luận, hiện sinh hoặc cấu trúc luận... đều nặng tính lý thuyết và đều nhắm đến tham vọng quy phạm hoá văn học. Benedetto Croce, một nhà phê bình lớn của Ý, xem phê bình như việc diễn dịch một tác phẩm từ vương quốc của cảm xúc sang vương quốc của tư tưởng, và do đó, xem phê bình như một bộ phận của triết học bởi vì

> phê bình là phán đoán, và phán đoán bao hàm một tiêu chuẩn phán đoán, và tiêu chuẩn phán đoán lại bao hàm sự tư duy về một khái niệm, và sự tư duy về một khái niệm bao hàm mối liên hệ với những khái niệm khác, và mối liên hệ của các khái niệm, cuối cùng, chính là một hệ thống hay một triết lý.[2]

---

[1] Dẫn theo Dianne F. Sadoff và William E. Cain (biên tập) (1994), *Teaching Contemporary Theory to Undergraduates*, New York: The Modern Language Association of America, tr. 5.
[2] René Wellek (1992), *A History of Modern Criticism: 1750-1950*, tập 8: French, Italian and Spanish Criticism, 1900-1950, New Haven: Yale University Press, tr. 198.

Ở Anh và Mỹ, do truyền thống thực dụng lâu đời và do ảnh hưởng áp đảo của Phê Bình Mới, giới phê bình tuy vẫn đánh giá cao chức năng thứ hai nhưng phần lớn lại tập trung nhiều hơn vào chức năng thứ nhất. Tuy nhiên, truyền thống ấy hầu như chấm dứt từ thập niên 1970 cùng với sự sụp đổ uy thế của Phê Bình Mới và cùng với việc du nhập ào ạt của các lý thuyết văn học từ Âu châu lục địa. Ngay từ năm 1972, trong lời nói đầu tuyển tập *20th Century Literary Criticism, a Reader*, David Lodge đã ghi nhận phê bình không chỉ là một loại tài liệu phái sinh nhằm giúp mở rộng sự hiểu biết và cảm thụ các tác phẩm văn học mà tự nó đã trở thành một lãnh vực hoạt động độc lập.[1] Mười sáu năm sau, khi cập nhật tuyển tập ấy, David Lodge đã phải đặt một tựa đề mới: *Modern Criticism and Theory, a Reader*, ở đó, ngoài việc thay thế "thế kỷ 20" bằng chữ "hiện đại", việc thay đổi quan trọng nhất là thêm chữ "lý thuyết" vào. Để làm gì? David Lodge giải thích: "để ghi nhận tầm quan trọng của lý thuyết trong phê bình văn học."[2] Tầm quan trọng ấy, thật ra, đã được Jonathan Culler dõng dạc tuyên bố trong cuốn *The Pursuit of Signs* được xuất bản vào đầu thập niên 1980:

> Đi vào nghiên cứu văn học không phải là để sản xuất một cách diễn dịch khác về *King Lear* mà là để đào sâu sự hiểu biết về những quy ước và những thao tác của một thiết chế, một dạng thức của sự hành ngôn.[3]

Tiếp theo, ông lại nhấn mạnh:

---

[1] David Lodge (1972), sđd., tr. xviii.
[2] David Lodge & Nigel Wood (1988), *Modern Criticism and Theory, a Reader*, London: Longman, tr. xii.
[3] Jonathan Culler (1981), *The Pursuit of Signs, Semiotics, Literature, Deconstruction*, London: Routledge & Kegan Paul, tr. 5-6.

Có nhiều việc phê bình phải đối đầu, nhiều điều chúng ta cần phải làm để mở rộng tầm hiểu biết của chúng ta về văn học, nhưng có một điều mà chúng ta không cần thêm là việc diễn dịch các tác phẩm văn học.[1]

Chạy đuổi theo việc khám phá các ký hiệu (sign) cũng như việc ký hiệu hoá (signification), phê bình văn học càng lúc càng thiên về lý thuyết, và đến một lúc nào đó, như Richard Rorty ghi nhận, đã thay thế vai trò của triết học với tư cách là một mũi nhọn trong lãnh vực nhân văn.[2] Kết quả quan trọng nhất của quá trình lý thuyết hoá phê bình là sự ra đời của cái Jonathan Culler gọi là "theory", lý thuyết.[3] Lý thuyết suông thôi, chứ không cần là lý thuyết của một cái gì cả. Có thể xem sự ra đời của "lý thuyết" là sự toàn thắng của chức năng thứ hai đối với chức năng thứ nhất của phê bình văn học.

Sự "toàn thắng" ấy cũng có thể được nhìn thấy trong danh sách những nhà phê bình được xem là lớn và có ảnh hưởng nhất trong thế kỷ 20 vừa qua: đó không phải là những người được xem là nhạy cảm, phát hiện kịp thời những tác phẩm đặc sắc mới xuất hiện mà chủ yếu là những người, bằng năng lực trí tuệ của họ, nắm bắt được những quy phạm mới của từng thể loại hoặc của văn học nói chung. Không phải ngẫu nhiên mà trong các tuyển tập phê bình về nền phê bình văn học thế kỷ 20, phần lớn các phần mục được sắp xếp theo tên của các trường phái và hầu hết những người được vinh danh trong đó là những nhà lý thuyết hoặc những người có đóng góp lớn về phương diện lý thuyết, những kẻ góp

---

[1] Như trên.
[2] Dẫn theo Jonathan Arac và Barbara Johnson (1991), sđd, tr. 3.
[3] Jonathan Culler (1997), *Literary Theory, a Very Short Introduction*, Oxford: Oxford University Press, tr. 1-17.

phần phát hiện hoặc hình thành một số quy phạm lớn trong văn học.[1]

Mục tiêu của phê bình mang tính lý thuyết

Ở phương diện này, chúng ta không thể không chú ý đến một sự kiện đặc biệt: một số những công trình phê bình có ý nghĩa rất lớn và giàu tính sáng tạo lại không viết về những tác giả đương đại mà là những tác phẩm thuộc về quá khứ, có khi là quá khứ khá xa. Tác phẩm được đánh giá cao nhất của Roland Barthes, chẳng hạn, không phải là tác phẩm viết về Alain Robbe-Grillet, người cùng thời với ông, mà là cuốn *S/Z*, một công trình phân tích một thiên truyện vừa của Balzac, ra đời cả hơn một trăm năm về trước, truyện "Sarrasine", ở đó, ông đưa ra nhiều phát hiện lý thú, giúp người đọc, qua thiên truyện ấy, hiểu sâu sắc hơn về những cơ chế nội tại của tác phẩm văn học nói chung. Trường hợp của M.M. Bakhtin cũng tương tự. Được xem là một trong vài nhà phê bình lớn nhất thế giới trong thế kỷ 20, Bakhtin hiếm khi viết về bất cứ một tác giả nào thuộc thế kỷ ông đang sống. Hai tác giả "hiện đại" nhất được ông đề cập đến là Leo Tolstoy và Fyodor Dostoevsky chủ yếu là hai nhà văn lớn của thế kỷ 19. Hơn nữa, ngay cả khi viết về Tolstoy và Dostoevsky, điều làm Bakhtin quan tâm nhất không hề là khía cạnh thẩm mỹ trong nghệ thuật của họ

---

[1] Chẳng hạn, có thể xem các cuốn *20th Century Literary Criticism* do David Lodge biên tập, sđd; *A History of Literary Criticism* của Harry Blamires do Macmillan xuất bản tại London năm 1991; *Contemporary Literary Criticism* của Robert Con Davis và Ronald Schleifey do Longman xuất bản tại New York năm 1998; *American Literary Criticism from the Thirties to the Eighties* của Vincent B. Leitch do Columbia University Press xuất bản tại New York năm 1988, v.v...

mà là những khía cạnh thuộc về thi pháp thể loại, những mối quan hệ tương tác giữa các loại diễn ngôn hoặc giữa văn bản và bối cảnh văn hoá của thời đại. Cũng giống như Barthes, những sự phân tích của Bakhtin giúp mở rộng sự hiểu biết của chúng ta về tiểu thuyết và về văn học, từ đó, tự nhiên chúng ta cảm thấy dễ cảm nhận và cũng dễ chấp nhận hơn những thử nghiệm mới mẻ và táo bạo theo hướng đa thanh hoá (polyphony) tiểu thuyết của các tác giả hiện đại và hậu hiện đại, từ James Joyce và Gertrude Stein cho đến Donald Barthelme và Pat Barker.[1]

Điều này cho thấy công việc quan trọng nhất của phê bình không phải là đánh giá từng tác phẩm cụ thể mà là xây dựng những tiền đề lý luận cho một hệ thẩm mỹ mới đang hoặc sẽ ra đời căn cứ trên việc phân tích bản chất của ngôn ngữ và văn học hay trên xu hướng phát triển chung của lịch sử cũng như của văn hoá. Với những tiền đề lý luận ấy, người ta sẽ nhìn văn học một cách khác, từ đó, sẽ sáng tác cũng như sẽ cảm thụ một cách khác.

Ngày trước, các nhà phê bình lớn, từ Kim Thánh Thán ở Trung Hoa cho đến Saint-Beuve ở Pháp, từ John Ruskin của Anh cho đến Vissarion Belinsky của Nga, qua việc phê bình của họ, làm cho người ta cảm thấy yêu hơn một số tác phẩm hay một số tác giả nào đó, từ đó, người ta cũng có thể thấy thế giới văn học đẹp đẽ hơn và giàu có hơn. Từ đầu thế kỷ 20, với sự xuất hiện của Hình

---

[1] Xem Stacy Burton, "Paradoxical Relations: Bakhtin and Modernism", *Modern Language Quarterly*, Sept 2000. Có thể xem một ví dụ về việc ứng dụng quan điểm của Bakhtin vào việc phân tích tiểu thuyết hậu hiện đại trong bài "Heteroglossia and collage: Donald Barthelme's Snow White" của Nicholas Slovboda trên *Mosaic* (Winnipeg) số tháng 12. 1997.

thức luận, Phê Bình Mới, cấu trúc luận và hậu cấu trúc luận, nữ quyền luận và hậu thực dân luận, vai trò của nhà phê bình đổi khác: các nhà phê bình lớn, từ Viktor Shklovsky cho đến Roman Jakobson, từ Roland Barthes cho đến Jacques Derrida, từ Michel Foucault cho đến Edward W. Said, v.v... đã không tôn vinh được một tác giả hay một tác phẩm nào, kể cả những tác giả hay tác phẩm mà họ dành nguyên cả một cuốn sách dày để phân tích. Lý do là, với họ, tác phẩm chỉ còn là một cái cớ, một ví dụ được lựa chọn đôi khi một cách khá tình cờ, để qua đó, họ khám phá ra những cái mã (code) ngôn ngữ hay những cái mã văn hoá tiềm ẩn bên trong tác phẩm văn học. Những sự khám phá ấy có thể không làm thay đổi giá trị tác phẩm được phân tích nhưng lại có tác dụng làm thay đổi cách đọc cũng như cách chúng ta nhìn về văn học. Nhờ những sự thay đổi ấy, những tác phẩm văn học trong quá khứ có thể xuất hiện dưới một diện mạo khác. Sự thay đổi nhiều khi triệt để đến độ ở khắp nơi người ta tự thấy có nhu cầu phải viết lại lịch sử văn học của đất nước mình. Và thú vị hơn nữa là cả giới sáng tác cũng tự thấy không thể an tâm để sáng tác như trước được nữa.

Dĩ nhiên không phải nhà phê bình nào cũng có khả năng phát hiện hay góp phần xây dựng được những quy phạm mới cho văn học. Phần lớn dừng lại ở việc phân tích ý nghĩa và sự biến dạng của các quy phạm, khám phá các quy ước về ngôn ngữ, về văn hoá và cả về chính trị làm nền tảng cho các quy phạm, qua đó, tạo điều kiện để văn học có thể được nhìn từ nhiều góc độ khác nhau. Đây là công việc phê bình cần phải tiến hành để được chuyên nghiệp hoá. Tuy nhiên, đây cũng là một công việc khá nguy hiểm: nhà phê bình rất dễ trở thành giáo điều.

Nhà phê bình là kẻ đi tìm kiếm, mở rộng hoặc nâng cao các quy phạm chứ không phải là kẻ bảo vệ các quy phạm. Một trong những nghịch lý lớn làm nên bản chất của phê bình là, một mặt, nó không thể không căn cứ trên một quan điểm thẩm mỹ nhất định nào đó, nhưng mặt khác, nó lại không được quyền trực tiếp nhân danh quan điểm thẩm mỹ ấy để tiến hành việc phê bình. Nhà phê bình sẽ trở thành một kẻ nô lệ nếu xem một quan điểm thẩm mỹ nào đó như một chân lý có sẵn và bất biến, một thứ thước đo vượt thời gian và vượt không gian như một số người thường nói.

Những điều được xem là quy phạm trong văn học càng dễ trở thành giáo điều vì tự bản chất, trong các lý thuyết làm nền tảng cho các quy phạm văn học bao giờ cũng thấp thoáng chút gì như là thần học với ý nghĩa là chúng thường được xây dựng trên một số nguyên tắc vốn được chấp nhận một cách tiên nghiệm như một niềm tin. Trong hầu hết các lý thuyết văn học cổ đại của Trung Hoa, việc văn học được gắn liền với đạo, với đức, với khí hay với lý được xem như một thứ tín lý không cần phải bàn cãi nữa. Các lý thuyết văn học ở Tây phương, từ lý thuyết của Plato, của Longinus cho đến lý thuyết lãng mạn chủ nghĩa đều nhìn hành vi sáng tạo như một cái gì huyền bí, một sự xuất thần, không thể dùng lý trí để cắt nghĩa được. Theo Graham Hough, khi Matthew Arnold, trong bài "The Study of Poetry" đề nghị nên đọc thơ như một loại thánh kinh, và trong cuốn *Literature and Dogma* đề nghị đọc thánh kinh như một thứ thơ, đã hàm ý cho phê bình như một loại thần học.[1] Theo Terry Eagleton, trong cuốn *Literary Theory, an*

---

[1] Graham Hough (1970), "Criticism as a Humanist Discipline" in trong tập *Contemporary Criticism* do Malcolm Bradbury và David Palmer biên tập, Edward Arnold xuất bản tại London, tr. 43.

Introduction,¹ và sau đó, Steven Cassedy, trong cuốn *Flight from Eden*,² mặc dù các nhà Phê Bình Mới rất mực đề cao tính khoa học trong công việc nghiên cứu văn học, nhưng cách họ nhìn văn học lại có vẻ gì như là tôn giáo: với họ, tác phẩm văn học mang hình ảnh của một Đấng Toàn năng, là một cái gì tự tại, tự đầy đủ, không thể được diễn tả lại dưới bất cứ một thứ ngôn ngữ nào khác ngoài chính nó. Thái độ ấy thể hiện ngay trong cách đặt tựa sách của các nhà Phê Bình Mới: tác phẩm văn học, đặc biệt là thơ, với W.K. Wimsatt là *The Verbal Icon*, một bức tượng bằng lời; với Cleanth Brooks là *The Well Wrought Urn*, một chiếc lư tuyệt khéo. Ngay các nhà phê bình hậu cấu trúc và giải kiến tạo mặc dù nổi tiếng là duy lý, duy lý đến cực đoan, nhưng trong tư duy và ngôn ngữ của họ vẫn phảng phất cái gì như một niềm tin, và vì là niềm tin, cho nên có cái gì như quyền uy. Theo Frank Lentricchia, nguyên tắc quyền uy đóng một vai trò trung tâm trong phong cách phê bình của Paul de Man, một tên tuổi hàng đầu của khuynh hướng giải kiến tạo luận tại Hoa Kỳ: thay vì lý luận một cách chặt chẽ theo các quy luật của logic, de Man có thói quen hay sử dụng các biện pháp tu từ khéo léo để chinh phục độc giả và trấn áp mọi ý kiến phản kháng.³ Theo James S. Baumlin, quan niệm về bản ngã cô lập (isolate selfhood) vốn làm nền tảng cho lý thuyết phê bình của Harold Bloom, một nhà phê bình chịu ảnh hưởng nặng nề của Freud và cũng là nhà phê bình có đông độc giả nhất Hoa Kỳ hiện nay, mang đậm màu sắc thần học và tính chất thần học ấy,

---

[1] Terry Eagleton (1996), *Literary Theory, an Introduction* (2nd edition), Massachusetts: Blackwell Publishers, tr. 40-42.
[2] Steven Cassedy (1990), *Flight from Eden, The Origins of Modern Literary Criticism and Theory*, Berkeley: University of California Press, tr. 11.
[3] Như trên.

đến lượt nó, góp phần củng cố tư tưởng cá nhân chủ nghĩa và mỹ học hậu lãng mạn chủ nghĩa của ông.[1] Leo Spitzer nói một cách khái quát và mạnh mẽ: "Vâng, chúng ta những nhà nhân văn đều là những nhà thần học."[2]

Hậu quả của cái nhìn mang tính chất thần học, tức của niềm tin và khẩu khí quyền uy trong lý thuyết sẽ là nguy cơ dẫn đến thái độ giáo điều trong phê bình và hơn nữa, trong cả sáng tác. Và khi một quy phạm đã trở thành giáo điều, nó không còn đóng vai trò gì tích cực trong việc thúc đẩy sáng tạo nữa. Ngược lại, nó chỉ ngăn cản và kìm hãm.

Chức năng thứ ba của phê bình

Tôi muốn xem công việc phủ định các quy phạm ấy là chức năng thứ ba của phê bình văn học. Nói cách khác, theo tôi, sau khi phát hiện cái đẹp và quy phạm hoá cái đẹp, điều phê bình cần làm nhất là phủ định các quy phạm đã có và nếu được, cố gắng xây dựng những quy phạm mới dựa trên những điều kiện mới và những khám phá mới của văn học và mỹ học. Nếu chỉ có chức năng thứ nhất, phê bình sẽ mãi mãi ở trong tình trạng

---

[1] James S. Baumlin (2000), "Reading Bloom (Or: Lessons Concerning the "Reformation" of the Western Literary Canon", *College Literature*, số mùa thu 2000. Cũng trong bài này, Baumlin cho biết là cuốn *Western Canon: The Books and School of the Ages* của Bloom, xuất bản năm 1994, đã bán được tổng cộng 86,000 cuốn bìa cứng (hardcover) trong bốn năm đầu; nhà xuất bản không cho biết tổng số sách bìa mềm (paperback) là bao nhiêu nhưng theo Baumlin chắc phải vượt quá 100,000 cuốn. Cũng theo Baumline, trong các loại sách nghiên cứu được viết bằng tiếng Anh trong suốt cả thập niên vừa qua, chưa có cuốn sách nào bán chạy như vậy.
[2] Dẫn theo Graham Hough (1970), sđd, tr. 43.

phôi thai, nghiệp dư và đầy cảm tính. Nếu chỉ dừng lại ở chức năng thứ hai, phê bình cũng không thể phát triển: trong một thế giới văn học đầy những quy phạm vững chắc, người ta không cần phê bình; người ta chỉ cần những nhân viên kiểm duyệt mà thôi.

Với chức năng thứ ba, phê bình giúp người đọc thoát khỏi tâm lý giáo điều; tạo cho giới sáng tác một môi trường thuận lợi trong đó cái mới được cổ vũ; bảo đảm văn học vẫn còn là văn học, một cuộc hành trình tìm tòi và thử nghiệm liên tục. Sức sống của văn học nằm ở nhịp hình thành và phủ định, lại hình thành và lại phủ định của các quy phạm. Một nền văn học bị sự thống trị quá lâu của một quy phạm nào đó bao giờ cũng là một nền văn học bất hạnh: nó bị còi cọc. Ở đây, sự ổn định đồng nghĩa với sự nghèo nàn. Văn học trung đại ở khắp nơi trên thế giới là một bằng chứng hùng hồn cho tính chất ổn định và nghèo nàn ấy.

Chức năng phủ định các quy phạm không phải là cái gì mới mẻ. Trên thực tế, hầu hết các nhà phê bình lớn đều là những kẻ có công tái tổ chức các quy phạm văn học, làm thay đổi trật tự các cuốn sách chúng ta đang đọc, hơn nữa, còn làm thay đổi cả hệ thống thuật ngữ hoặc ít nhất nội dung các thuật ngữ chúng ta sử dụng trong lãnh vực văn học, những sự thay đổi có thể gây hoang mang và phẫn nộ ở nhiều người. Trong lịch sử, theo Terry Eagleton, nền phê bình hiện đại của Anh và cũng là của Tây phương nói chung, gắn liền với phong trào giải phóng giai cấp trung lưu và với khí quyển văn hoá tự do ở đầu thế kỷ 18, ra đời từ cuộc đấu tranh chống lại nhà nước chuyên chế, và ông tin là nó sẽ không thể có tương lai trừ phi nó nhắm tới cuộc đấu tranh chống lại nhà nước tư sản.[1] Là một nhà Mác-xít, lại viết cuốn *The Function of Criticism* trong không khí của cuộc chiến tranh lạnh giữa hai khối tư bản và cộng sản, Eagleton bị ám ảnh quá nặng nề về phương diện chính trị, tuy nhiên, có lẽ ông không sai khi nhấn mạnh vào bản chất phản kháng của phê bình. Theo tôi, giới hạn trong phạm vi thuần tuý văn học, tính chất phản kháng ấy nằm ngay trong chức năng thứ hai của phê bình. Nói cách khác, mỗi một nỗ lực phát hiện hay xác lập một quy phạm mới đều hàm chứa trong nó ít nhiều tính chất phủ định đối với các quy phạm đã có trước đó. Xuất hiện vào nửa đầu thế kỷ 20, cả Hình thức luận của Nga lẫn Phê Bình Mới của Anh, Mỹ đều là những hình thức phủ định của những quy phạm đã được định hình và đóng vai trò thống trị trong sinh hoạt văn học thế kỷ 19. Đề cao tính tự trị của tác phẩm cũng như đề cao tính chất phi ngã trong văn học, các nhà Hình thức luận và Phê Bình Mới phủ định quan niệm của chủ nghĩa hiện thực cho văn học là một sự phản ánh của hiện thực; của chủ nghĩa lãng mạn cho văn học là một sự biểu hiện của nội tâm. Đề cao ngôn ngữ, các yếu tố hình thức hay "tính văn chương" (literariness) của văn học, các nhà Hình thức luận và Phê Bình Mới không những phủ định chủ nghĩa ấn tượng vốn nhấn mạnh một cách quá đáng vào tính chủ quan của người đọc mà còn phủ định cả chủ nghĩa thực chứng lẫn cơ giới luận vốn nhấn mạnh quá đáng vào các sự kiện. Với các nhà Hình thức luận và Phê Bình Mới, văn học là một chỉnh thể nghệ thuật thống nhất và tự tại: mỗi tác phẩm là một thông báo không thể được thông báo bằng bất cứ một thứ ngôn ngữ hay một kiểu diễn tả nào khác ngoài chính nó. Nó là nó; nó không

---

[1] Terry Eagleton (1984), *The Function of Criticism, From The Spectator to Post-Structuralism*, London: Verso, tr.124.

phải là đại diện cho cái gì khác và cũng không có cái gì khác có thể thay thế được cho nó. Từ thập niên 1960, cấu trúc luận, và sau đó, hậu cấu trúc luận lại lần lượt phủ định những quy phạm do các nhà Hình thức luận và Phê Bình Mới dựng lên khi cho điều quan trọng nhất trong các tác phẩm không phải là ngôn ngữ hay hình tượng mà là cấu trúc, và nhất là khi cho ý nghĩa của tác phẩm, hoặc không quan trọng, hoặc, như các nhà giải kiến tạo chủ trương, cứ triển hạn mãi, không bao giờ chúng ta có thể nắm bắt được trọn vẹn. Từ các nhà hậu cấu trúc luận trở đi, tác phẩm văn học không còn được xem là một chỉnh thể nghệ thuật tự tại nữa mà chỉ là một bức tranh khảm gồm vô số những trích dẫn rút ra từ vô số xuất xứ khác nhau trong đó đặc điểm nổi bật nhất là tính liên văn bản (intertextuality), tính bất định (indeterminacy) và tính bất quyết (undecidability). Phát triển các luận điểm ấy, trong hai thập niên cuối cùng của thế kỷ 20, giới phê bình cố gắng chứng minh tính chất tương đối của các quy phạm và điển phạm trong văn học đồng thời loay hoay đi tìm những yếu tố góp phần hình thành các quy phạm và điển phạm ấy, hoặc từ văn hoá (Cultural Studies, Dialogic Criticism), hoặc từ kinh nghiệm lịch sử (Postcolonialism, New Historicism), hoặc từ ngôn ngữ (Decontruction), hoặc từ phái tính (Feminism, Queer Theory, Gender Studies), hoặc từ sắc tộc (Ethnic Studies), hoặc từ người đọc nói chung (Reader-response criticism), v.v...

Phủ định và gây hấn

Cứ như thế, khi phê bình thực hiện chức năng quy phạm hoá thì đồng thời nó cũng thực hiện cả chức năng phủ định những quy phạm đã có từ trước. Tính chất phủ định ấy không hề xuất phát từ sự tị hiềm mà chủ yếu xuất phát từ nhu cầu nhất quán của lý luận: nếu đã chấp nhận một luận điểm nào đó thì người ta phải chấp nhận cả những hệ luận của nó. Không thể và cũng không nên nhập nhằng và vá víu. Ngay cả khi chúng ta chấp nhận chủ nghĩa đa nguyên trong phê bình thì sự chấp nhận ấy cũng không cho phép các nhà phê bình tự mình mâu thuẫn với mình. Vả lại, cũng không nên "tội nghiệp" cho những quy phạm bị phủ định. Một quy phạm bị phủ định trong văn học sẽ không mất đi đâu cả. Cái bị phủ định không phải là sự tồn tại của quy phạm mà là cái uy thế tuyệt đối và đồng thời, cái vị thế tiên phong của nó. Nói cách khác, phủ định một quy phạm, thứ nhất là tương đối hoá cái quy phạm ấy; thứ hai là đẩy nó vào kho văn hoá của dân tộc hoặc của nhân loại. Thuộc phạm trù văn hoá, một mặt, một quy phạm bị phủ định sẽ biến thành một kiến thức vừa làm phong phú thêm cho nội hàm khái niệm văn học vừa mở rộng tầm nhìn của chúng ta về văn học. Đó là lý do tại sao ngày nay chúng ta vẫn còn đọc lại Aristotle cũng như Lưu Hiệp, đọc lại những nhà tân cổ điển như John Dryden, Alexander Pope, Samuel Johnson... và những nhà lãng mạn chủ nghĩa như William Wordsworth, John Keats, Percy Bysshe Shelley... những tác giả thuộc một thời đã xa. Xa và cũ. Mặt khác, dù xa và cũ, những quy phạm đã bị phủ định vẫn luôn luôn tồn tại đâu đó trong tiềm thức và vô thức của chúng ta để có thể một lúc nào đó "tấn công" vào óc thẩm mỹ của chúng ta, biến chúng ta trở thành một người của quá khứ. Do đó, công cuộc phủ định các quy phạm là một việc làm liên tục và phần lớn "chiến trường" nằm ngay trong chính tâm hồn của mình.

Khi tập trung vào chức năng thứ nhất, nhằm phát hiện cái đẹp, phê bình thường có tính chất ấn tượng chủ nghĩa hoặc tính chất phân tích hoặc tính chất diễn dịch; khi tập trung vào chức năng thứ hai, nhằm quy phạm hoá cái đẹp và những phạm trù hình thức của cái đẹp, phê bình có khuynh hướng trở thành lý thuyết; khi tập trung vào chức năng thứ ba, nhằm phủ định những quy phạm đang có, phê bình thiết yếu mang tính lý thuyết (theoretically-inclined criticism). Nếu thời điểm quan trọng cho sự xuất hiện của phê bình, nói theo T.S. Eliot, thường là "thời điểm thơ ca không còn là sự diễn tả tâm tư của toàn dân tộc",[1] và thời điểm làm nở rộ các hoạt động lý thuyết, nói theo Elizabeth Bruss, thường là khi chức năng của phê bình bị đặt thành nghi vấn,[2] thì thời điểm xuất hiện của hình thức phê bình mang tính lý thuyết, theo tôi, lại là thời điểm chính các lý thuyết, tức các quy phạm, bị hoài nghi, đó là lúc phê bình trăn trở nhiều về chính bản thân nó, một thời điểm đầy bất an: hình thức diễn ngôn phổ biến ở thời điểm này là hình thức phê bình phê bình hay còn thường được gọi là là siêu phê bình (metacriticism) và các lý thuyết phê phán (critical theory).

Tập trung vào chức năng thứ nhất, nhà phê bình có thể có quan hệ thuận hoà với mọi người: hắn dễ được cả giới sáng tác lẫn độc giả đồng cảm và khâm phục khi nêu bật lên được những vẻ đẹp mà mọi người, bằng trực giác, đã cảm nhận được. Tập trung vào chức năng thứ hai và thứ ba, nhà phê bình chọn thế đứng đối lập với mọi người: hắn thách thức lại những điều mọi người cho là đúng; hắn cổ vũ cho những cái đẹp sẽ là, dám đặt

---

[1] Dẫn theo Malcolm Bradbury và David Palmer (biên tập) (1970), *Contemporary Criticism*, London: Edward Arnold, tr. 12.
[2] Elizabeth W. Bruss (1982), *Beautiful Theories: The Spectacle of Discourse in Contemporary Criticism*, Baltimore & London: The Johns Hopkins University Press, tr.32.

cược vào ván bài tương lai, bênh vực cho những trật tự chưa hiện hữu, tạo nên những sự bất an trong cộng đồng.

Nhiệm vụ hàng đầu của phê bình trong thời điểm hiện nay

Ba chức năng phát hiện cái đẹp, quy phạm hoá cái đẹp và phủ định một số những quy phạm hiện có thường gắn liền chặt chẽ với nhau và cùng tồn tại trong mọi thời đại. Tuy nhiên, tuỳ từng lúc, trong những điều kiện văn hoá đặc thù nào đó, một trong ba chức năng ấy sẽ được xem là quan trọng hàng đầu. Ở Tây phương, từ khoảng thập niên 1980 đến nay, vô số các lý thuyết gia và phê bình gia tập trung ngòi bút của họ vào việc giải hoặc (demystification) các điển phạm và quy phạm vốn được nhiều người, trong suốt cả mấy chục thế kỷ, xem như những giá trị vĩnh cửu: với họ, tự bản chất, điển phạm chỉ là những gì được xây dựng trên cơ sở sự đồng thuận của giới quý tộc ngày xưa nhằm dành ưu thế cho một số thể loại nào đó, và về sau, được sử dụng như một phương tiện truyền bá những giá trị chính thống cổ điển nhằm duy trì quyền lực văn hoá trong tay của một thiểu số bảo thủ.[1] Trong tình hình sinh hoạt văn học Việt Nam hiện nay, chức năng phủ định các điển phạm và quy phạm ấy, theo tôi, cũng cần được đặt lên hàng đầu. Lý do: thứ nhất, ở Việt Nam, có quá nhiều quy phạm cũ kỹ và lạc hậu, chủ yếu gắn liền với chủ nghĩa cổ điển, chủ nghĩa lãng mạn và chủ nghĩa hiện thực, lại là những thứ cổ điển, lãng mạn và hiện thực què quặt, chắp vá; và thứ hai, phần đông, từ độc giả đến giới cầm bút, vẫn tiếp tục

---

[1] Jan Gorak (1991), sđd, tr. 1-2.

xem những quy phạm ấy như những gì nhất thành bất biến, những khuôn vàng thước ngọc vượt không gian và vượt thời gian. Một thái độ sùng bái đối với các quy phạm lạc hậu như thế đã củng cố óc bảo thủ của giới cầm bút, khiến mọi người đâm ra dị ứng với cái mới, mất hết nhiệt tình tìm tòi và thử nghiệm, cuối cùng, biến văn học thành một chuỗi những hoạt động nhai lại không mệt mỏi. Trong hoàn cảnh như thế, chỉ riêng việc vạch trần những cái cũ và những cái sáo, làm cho những người cầm bút nhận chân ra những cái cũ và những cái sáo, đồng thời biết thẹn thùng vì những cái cũ và những cái sáo ấy, theo tôi, đã là một đóng góp quan trọng của phê bình: nó phá đổ tính tự mãn và sự hẹp hòi để khôi phục lại ý nghĩa nguyên thuỷ của chữ "sáng tạo" là làm ra một cái gì mới, từ đó, tạo điều kiện cho cái mới được đâm chồi và nẩy nở.

Có thể nói việc thực hiện chức năng phủ định những quy phạm cũ kỹ và phát hiện những quy phạm mới cho một nền văn học mới là công việc cần thiết và khẩn thiết nhất của giới phê bình Việt Nam hiện nay. Nhưng không phải chỉ có giới phê bình. Đó là nhiệm vụ chung của mọi thành viên trong cái mà tôi muốn gọi là "quốc-hội-những-người-cầm-bút", những kẻ được chữ bầu lên và có nhiệm vụ, bằng chính khả năng sử dụng chữ tài tình và nghiêm túc của họ, nói như các nhà Hình thức luận của Nga, làm cho chữ trở thành lạ đi, mới và trẻ trung hẳn lại, qua đó, tạo nên sức sống cho chữ đồng thời góp phần củng cố nền văn minh của chữ. Trong quan niệm của tôi, trong cái "quốc hội" ấy, mọi người đều có quan hệ mật thiết với nhau: bên trong hoặc đẳng sau một người sáng tác bao giờ cũng có một nhà phê bình; bên trong hoặc đẳng sau một nhà phê bình bao giờ cũng có một nhà lý thuyết; bên trong hoặc đẳng sau một nhà lý thuyết bao giờ cũng có một nhà thần học; và đâu đó, bên trong hoặc đằng sau một nhà thần học bao giờ cũng thấp thoáng hình bóng của một nhà thơ, nghĩa là... một người sáng tác. Chính cái vòng tròn ấy đã làm hình thành cái thế giới mà chúng ta gọi là văn học.[1]

Nói cách khác, trong cái "quốc hội" của nền cộng hoà văn học ấy, mọi người không phải chỉ biết cầm bút mà còn biết, và cần phải biết, cả việc cầm... búa nữa. Búa để phá đổ các thần tượng cũ, và nhất là các thần tượng giả.[2]

---

[1] Trong cuốn *Contemporary Literary Theory* do G. Douglas Atkins và Laura Morrow biên tập, The University of Massachusetts Press xuất bản tại Amherst năm 1989, G. Douglas Atkins viết trong Bài dẫn nhập: "Dưới tay của các nhà văn như William H. Gass, Susan Sontag, Roland Barthes, Jacques Derrida, Harold Bloom, Geoffrey Hartman, Barbara Johnson và Jane Gallop, lý thuyết đã thực sự trở thành văn chương, phơi bày một cách rất tự giác bản chất hư cấu và khai thác vô số các thủ pháp tu từ học một cách đầy ấn tượng" (tr. 2). Cũng theo tài liệu của G. Douglas Atkins, Geoffrey Hartman từng xem tiểu luận phê bình của các tác giả như Lukács, Benjamin, Barthes, và nhiều người khác, không có gì khác hơn một "bài thơ trí thức" (intellectual poem) (tr. 12). Trong cuốn *Beautiful Theories, the Spectacle of Discourse in Contemporary Criticism*, sđd, Elizabeth W. Bruss cũng có hẳn một chương nhan đề "Lý thuyết về văn chương trở thành lý thuyết như là văn chương" (Theory of Literature Becomes Theory as Literature).

[2] Xin xem thêm bài "Viết văn với cây búa" in trong cuốn *Văn học Việt Nam từ điểm nhìn h(ậu) h)iện đại*, Văn Nghệ xuất năm 2000, tr. 167-198.

5.
Điển phạm:
Trung tâm của lịch sử và phê bình văn học

Trong tình trạng mù mờ về lý thuyết và về chức năng của phê bình, hai khuyết điểm thường thấy nhất trong các bài viết về văn học bằng tiếng Việt là:

Thứ nhất, người ta hay lẫn lộn giữa các phạm trù: giữa văn học và các yếu tố phi văn học như báo chí, chính trị, đạo đức hay các loại hình thông tin và giải trí khác cũng sử dụng ngôn ngữ.

Thứ hai, người ta tưởng văn học là cái gì có sẵn, nhất thành bất biến, hay nói theo cách nói quen thuộc ở Việt Nam, là vượt thời gian và vượt không gian, để theo đó, người ta có thể bảo chứng giá trị cho mọi hiện tượng văn học cũ và đánh giá mọi hiện tượng văn học mới xuất hiện.

Những cách hiểu sai lạc về điển phạm

Khuyết điểm thứ nhất xuất phát từ sự thiếu ý thức về điển phạm trong khi khuyết điểm thứ hai xuất phát từ cách hiểu mơ hồ và sai lạc về điển phạm. Cả hai khuyết điểm ấy đều gắn liền với điển phạm (canon) và tính điển phạm (canonicity).

Nếu khuyết điểm thứ nhất thường chỉ gặp ở những người kém hiểu biết về văn học; khuyết điểm thứ hai lại dễ dàng bắt gặp ở khắp nơi, kể cả ở những tên tuổi lừng lẫy nhất. Một trong những tên tuổi ấy là Nhất Linh, người được đông đảo độc giả cũng như giới nghiên cứu và phê bình xem không phải chỉ là một trong những nhà văn xuất sắc nhất mà còn là một trong những người đi tiên phong trong quá trình hiện đại hoá văn học Việt Nam trong thế kỷ 20. Chính cái ông Nhất Linh ấy, vào những năm cuối đời, khi tổng kết kinh nghiệm của gần nửa thế kỷ đọc sách và gần ba mươi năm viết sách của mình, đã đi đến kết luận là: "Một cuốn sách hay phải có giá trị trong không gian và thời gian."[1] Nói cách khác, theo Nhất Linh, một cuốn sách hay là một cuốn sách ở đâu cũng hay và thời nào cũng hay.

Tôi thực tình không muốn xúc phạm đến Nhất Linh, người mà tôi rất kính phục, tuy nhiên, tôi lại không thể tự dối mình để không nói ra sự thật này: khi lý thuyết hoá quan điểm văn học của mình, Nhất Linh hoàn toàn không đáng tin cậy. Cuốn *Viết và đọc tiểu thuyết* được hoàn tất trong tinh thần kinh nghiệm chủ nghĩa chứ không phải kết quả của quá trình nghiên cứu nghiêm túc về tiểu thuyết. Lại là kinh nghiệm của một thời vang bóng. Hình như Nhất Linh không biết cả những điều căn bản trong lý thuyết văn học, do đó, ông tưởng quan niệm cho "một áng danh văn bao giờ cũng hỗn hợp được hai phần tử: bổ ích và làm vui"[2] là của Đặng Thai Mai, trong khi, thật ra, đó là quan niệm của Horace, nhà thơ và triết gia cổ đại, tác giả cuốn *Ars Poetica*, sau này trở

---

[1] Nhất Linh (1960), *Viết và đọc tiểu thuyết*; in lại trong Vương Trí Nhàn (sưu tầm) (1996), *Khảo về tiểu thuyết*, Hà Nội: Nxb Hội nhà văn, tr. 368.
[2] Như trên, tr. 357.

thành một trong những luận điểm nòng cốt của chủ nghĩa tân cổ điển vốn rất thịnh hành ở Tây phương từ giữa thế kỷ thứ 17 đến cuối thế kỷ 18.[1] Không những không biết các lý thuyết văn học Tây phương, hình như ông cũng không biết cả những cuộc tranh luận mang tính lý thuyết văn học ở Việt Nam, do đó, ông tỏ ý tâm đắc với các ý kiến của Đặng Thai Mai về cuộc tranh luận nghệ thuật vị nghệ thuật và nghệ thuật vị nhân sinh,[2] trong khi, thật ra, bản thân Đặng Thai Mai hình như cũng không thực sự quan tâm và tìm hiểu kỹ về cuộc tranh luận ấy, cho nên, ông viết về nó một cách sai lạc, ngay cả ở những chi tiết có tính chất sự kiện dễ kiểm chứng nhất. Ví dụ, Đặng Thai Mai cho cuộc tranh luận về vấn đề nghệ thuật vị nghệ thuật và nghệ thuật vị nhân sinh nổ ra cách thời điểm ông viết cuốn *Văn học khái luận* (1943) là "độ mười lăm năm", trong khi, thật ra, chỉ cách có tám năm. Ông cũng cho cuộc tranh luận ấy kéo dài "trong mấy tháng trời rồi một ngày kia hai bên đều...im",[3] trong khi, thật ra, nó kéo dài ít nhất hai năm rưỡi, chia làm hai giai đoạn: từ năm 1935 đến năm 1936 giữa một bên là Hải Triều và một bên là Hoài Thanh và Thiếu Sơn, và, sau hai năm im lặng, lại bùng nổ vào năm 1939, giữa một bên là Hồ Xanh, Hải Thanh, Hải Khách, Phan Văn Hùm, Bùi Công Trừng, v.v... và một bên là Lưu Trọng Lư, Lê Tràng Kiều và Lan Khai, v.v...[4]

---

[1] Xem Irène Simon (biên tập) (1971), *Neo-classical criticism, 1660-1800*, London: Edward Arnold, tr. 40-45.
[2] Nhất Linh (1960), sđd, tr. 356.
[3] Đặng Thai Mai (149), *Văn học khái luận*, Sài Gòn: Liên hiệp xuất bản cục (xuất bản lần đầu năm 1944 trong Tủ sách Tân Văn Hoá của nhóm Hàn Thuyên), tr. 34.
[4] Tài liệu về cuộc tranh luận này được sưu tập khá đầy đủ trong cuốn *Nhìn lại cuộc tranh luận nghệ thuật 1935-1939*, nxb Khoa Học Xã Hội, Hà Nội, 1996.

Điều thú vị là cả Đặng Thai Mai lẫn Nhất Linh, một người là lý thuyết gia hàng đầu của chủ nghĩa hiện thực xã hội chủ nghĩa tại Việt Nam và một người là thủ lãnh của phong trào hiện đại hoá văn học Việt Nam trong thập niên 1930, lại chịu ảnh hưởng của chủ nghĩa tân cổ điển rất nặng nề. Đặng Thai Mai thì chịu ảnh hưởng ở quan niệm về chức năng văn học như vừa nhắc, còn Nhất Linh thì chịu ảnh hưởng ở niềm tin vào tính vĩnh cửu của cái hay và cái đẹp.

Quả thật, theo gót các triết gia cổ đại Hy Lạp, đặc biệt Plato và Aristotle, các lý thuyết gia tân cổ điển tin, một là, văn học thực chất chỉ là một sự mô phỏng (mimesis), trước hết, là một sự mô phỏng tự nhiên; sau, là một sự mô phỏng những tác giả cổ điển, những người mô phỏng tự nhiên một cách thành công; hai là, tự nhiên, trong đó có bản tính con người, là những gì có tính phổ quát, ở đâu và lúc nào cũng giống nhau, do đó, các tác giả xuất sắc có thể tạc khắc được những điển hình bất biến; cuối cùng, phản ánh những sự thật vĩnh cửu như thế, văn học sẽ trường tồn mãi với thời gian.[1]

Điển phạm: một phạm trù lịch sử

Những niềm tin vào tính vĩnh cửu và tính phổ quát của điển hình và điển phạm đã bị hầu như toàn bộ các lý thuyết và trào lưu văn học từ đầu thế kỷ 19 về sau nhất loạt bác bỏ. Chủ nghĩa hiện thực bác bỏ chúng khi tập trung vào việc phản ánh những hiện thực xã hội không ngừng bị tác động bởi các yếu tố kinh tế và chính trị vốn luôn luôn thay đổi. Chủ nghĩa lãng mạn bác bỏ chúng khi tập trung vào các cao trào của cảm xúc và những cuộc

---

[1] Xem Irène Simon (biên tập) (1971), sđd.

phiêu lưu bất tận của trí tưởng tượng. Chủ nghĩa siêu thực và chủ nghĩa hiện đại nói chung bác bỏ chúng khi tập trung vào những điều hầu như bất khả tái hiện. Các trường phái phê bình trong nửa sau thế kỷ 20 cũng đồng loạt bác bỏ tính chất vĩnh cửu của các điển phạm. Từ chủ nghĩa hậu cấu trúc đến hậu thực dân, tân duy sử, nữ quyền luận, thuyết hồi ứng của người đọc, thuyết lệch pha và diễn ngôn của những nhóm người thiểu số, v.v... tất cả đều, khác với các quan điểm văn học trước đây, xem điển phạm chỉ là sản phẩm của một nền văn hoá nào đó, bởi vậy, có tính lịch sử: chúng hình thành trong một số điều kiện kinh tế, chính trị và xã hội nhất định, và khi những điều kiện ấy thay đổi, chúng cũng thay đổi theo.

Chủ nghĩa hậu hiện đại lại càng bác bỏ quan niệm về tính vĩnh cửu và tính phổ quát của điển phạm vì rất nhiều lý do, trong đó, lý do quan trọng nhất là, người ta tin những cái gọi là các giá trị vĩnh hằng của nhân loại chỉ là những siêu tự sự do con người tạo ra nhằm hợp thức hoá quan điểm và sau đó, quyền lợi của chính mình mà thôi. Dưới cái nhìn của các lý thuyết gia hậu hiện đại chủ nghĩa, điển phạm chỉ là một hình thức siêu tự sự được dùng để hỗ trợ nền văn hoá trưởng giả, củng cố nền mỹ học trưởng giả và cuối cùng, duy trì quyền lực của giai cấp trưởng giả. Khi các nhà hậu hiện đại đề cao phi tâm hoá, họ cũng đồng thời tương đối hoá giá trị của các điển phạm ấy: chúng không còn nằm ở vị trí trung tâm nữa; chúng được xem như ngang hàng với nhiều loại điển phạm khác mới nổi lên hoặc mới được công nhận từ các vùng ngoại biên, trước đây vẫn thường bị quên lãng, như các cây bút phụ nữ hoặc đồng tính luyến ái hoặc thuộc các sắc tộc thiểu số và các cộng đồng di dân, v.v...¹

Lý thuyết hậu thực dân lại càng bác bỏ tính vĩnh cửu và tính phổ quát của điển phạm một cách mạnh mẽ hơn nữa: tất cả những cái gọi là tính vĩnh cửu và tính phổ quát ấy, thật ra, chỉ là sản phẩm của chủ nghĩa đế quốc, là sự phóng đại bảng giá trị riêng của phương Tây, biến phương Tây thành thế giới mà thôi.

Tuy nhiên, có lẽ sự giống nhau giữa các lý thuyết về tính điển phạm chỉ dừng lại ở đó. Đi sâu vào mức độ thay đổi cũng như những tác nhân gây nên những sự thay đổi ấy, không những các lý thuyết mà từng lý thuyết gia lớn đều có những cách lý giải khác hẳn nhau. Điều này, một mặt, biến điển phạm thành một trong những đề tài nóng bỏng nhất và phổ biến nhất trong các cuộc tranh luận văn học; mặt khác, làm cho điển phạm trở thành một trong những ám ảnh day dứt ẩn khuất đằng sau mọi công tác phê bình: phê bình chủ yếu được xem là một cách khẳng định hay tái khẳng định tính điển phạm của một tác phẩm nào đó.

Nhưng, trước hết, điển phạm là gì?

Ý nghĩa của điển phạm

Chữ điển phạm xuất phát từ tiếng Hy Lạp cổ, *kanon*, với nghĩa là cái nhánh cây được dùng làm thước đo, sau, dần dần có nghĩa là tiêu chuẩn và mẫu mực. Ý nghĩa này, thoạt đầu, được sử dụng trong lãnh vực kiến trúc và nghệ thuật tạo hình: sự cân đối trong hình thể và bố cục,

---

[1] Xem thêm Lars Ole Sauerberg (1997), *Versions of the Past – Versions of the Future*, London: Macmillan Press, tr. 179-182.

yếu tố chính tạo nên vẻ đẹp về hình thức; sau, được Plato khái quát hoá như một trong những lý tưởng hoàn hảo (perfect ideals) mà con người, trong đó có giới nghệ sĩ, phải mô phỏng theo. Có điều, trong tư tưởng của Plato, cái đẹp, cái tốt, sự xuất sắc và sự công chính chỉ là những mặt khác nhau của chân lý, do đó, cái đẹp về nghệ thuật tự động gắn liền với cái tốt về luân lý, từ đó, điển phạm có khuynh hướng nghiêng sang khía cạnh đạo đức và ý thức hệ.[1] Điều này làm cho ý nghĩa khái niệm điển phạm càng ngày càng rộng, bao gồm, ít nhất, ba lãnh vực chính. Về phương diện thần học, điển phạm là toàn bộ những cuốn sách được xem là thánh thư, nơi chứa đựng những chân lý tuyệt đối do Thượng Đế mặc khải, của một tôn giáo nào đó, từ *Phúc Âm* của Thiên Chúa giáo đến *Koran* của Hồi giáo. Về phương diện văn hoá, điển phạm là toàn bộ những tác phẩm được xem là đạt đến đỉnh cao của triết học và văn học, từ những tác phẩm của Plato, Aristotle, Euripides, Lutarch... thời cổ đại Hy Lạp đến Tứ thư và Ngũ kinh thời cổ đại Trung Hoa, từ những kiệt tác của Chaucer, Cervantes, Shakespeare, Goethe, Joyce, Proust, v.v... ở Tây phương đến những tác phẩm bất hủ trong thể phú đời Hán, thể thơ đời Đường, thể từ đời Tống và thể tiểu thuyết đời Minh và Thanh ở Trung Quốc. Về phương diện giáo dục, điển phạm là danh sách những tác phẩm được đưa vào chương trình giảng dạy như là những thành tựu tiêu biểu nhất cho từng thể loại hoặc từng thời kỳ, những kho tàng của kiến thức và là những khuôn mẫu để người ta học tập cũng như mô phỏng.

Không có nền văn học nào lại không có điển phạm. Ở đâu cũng có điển phạm. Văn học dân gian có điển

---

[1] Xem E. Dean Kolbas (2001), *Critical Theory and the Literary Canon*, Boulder: Westview, tr. 11-17.

phạm của văn học dân gian; văn học viết cũng có điển phạm của văn học viết. Điển phạm hầu như là một nhu cầu không thể tránh khỏi: nhu cầu lựa chọn và sắp xếp mọi thứ vào một trật tự nhất định để tạo thành một truyền thống hầu bảo tồn những điều người ta cho là có giá trị. Ở Hy Lạp cổ đại, ngay từ thế kỷ thứ hai và thứ ba trước công nguyên, các học giả ở Alexandria đã bắt đầu soạn thảo danh sách những nhà thơ họ cho là đáng nghiên cứu và học tập. Danh sách ấy càng ngày càng được bổ sung và cập nhật.[1] Bởi vậy, có thể nói, điển phạm, một mặt, là trung tâm của lịch sử: nếu không có điển phạm sẽ không có lịch sử văn học; mặt khác, nói như George A. Kennedy, "phản ánh cấu trúc bảo thủ và tôn ti của các xã hội truyền thống."[2] Ngày xưa, trong cả văn hoá truyền khẩu lẫn văn hoá ký tự, để bảo đảm quyền lực của các điển phạm, người ta đều cầu cứu đến thần quyền, đến loại ngôn ngữ cổ kính và sức mạnh của truyền thống. Sau này, người ta dùng đến cả hệ thống giáo dục và truyền thông đại chúng đồ sộ để củng cố sức mạnh của các điển phạm. Làm thế cũng phải: không có điển phạm sẽ không có việc học tập, sẽ không có việc kế thừa, và do đó, sẽ không có sự phát triển.

Đặc điểm của điển phạm

Điểm chung của điển phạm là: tính chất toàn bích và tính chất thẩm quyền. Về phương diện nghệ thuật và mỹ học, điển phạm phải có tính độc sáng, từ đó, trở thành

---

[1] George A. Kenedy, "The origins of the concept of a canon and its application to the Greek and Latin classics", in trong cuốn *Canon vs. Culture, Reflections on the Current Debate* do Jan Gorak biên tập, New York: Garland, 2001, tr. 106.
[2] Như trên, tr. 105.

một dấu mốc nhất định trong tiến trình vận động của nền văn học một nước hoặc một khu vực, và cũng từ đó, có thể được dùng như một chuẩn mực để đánh giá các hiện tượng văn học khác xuất hiện trước hoặc sau nó. Về phương diện tư tưởng, điển phạm phải có cái nhìn thật sâu sắc về nhân sinh và xã hội để tiếp tục cung cấp cho nhiều thế hệ liên tiếp những nhận thức mới giúp họ hiểu rõ hơn về con người cũng như lịch sử, từ đó, cảm thấy có nhu cầu thường xuyên đọc lại. Hơn nữa, về cả phương diện nghệ thuật lẫn tư tưởng, nó phải có khả năng gợi mở để không ai có thể có cảm giác là mình đã vắt kiệt tài nguyên bên trong nó: nói cách khác, điển phạm là cái gì giàu có hơn mọi khả năng diễn dịch và phân tích của người đọc.

Điều cần lưu ý là, trong lúc các điển phạm mang tính thần học thường ổn định: suốt cả mấy ngàn năm nay, những tín đồ Thiên Chúa giáo vẫn sùng bái các thánh thư; ở Trung Hoa và Việt Nam, các bộ Tứ Thư và Ngũ Kinh vẫn được các nho sĩ sùng bái ít nhất cho đến cuối thế kỷ 19; các điển phạm mang tính văn học thay đổi nhanh hơn: cái cũ dần dần bị quên lãng và cái mới dần dần xuất hiện. Theo Harold Bloom, tất cả những sự sáng tạo mang tính độc sáng mạnh mẽ trong văn học không sớm thì muộn cũng trở thành những điển phạm.[1] Theo Jan Gorak, hầu như bất cứ ở đâu có những vị thầy lớn và có ảnh hưởng sâu rộng thì nơi đó có điển phạm.[2]

Như vậy, chúng ta thấy ngay một đặc điểm nổi bật khác của điển phạm, ngoài tính toàn bích và tính thẩm quyền vừa nêu, là: tính nhân tạo. Nói cách khác, điển phạm là những sản phẩm của con người, xuất phát từ

---

[1] Harold Bloom (1994), sđd, tr. 25.
[2] Jan Gorak (1991), sđd, tr. 244.

nhu cầu lựa chọn và đánh giá những thành tựu đáng quý, và do đó, đáng tiếp thu và đáng được thế hệ đương đại và các thế hệ kế tiếp bảo tồn nhất. Howard Felperin viết về mối tương quan giữa các điển phạm và thế giới văn chương nói chung một cách giễu cợt:

> Ngày xửa ngày xưa có một loại tác phẩm đặc biệt được xem là Văn Chương, trong đó, có một nhóm tác phẩm được ưu tiên tách ra và không ngớt được biên tập đi biên tập lại, được diễn dịch đi diễn dịch lại, hơn nữa, còn được đem ra giảng dạy. Chính nhóm này được biết đến như là điển phạm hoặc truyền thống. Chúng được xem là tác phẩm của những người có quyền năng sáng tạo, trí tuệ và sự thấu thị như là thần linh.[1]

Là sản phẩm của con người, điển phạm mang tính mục đích, tính chủ quan và tính lịch sử nhất định. Tính mục đích của các điển phạm hầu như lúc nào cũng giống nhau: dùng truyền thống để xây dựng bậc thang giá trị cho những người đương thời, một thứ ngữ pháp cho sinh hoạt văn học nghệ thuật cũng như trí thức của thời đại nói chung. Chủ quan vì bất cứ sự lựa chọn và đánh giá nào cũng đều xuất phát từ những động cơ, những thị hiếu, và đều gắn liền với những trình độ và những phương pháp luận nhất định. Cuối cùng, điển phạm mang tính lịch sử vì chúng chỉ là kết tinh của một số điều kiện chính trị, kinh tế, xã hội và văn hoá, và khi những điều kiện ấy thay đổi, chúng cũng thay đổi theo. Bởi vậy, điển phạm không phải chỉ là một danh sách những tác phẩm hay những tác giả xuất sắc mà còn là một tự sự của những cách nhìn về văn học ở các thời đại khác nhau. Những tự sự ấy vừa kế tục lại vừa đứt đoạn: không có kế tục, sẽ không có truyền thống; nhưng nếu

---

[1] Felperin, Howard (1985), *Beyond Deconstruction: The Uses and Abuses of Literary Theory,* Oxford: Clarendon, tr.10.

không có đứt đoạn, sẽ không có tiến bộ. Mỗi một trào lưu mới trong văn học đều bắt đầu bằng một nỗ lực giải-điển phạm (decanonization) một số tác phẩm và điển phạm hoá một số tác phẩm khác. Mỗi tác phẩm được nâng lên thành điển phạm đều, với những mức độ khác nhau, trở thành một thứ quy phạm (norm) trong lãnh vực nghệ thuật và mỹ học.

Tất cả những đặc điểm vừa nêu đã được giới nghiên cứu văn học trên thế giới bàn luận sôi nổi trong suốt nhiều thập niên vừa qua. Theo William Calin, trong văn học Pháp, chẳng hạn, suốt thời trung cổ hiếm có tác phẩm nào được yêu chuộng và tôn sùng hơn một thế kỷ. Nguyên nhân, một mặt, xuất phát từ những thay đổi trong ngôn ngữ cũng như phong cách, mặt khác, từ những thay đổi trong ý thức hệ cũng như trong thị hiếu của các tầng lớp quý tộc. Danh sách các điển phạm thời trung cổ như chúng ta có thể nhìn thấy hiện nay chỉ hình thành từ cuối thế kỷ 18 và đặc biệt thế kỷ 19 do các tác giả và học giả theo xu hướng lãng mạn chủ nghĩa xác lập và bản thân những người này cũng không thoát khỏi ảnh hưởng chính trị và văn hoá của thời đại họ sống.[1] Cũng dựa trên nhận thức lịch sử như thế nhưng các nhà nữ quyền luận, những nhà phê bình xuất thân từ các sắc tộc thiểu số tại các quốc gia Âu Mỹ, chủ yếu là những người da đen, và giới cầm bút thuộc thành phần lao động chân tay, đã ra sức chứng minh những cái gọi là điển phạm thực chất chỉ là những gì được kết tinh từ những cách nhìn nhất định, trong đó, ưu thế chủ yếu thuộc về một số người: về phương diện phái tính, đó là phái nam, về phương diện văn hoá, mang tính đặc tuyển, dành riêng cho các tầng lớp thượng lưu hoặc trung lưu

---

[1] William Calin, "Making a Canon", *Philosophy and Literature*, số 23, năm 1999, tr. 1-16.

cao trong xã hội; về phương diện chính trị, các đế quốc lớn ở Âu Mỹ từng xâm chiếm và thống trị các nước khác một thời gian dài. Chính những thành phần chiếm ưu thế trong xã hội và lịch sử này, từ kinh nghiệm thẩm mỹ và ý thức hệ riêng của họ, đã nhân danh nhân loại nói chung và tính phổ quát trong bảng giá trị văn học, giành quyền quy định tiêu chuẩn của tính điển phạm và quyết định danh sách những tác phẩm được xem là điển phạm. Thực chất những cái gọi là tính nhân loại hay tính phổ quát ấy chứa đựng vô số các thiên kiến về chủng tộc, phái tính và giai cấp. Hậu quả dễ thấy nhất là hầu hết những tác giả bị xem là "khác" đều bị đẩy ra ngoài lề và chìm vào quên lãng.[1]

Sự hình thành của các điển phạm

Tính phân biệt, thậm chí, kỳ thị trong quá trình hình thành và vận động của các điển phạm cũng có thể được tìm thấy ở Việt Nam. Rất dễ thấy, trong suốt thời Trung đại, từ thế kỷ 10 đến giữa thế kỷ 19, hầu hết các điển phạm đều đến từ Trung Quốc; chỉ có một số ít, không được xem là điển phạm chính thống, có nguồn gốc Việt Nam, trong đó ưu thế, thứ nhất, thuộc hẳn về những tác phẩm được viết bằng chữ Hán, thứ chữ vay mượn từ Trung Quốc, và thứ hai, thuộc hẳn về nam giới. Ưu thế thứ nhất đã rõ: trong hầu hết các tuyển tập văn học thời cổ, dòng văn học bằng chữ Nôm đều bị loại trừ. Ưu thế thứ hai cũng khá hiển nhiên. Thì cứ nhìn lại văn học Việt Nam ngày xưa thì thấy. Trong số các tên tuổi lớn thời Trung đại, có ba người là phụ nữ: Đoàn Thị Điểm, Hồ

---

[1] Xem Robyn R. Warhol và Diane Price Herndl (biên tập), *Feminism, an Anthology of Literary Theory and Criticism*, Houndmills: Macmillan Press, tr. 73-163.

Xuân Hương và bà huyện Thanh Quan. Điểm chung của ba người là, về phương diện văn học, ai cũng có tài năng thật cao, thật lẫy lừng, nhưng về phương diện lịch sử, ai cũng có vấn đề, gắn liền với những "nghi án" kéo dài hầu như bất tận: với Đoàn Thị Điểm, đó là nghi án về bản dịch *Chinh phụ ngâm khúc*; với Hồ Xuân Hương và bà huyện Thanh Quan, toàn bộ con người, cuộc đời và tác phẩm đều bị đặt thành nghi vấn: cho đến gần đây, người ta không biết tên thật của bà huyện Thanh Quan và không ít người phân vân về chính sự hiện hữu của một người có tên gọi là Hồ Xuân Hương. Tại sao có những hiện tượng lạ lùng như thế? Câu trả lời tương đối dễ: những người sống cùng thời với họ không công nhận tư cách nhà thơ của họ, và vì không công nhận nên cũng không hề quan tâm đến sự hiện hữu của họ trong thế giới văn học. Tài năng của họ dẫu có cao ngất đi nữa thì họ cũng bị xem như những kẻ ngoại đạo, tác phẩm của họ không được phép trở thành các điển phạm. Quan niệm bất công này chỉ thực sự bị lung lay từ đầu thế kỷ 20, khi, dưới ảnh hưởng của Tây phương, vai trò của phụ nữ dần dần được tôn trọng.

Những thập niên đầu tiên của thế kỷ 20 cũng là thời gian các điển phạm văn học được định hình. Lâu nay, khi nghiên cứu về văn học Việt Nam thế kỷ 20, giới nghiên cứu ít chú ý đến hai thập niên đầu tiên; nếu chú ý, hầu như chỉ đặc biệt chú ý đến sự nảy nở của chủ nghĩa quốc gia qua hiện tượng Đông Kinh nghĩa thục, thơ văn của các nho sĩ cách mạng như Phan Bội Châu, Phan Châu Trinh, Huỳnh Thúc Kháng, v.v..., sự thịnh phát của báo chí quốc ngữ mà hai thành tựu lớn nhất là tờ *Đông Dương* (1913-19) và tờ *Nam Phong* (1917-34) cũng như sự thịnh phát của nền văn học quốc ngữ, đặc biệt sự ra đời của tiểu thuyết và kịch nói. Rất hiếm, nếu không muốn nói là chưa có ai để ý đến sự kiện này: chính trong hai thập niên đầu tiên của thế kỷ 20, những điển phạm của nền văn học Việt Nam hiện đại đã được khai sinh và có ảnh hưởng cực kỳ sâu rộng cho đến tận ngày nay. Lý do dẫn đến việc khai sinh hệ thống điển phạm hiện đại là những thay đổi ít nhiều mang tính đột biến trong các lãnh vực kinh tế, chính trị, xã hội và văn hoá tại Việt Nam. Thuộc lãnh vực văn hoá, có hai yếu tố cực kỳ quan trọng: thứ nhất, sự phát triển của hệ thống xuất bản và phát hành giúp sách báo trở thành những món hàng có giá trị thương mại cao và có sức phổ cập sâu rộng, từ đó, hình thành một lớp tác giả, bao gồm cả giới sáng tác lẫn giới phê bình, chuyên nghiệp; và thứ hai, sự phát triển của hệ thống giáo dục thế tục, dựa, một phần, trên ngôn ngữ quốc gia (chữ quốc ngữ) được mọi người sử dụng rộng rãi.[1] Cả hai yếu tố trên góp phần đẩy mạnh nền văn học bằng thoại ngữ (vernacular), nhờ đó, văn học Việt Nam thoát khỏi áp lực của chữ Hán, và cùng với chữ Hán, hệ thống điển phạm từ Trung Quốc. Ngay trong phạm vi văn học bằng chữ Hán, hệ thống điển phạm cũng ít nhiều thay đổi: trước, điển phạm thuộc triết học thời Chiến Quốc, phú thời nhà Hán, thơ thời nhà Đường, và từ thời nhà Tống; sau, chủ yếu là tiểu thuyết thời Minh Thanh, trong đó, nổi bật nhất là các bộ *Tam quốc chí diễn nghĩa*, *Tây Sương ký*, *Đông Chu liệt quốc* và *Thuỷ hử*. Sự hoán ngôi này rõ ràng có ảnh hưởng trực tiếp đến sự phát triển của thể loại tự sự, đặc biệt qua các cây bút gốc miền Nam, từ Nguyễn Chánh Sắt đến Hồ Biểu Chánh.

Trong văn học hai thập niên đầu thế kỷ 20, một trong những nhân vật trung tâm chắc chắn là Phạm

---

[1] Nói "một phần" vì cho đến năm 1945, ngôn ngữ chính thức được sử dụng trong nhà trường là tiếng Pháp.

Quỳnh. Trong sự nghiệp Phạm Quỳnh, một trong những sự kiện gây nhiều tranh cãi nhất chắc chắn là việc ông công khai và nồng nhiệt xiển dương *Truyện Kiều*. Trước, đã có nhiều người yêu *Truyện Kiều*, tuy nhiên, có lẽ chỉ từ Phạm Quỳnh mới bùng nổ phong trào sùng bái *Truyện Kiều* có tầm vóc quy mô toàn quốc. Nhiều người cho động cơ thúc đẩy Phạm Quỳnh làm như vậy là những động cơ chính trị: chuyển sự quan tâm của giới trí thức từ lãnh vực chính trị sang lãnh vực văn hoá, và biến nhiệm vụ cứu nước thành nhiệm vụ bảo tồn ngôn ngữ. Riêng tôi, tôi không quan tâm đến cái gọi là "động cơ": đó là lãnh vực của các công an văn hoá. Giới nghiên cứu và phê bình văn học, nhất là giới phê bình văn học, chỉ tập trung vào những điều các tác giả thực hiện chứ không phải những ước muốn hay dụng ý âm thầm phía sau. Điều Phạm Quỳnh đã thực hiện được là gì? Là, ông nỗ lực xây dựng một hệ thống điển phạm mới cho nền văn học Việt Nam. Trong hệ thống các điển phạm ấy, Phạm Quỳnh chọn *Truyện Kiều* làm một trung tâm. Phạm Quỳnh phát biểu rõ quan niệm của ông:

> Một nước không thể không có quốc hoa, *Truyện Kiều* là quốc hoa của ta; một nước không thể không có quốc tuý, *Truyện Kiều* là quốc tuý của ta; một nước không thể không có quốc hồn, *Truyện Kiều* là quốc hồn của ta. *Truyện Kiều* là cái "văn tự" của giống Việt Nam ta đã "trước bạ" với non sông đất nước này.[1]

Dưới ảnh hưởng của Phạm Quỳnh, nhiều học giả đã tập trung công sức viết về *Truyện Kiều,* nhờ đó, một mặt, *Truyện Kiều* vốn đã phổ biến lại càng phổ biến hơn nữa,

---

[1] Phạm Quỳnh, "Bài diễn thuyết bằng quốc văn", Tạp chí *Nam Phong* số 86, tháng 8.1924; in lại trong *Nguyễn Du, về tác giả và tác phẩm*, Trịnh Bá Dĩnh, Nguyễn Hữu Sơn và Vũ Thanh tuyển chọn và giới thiệu, Hà Nội: nxb Giáo Dục, 1998, tr. 178.

mặt khác, chiếm một vị trí trung tâm trong chương trình giáo dục văn học các cấp. Hơn nữa, dần dần *Truyện Kiều* còn trở thành trung tâm trong hệ thống đầy đẳng cấp của các điển phạm văn học Việt Nam. Nếu trung tâm của các điển phạm Tây phương, theo Harold Bloom, là Shakespeare;[1] trung tâm của các điển phạm Trung Hoa, theo các quy ước chung lâu nay, thuộc về các tác phẩm của Lý Bạch và Đỗ Phủ, trung tâm của các điển phạm Việt Nam, không còn hoài nghi gì nữa, chính là *Truyện Kiều*. Nhưng khi ghi nhận vị trí trung tâm của *Trung Kiều* trong các điển phạm Việt Nam, chúng ta không thể không ghi công của Phạm Quỳnh với tư cách là một nhà phê bình, thậm chí có thể xem là nhà phê bình có ý thức nhất về mục tiêu cũng như về quyền lực phê bình của mình.

Cần lưu ý là quá trình điển phạm hoá *Truyện Kiều* được tiến hành nhanh chóng và đạt được kết quả lớn lao đến độ, từ đầu thập niên 1940 trở về sau, ngay cả những nhà chính trị sùng kính Ngô Đức Kế và Huỳnh Thúc Kháng nhất cũng không thể theo gót hai ông phỉ báng *Truyện Kiều*.

Từ năm 1945 về sau, với chủ trương đề cao tính dân tộc và tính đại chúng, giới nghiên cứu và phê bình văn học Mác-xít đã có công đưa một số tác giả cổ vào hệ thống điển phạm Việt Nam, trong đó, đáng kể nhất là Nguyễn Trãi và Cao Bá Quát, hai tài năng lớn đồng thời cũng là hai nạn nhân thảm khốc của chế độ phong kiến: cả hai đều bị tru di tam tộc. Nhưng cũng vì quá đề cao tính dân tộc và tính đại chúng, họ lại loại trừ ra khỏi hệ thống điển phạm không ít tên tuổi lớn, từ các cây bút cung đình như Minh Mạng, Tự Đức, Tuy Lý Vương và

---

[1] Harold Bloom (1994), sđd.

Tùng Thiện Vương đến Nguyễn Công Trứ, Dương Khuê và những nhà văn ít nhiều hợp tác với Pháp như Trương Vĩnh Ký, Tôn Thọ Tường, Hồ Biểu Chánh, Phạm Quỳnh, Nguyễn Văn Vĩnh, hay những người nằm ngoài cái gọi là ý thức hệ vô sản như nhóm Tự Lực văn đoàn cũng như cả phong trào Thơ Mới thời 1932-45 nói chung, v.v...

Nhưng không phải cứ hễ chính quyền muốn là có thể tạo ra được những điển phạm mới. Ở đây quyền lực chính trị rõ ràng là có giới hạn. Thứ nhất, sau gần cả nửa thế kỷ bị chính phủ xã hội chủ nghĩa loại trừ, tất cả các tên tuổi vừa kể đều sống hùng và sống mạnh trong trí nhớ của quần chúng và lịch sử văn học. Chỉ đợi đến khi chính phủ chủ trương đổi mới, từ bỏ cách nhìn hẹp hòi và chuyên chế trong lãnh vực văn học, những cây bút một thời từng bị loại trừ bỗng hồi sinh, thu hút sự chú ý của giới phê bình và nghiên cứu cũng như quần chúng nói chung hầu như ngay tức khắc. Thứ hai, cũng trong suốt cả mấy chục năm, từ đầu thập niên 1950 trở đi, chính quyền, với sự hỗ trợ của cả hệ thống giáo dục, hệ thống báo chí, hệ thống phê bình thư lại, đã cố gắng tạo dựng lên một hệ thống điển phạm mới trên nền tảng của tính đại chúng và tính chính trị gắn liền với những tên tuổi như Sóng Hồng, Lê Đức Thọ, Xuân Thuỷ, Chu Văn, Đào Vũ, Hoàng Trung Thông, v.v... Tác phẩm của họ được giảng dạy trong nhà trường, từ trung học lên đại học, được tuyên dương trong hết công trình phê bình này đến công trình biên khảo khác. Kết quả ra sao? Chỉ một thời gian ngắn sau khi chính sách đổi mới được công bố, tất cả hào quang vây quanh các "điển phạm" ấy, cứ như là khói, tan nhanh không thể tưởng: đến giờ, chắc không mấy người còn nhớ những tên tuổi ấy đã từng viết những gì.

Tính đa kích thước của điển phạm

Như vậy, mặc dù có tính "nhân tạo", bất cứ điển phạm nào cũng hàm chứa những giá trị tự thân. Tính chất thẩm quyền của chúng, một mặt, xuất phát từ, hoặc được ủng hộ bởi, sự tương liên về ý thức hệ và thị hiếu của cả cộng đồng chung quanh cũng như sự tương hợp trong các điều kiện kinh tế, chính trị và xã hội của thời đại; mặt khác, gắn liền với "tính toàn bích" về phương diện nghệ thuật. Một tác phẩm được xem là điển phạm nhất thiết phải là một thành tựu xuất sắc nhất của một hệ mỹ học nhất định, phải trở thành một điển hình cho chính cái hệ mỹ học ấy, phải hội tụ trong nó những phẩm chất cao quý nhất của cả một trào lưu hay một giai đoạn lịch sử. Nhờ những đặc điểm này, điển phạm sẽ lớn hơn chính bản thân nó: Nó vừa là nó lại vừa là thời đại của nó; nó vừa là tác phẩm của một cá nhân lại vừa là một sản phẩm của cộng đồng, thậm chí, một dân tộc.

Tính chất đa kích thước này làm cho các điển phạm không những có khả năng tồn tại qua thời gian mà còn có khả năng trương nở và hoá thân theo thời gian. *Truyện Kiều*, chẳng hạn, trong cách đọc của chúng ta hiện nay, chắc chắn khác rất xa *Truyện Kiều* trong cách đọc của Phạm Quỳnh và lại càng khác hơn nữa cái *Truyện Kiều* trong cách đọc của những người đồng thời với Nguyễn Du. Cùng một văn bản, nhưng *Truyện Kiều*, với tư cách là một tác phẩm văn học, hiện có thêm độ dày của cả hai thế kỷ, độ sâu của một nền văn hoá có nhiều tương tác với thế giới bên ngoài, độ đậm của tinh thần duy mỹ ít nhiều mang tính hình thức chủ nghĩa, và chiều rộng của tầm nhìn bao quát nhiều lý thuyết và nhiều phương pháp luận khác nhau khi phân tích cũng như khi diễn dịch. Khả năng trương nở và hoá thân này, đến lượt chúng, làm cho các điển phạm vượt ra ngoài tầm kỳ vọng (horizon of expectation) của người đọc, lúc nào cũng hứa hẹn những bất ngờ và tồn tại như một thách thức đối với mọi thế hệ. Trong ý nghĩa này, điển phạm mang tính lịch sử không phải chỉ vì chúng là sản phẩm của một giai đoạn lịch sử nhất định mà bởi vì bản thân sự tồn tại của chúng cũng là một lịch sử, một lịch sử nhận thức của cả một cộng đồng văn học. Cũng chính trong ý nghĩa này, điển phạm từ một cái gì thuộc về quá khứ trở thành một cái gì đó thuộc về hiện tại và tương lai; từ một di sản, chúng trở thành một dự phóng.

Trong quá trình được phát hiện và hoá thân liên lỉ của các điển phạm, các nhà phê bình sẽ đóng một vai trò cực lớn. Mối quan hệ giữa phê bình và điển phạm là mối quan hệ sinh tử cho cả hai bên: không thể có phê bình nếu không có điển phạm và ngược lại, cũng sẽ không thể có điển phạm nếu không có phê bình. Nói như vậy cũng tức là muốn nói: phê bình không phải chỉ là chuyện khen chê cuốn truyện này hay tập thơ nọ; mục đích cao nhất và cũng là bản chất của phê bình nằm ở việc phát hiện, tái phát hiện hay tân tạo các điển phạm.

6.
Đổi mới như một số phận và một phiêu lưu

Nếu điển phạm không phải là những gì vĩnh cửu, nhất thành bất biến thì hệ quả đầu tiên và có lẽ, quan trọng nhất mà chúng ta có thể rút ra là: chúng ta không nên và không thể bắt chước các điển phạm mãi. Trong lãnh vực triết học, người ta thường nói: Thượng Đế đã chết: tất cả đều được phép; trong lãnh vực lý thuyết, Roland Barthes từng nói: cái chết của tác giả được trả giá bằng sự lên ngôi của người đọc. Ở đây, chúng ta cũng có thể nói: sự suy thoái của các điển phạm mở đường cho các cuộc vận động đổi mới văn học.

Đổi mới và số phận của văn học

Các cuộc vận động đổi mới văn học như thế đã có ít nhất từ lúc ý thức về cá nhân manh nha xuất hiện, với nó, người ta xem cái riêng quan trọng hơn cái chung, như Rousseau viết trong cuốn *Confessions*: "Có thể tôi không hơn ai cả, nhưng ít nhất tôi cũng khác người."[1] Nhấn mạnh và tự hào về cái khác ấy cũng tức là biểu dương cái mới như một giá trị. Giá trị của cái mới cũng

---

[1] Dẫn theo K. K. Ruthven (1979), *Critical Assumptions*, Cambridge: Cambridge University Press, tr. 110.

đồng thời là giá trị của hiện tại: khám phá cái mới đồng nghĩa với khám phá cái hiện tại, khám phá ra bản chất của tri thức là một sự khám phá chứ không phải chỉ là một sự phục hồi như người xưa quan niệm, từ đó, từ chối thái độ phục cổ và sùng cổ, hoài nghi các quy phạm và các điển phạm. Những khám phá này đã dẫn đến việc hình thành chủ nghĩa hiện đại với vô số những cuộc thử nghiệm táo bạo và thú vị, thoạt đầu, ở châu Âu từ cuối thế kỷ 19, sau đó, lan rộng ra cả thế giới, trong đó có Việt Nam, trong thế kỷ 20.

Trong lúc ở nhiều nơi, đặc biệt ở châu Âu, công cuộc đổi mới thường diễn ra một cách ầm ĩ và dứt khoát với vô số các tuyên ngôn, chủ trương và trường phái khác nhau, ở Việt Nam, các cuộc vận động đổi mới thường lặng thầm và dây dưa, lặp đi lặp lại nhiều lần, và lần nào cũng nửa vời, lửng lơ. Từ cuối những năm 1920 và đầu những năm 1930, người ta nghe, thoạt đầu là những lời thầm thì, sau, là những tiếng hô: từ bỏ truyền thống thơ Đường luật để đổi mới, mới từ ý tưởng đến mới trong văn thể. Giữa thập niên 1950, ở miền Bắc, một số nhà thơ đòi "chôn thơ tiền chiến"; ở miền Nam, một số cây bút khác cũng hô hào: phải đoạn tuyệt văn học tiền chiến. Trong cả nước, từ giữa thập niên 1980, mọi người đều hô hào đổi mới. Cuối những năm 1990, ở hải ngoại cũng nghe văng vẳng những lời kêu gọi: vĩnh biệt nền văn hoá làng để xây dựng một cộng hoà văn học ít nhiều mang màu sắc hậu hiện đại.

Tôi đoán: mười, hai mươi năm, thậm chí, trăm năm hay vài ba trăm năm nữa, nếu còn loài người và còn văn học, thiên hạ vẫn lại tiếp tục nghe những lời kêu gọi đại loại như thế. Tôi chỉ muốn lưu ý: nên hiểu những cách nói ấy như là những khẩu hiệu nhằm bày tỏ những quyết tâm tìm kiếm những quan điểm mỹ học và những phương pháp sáng tác mới hoặc nhằm xây dựng một nền văn hoá văn chương mới hơn là một thực tế.

Bởi không ai có thể hoàn toàn đoạn tuyệt được quá khứ của một nền văn học ở đó mình đã từng là độc giả cần cù và đầy say mê. Ở châu Âu, đầu thế kỷ 20, một số lãnh tụ của chủ nghĩa vị lai (futurism) và chủ nghĩa đa-đa kêu gọi đốt sạch tất cả các viện bảo tàng, các thư viện và các học viện để giải phóng trái đất khỏi những truyền thống nặng nề và rêu mốc. Thế nhưng, cuối cùng, ngay cả những người ấy cũng chỉ là sản phẩm của chủ nghĩa hiện đại vốn nảy sinh trước đó. Qua việc đọc, cái quá khứ gần ấy cũng như cả những quá khứ xa xôi thời cổ đại và Phục Hưng dần dần được nội tâm hoá, trở thành một phần trong con người của họ. Hơn nữa, nó còn nhập vào ngôn ngữ mà họ sử dụng, trong cái khí quyển văn hoá mà họ sống, trong cái ký ức tập thể mà họ chia sẻ; và cuối cùng, trong những giấc mơ chung của cả một cộng đồng mà họ là thành viên. Ví dụ, ở Việt Nam, với thế hệ của Trần Dần, hay trẻ hơn một chút, của Thanh Tâm Tuyền, Thơ Mới thời 1932-45 không phải là những gì ở ngoài. Ngược lại, nó đã là tuổi thơ của họ, lắng thật sâu vào tiềm thức của họ để từ đó âm thầm chi phối họ với tư cách là người đọc, và sau đó, với tư cách người viết. Làm sao mà đoạn tuyệt hẳn được?

Không đoạn tuyệt được quá khứ, người ta cũng không thể phủ nhận được những thành tựu trong quá khứ. Cái gì đã trở thành lịch sử thì mãi mãi là lịch sử. Trong văn học, những gì đã hay và đã lớn đều trở thành những cái cổ điển. Mà đã là cổ điển thì sẽ còn lại mãi như những cột mốc trên chặng đường phát triển, từ đó, giúp người đọc qua bao nhiêu thế hệ khác nhau, hình thành được ý niệm về cái cũ và cái mới để tiến hành công việc đánh giá và phân loại các tác giả cũng như các tác phẩm và để xác định thế đứng của mình trong hiện tại. Không có những cột mốc ấy sẽ không có lịch sử. Do đó, phủ nhận những thành tựu trong quá khứ cũng đồng nghĩa với việc phủ nhận lịch sử nói chung. Đó là điều bất khả: không có lịch sử, cái mới sẽ trở thành vô nghĩa.

Những cách nói như "phủ nhận quá khứ", "chặt đứt quá khứ" hay "đoạn tuyệt với quá khứ", bởi vậy, chỉ là những cách nói có phần cường điệu hoặc chỉ là những ngộ nhận, nếu không muốn nói, thỉnh thoảng, là những sự vu oan.

Đổi mới và ý thức về sử tính

Điều những người chủ trương đổi mới phủ nhận không phải là quá khứ mà là những ý đồ kéo dài quá khứ, không phải là các giá trị trong quá khứ mà là tính chất vĩnh cửu của các giá trị ấy. Họ tôn trọng và ngưỡng mộ các thành tựu trong quá khứ – nếu là những thành tựu thực – nhưng không xem những thành tựu ấy là những khuôn vàng thước ngọc muôn thuở mà người đời sau phải răm rắp noi theo. Họ biết, chẳng hạn, Thơ Mới thời 1932-45 là một trong những đỉnh cao nguy nga nhất trong lịch sử thơ ca Việt Nam; tuy nhiên, họ cũng biết thêm, chẳng hạn, ở vào nửa sau thế kỷ 20 hoặc đầu thế kỷ 21, mà vẫn tiếp tục sáng tác hay thậm chí, cảm thụ trong hệ mỹ học của Thơ Mới thì lại là một sự thất bại. Họ biết, chẳng hạn, những cây bút hàng đầu trong nhóm Nhân Văn Giai Phẩm hay nhóm Sáng Tạo là những tài năng lớn từng góp phần làm chuyển hướng quá trình vận động của văn học Việt Nam hiện đại; tuy nhiên, họ cũng thừa biết, sau đó, cùng với thời gian, không ai trong những người ấy – cũng như bao nhiêu tài năng kiệt xuất khác trong lịch sử nhân loại – có thể giữ được tính chất tiên phong cho thế hệ kế tiếp được nữa. Những cây bút ấy lớn, vẫn lớn, nhưng chỉ lớn như một sự kết thúc của một giai đoạn. Và giai đoạn ấy đã qua rồi.

Nói cách khác, điều những người đổi mới muốn chặt đứt không phải là quá khứ mà là truyền thống; điều họ muốn phê phán chủ yếu không phải là những điển phạm mà là các quy phạm, dù trên thực tế không có một điển phạm nào lại không ít nhiều mang màu sắc của một quy phạm, và dù không có sự sụp đổ của một quy phạm nào lại không làm lung lay uy thế của một điển phạm tương ứng. Tính chất nghịch lý này làm cho công việc đổi mới thường dễ bị nhìn như một sự gây hấn, hơn nữa, phạm thượng: nó đụng đến những gì vốn được mọi người tôn sùng, và vì tôn sùng, tưởng là bất biến. Cách nhìn này, thật ra, chỉ là một ngộ nhận: những người đổi mới không hề muốn phá đổ các thần tượng; họ chỉ nhấn mạnh vào thời gian tính của các thần tượng ấy mà thôi. Có thể nói những người hô hào đổi mới là những người ý thức sâu xa về thời gian tính. Sống với khát vọng đổi mới thực chất là sống với ám ảnh bất an về thời gian, với niềm tin là mọi thứ đều có lúc sẽ phôi pha đi. Nghĩ như thế, họ chỉ còn một lựa chọn: đổi mới hay là tự trầm trong sự mục rữa và quên lãng. Trong khi đó, những người thủ cựu thường "may mắn" hơn: họ có cái ảo tưởng là họ có thể đạt tới một cái hay nào đó nằm ngoài hai phạm trù mới và cũ, hoặc nếu họ bị liệt vào phạm trù của cái cũ, họ cũng còn một ảo tưởng khác là cái cũ ấy đồng nghĩa với truyền thống, hơn nữa, nó còn đồng nghĩa với sự vĩnh hằng.

Không chặt đứt quá khứ, những người chủ trương đổi mới chỉ muốn tái tạo quá khứ. Theo tôi, trung tâm của vấn đề đổi mới nằm ở thái độ của chúng ta đối với quá khứ. Khác với những người bảo thủ vốn tin quá khứ là những gì đã hoàn tất và bất biến; những người đổi mới xem quá khứ như một dự án vừa bất toàn vừa dở dang, không ngừng được tái thiết; và họ, một cách rất tự giác, sẵn sàng tham gia vào công cuộc tái thiết quá khứ ấy để phục vụ cho những dự án họ đang muốn thực hiện trong hiện tại và trong tương lai. Nhận định này, tôi biết, dễ gợi cảm giác chói tai. Suốt cả hàng ngàn năm, người ta dễ dàng đồng ý với câu nói của kịch tác gia cổ đại Hy Lạp Agathon, được Aristotle nhắc lại: "Ngay cả Thượng đế cũng không thể thay đổi được quá khứ." Tuy nhiên, gần đây, quan niệm ấy đã bị phản bác. Samuell Butler "cãi" lại cả Agathon lẫn Aristotle: "Đã đành là Thượng đế không thể thay đổi được quá khứ, nhưng các sử gia thì làm được."[1] Họ làm được vì, thật ra, không có cái gọi là quá khứ khách quan và phổ quát cho mọi người. Quá khứ không phải là những gì đã xảy ra. Quá khứ chỉ là những câu chuyện về những gì đã xảy ra. Quá khứ của một thế hệ trải qua chiến tranh là những câu chuyện về cuộc chiến tranh ấy. Xoá bỏ tất cả các câu chuyện ấy: cuộc chiến tranh biến mất; và cùng với nó, một thế hệ biến mất. Quá khứ, như vậy, chỉ là một hình thức diễn ngôn (discourse), hay cụ thể hơn, một tự sự (narrative). Và cũng giống như mọi hình thức diễn ngôn khác, quá khứ là những gì được tạo ra hơn là những gì đã có sẵn; là những gì có thể thay đổi tuỳ theo kinh nghiệm và ý thức hệ của từng thành phần xã hội hoặc từng thế hệ khác nhau. Thậm chí quá khứ có thể thay đổi theo ngôn ngữ, trong chừng mực nào đó, là sản phẩm của ngôn

---

[1] Cả câu nói của Agathon lẫn của Samuel Butler đều được dẫn lại từ Hue-Tam Ho Tai (2001), *The Country of Memory, Remarking the Past in Late Socialist Vietnam*, Berkeley: University of California Press, tr. 2.

ngữ: mỗi thời, khi ngôn ngữ thay đổi, người ta nhìn về quá khứ, thấy một diện mạo khác hẳn. Ví dụ, sự xuất hiện của những khái niệm như "tự do", "dân chủ" hay "nhân quyền" không những làm thay đổi bộ mặt xã hội đương đại mà còn làm thay đổi cả sự tưởng tượng của con người về quá khứ: dưới ánh sáng của những khái niệm mới ấy, quá khứ trở thành tăm tối hơn, đầy những áp bức và những bất công, thậm chí mọi rợ nữa.

Không phải ngẫu nhiên mà những người có những chủ trương văn học khác nhau không những chỉ khác nhau trong những nỗ lực sáng tác ở hiện tại mà còn khác nhau ngay cả trong cái quá khứ mà họ muốn nhìn lại. Một người cổ vũ cho dòng văn học hiện thực và đấu tranh chính trị sẽ thấy, chẳng hạn, trong nền văn học Việt Nam từ giữa thế kỷ 19 đến đầu thế kỷ 20, nổi bật lên vai trò chủ đạo của dòng văn học chống Pháp, từ Nguyễn Đình Chiểu đến Phan Châu Trinh, Phan Bội Châu, Huỳnh Thúc Kháng, Ngô Đức Kế, v.v... Một người cổ vũ cho xu hướng lãng mạn, ngược lại, nhìn lại nền văn học cùng một thời kỳ, dễ thấy toàn những tiếng thở dài của những kẻ tương tư, từ Nguyễn Công Trứ đến Dương Khuê, Tản Đà, Hoàng Ngọc Phách, Đoàn Như Khuê, Tương Phố, Đông Hồ, v.v... Công việc tái tạo quá khứ này, một mặt, xuất phát từ sự đồng cảm tự nhiên giữa những người đồng điệu; mặt khác, xuất phát từ nhu cầu viết lại lịch sử, hay gần gũi hơn, một thứ tộc phả văn học, ở đó, người ta có thể xác định được vị trí của mình và những thay đổi mà mình có thể mang lại. Bởi vậy, một phong trào đổi mới văn học không phải chỉ thể hiện ở những sáng tác mới mà còn, với những mức độ nhiều ít khác nhau, kéo theo những lý thuyết mới, những cách thức phê bình mới và những nỗ lực viết văn học sử mới.

Xem việc tái tạo quá khứ như một phần, hơn nữa, phần quan trọng của nỗ lực đổi mới cũng có nghĩa là xem việc thừa kế hay học tập là một phần quan trọng của sự sáng tạo. Nói cách khác, người ta chỉ có thể đổi mới được cách nhìn về văn học cũng như thay đổi các thủ pháp sáng tạo khi, và chỉ khi, người ta đã làm chủ được truyền thống. Không ai có thể vượt qua cái điểm hay cái giới hạn mà mình chưa đến. Đằng sau mỗi sự sáng tạo lớn, do đó, bao giờ cũng là một bề dày lịch sử và văn hoá nhất định. Đây chính là điểm phân biệt người đổi mới thực sự với những kẻ liều lĩnh và phá bĩnh. Sự khác biệt ở đây cũng giống sự khác biệt giữa những nhà phiêu lưu và những tên bụi đời: Các nhà phiêu lưu làm nới rộng diện tích của văn học trong khi các tên bụi đời chỉ làm cho văn học hoen ố đi mà thôi.

Đổi mới và cái tôi của tác giả

Tái tạo quá khứ, ngoài ra, cũng có nghĩa là tái tạo chính mình. Nhiều người, để cổ vũ cho những sự thay đổi trong văn học, thường lặp đi lặp lại câu châm ngôn "Hãy là mình", hay một biến dạng của nó: "Hãy thành thực". Với tôi, đó chỉ là một quan niệm cũ, cũ đến nhàm, hơn nữa, nhàm đến nhảm, nhảm đến vô duyên. Cũ, đã hẳn: câu châm ngôn ấy đã có từ lâu lắm trong lịch sử nhân loại, và ngay cả ở Việt Nam. Nó đặc biệt được nhấn mạnh bởi các nhà lãng mạn chủ nghĩa, những kẻ vừa đề cao chủ nghĩa cá nhân vừa tin vào cái tính "bản thiện" của con người, từ đó, chủ trương cảm tính bao giờ cũng tốt hơn lý trí, tưởng tượng bao giờ cũng tốt hơn những sự tính toán, tự nhiên bao giờ cũng tốt hơn kỹ thuật, tính chất nguyên thuỷ bao giờ cũng tốt hơn là tính hiện đại, nông thôn bao giờ cũng tốt hơn thành thị, v.v... Với những quan niệm như vậy, người ta dễ dàng tin là thiên tài nằm ngay trong bản thân mình; con đường sáng tạo, do đó, cũng là con đường quay về với chính mình, dám tự là mình, chỉ cần thành thực với mình, và để mặc cho cảm xúc của mình tuôn trào dào dạt trên trang giấy. Chủ trương này, trên thực tế, một thời từng có ý nghĩa cách mạng lớn: ở Tây phương, nó phá vỡ tính chất duy lý và tính chất quy phạm nghiệt ngã của chủ nghĩa tân cổ điển và giải phóng được cá nhân, đặc biệt về phương diện tình cảm; ở Việt Nam, nó phá đổ truyền thống văn học đề cao tính cộng đồng và tính phổ quát, dựa trên những khuôn sáo thoát thai từ mỹ học trung đại của Trung Hoa, đặc biệt quan điểm "văn dĩ tải đạo". Tuy nhiên, tính chất cách mạng ấy đã chấm dứt với sự xuất hiện của chủ nghĩa hiện đại khi nhiều nhà thơ đề cao tính chất phi ngã trong văn học, chẳng hạn Rimbaud: "Tôi là một kẻ khác", John Keats: nhà thơ lớn là kẻ không có cá tính, hay T.S. Eliot: "nhà thơ không phải là kẻ có một cá tính để diễn tả mà là kẻ có một phương tiện đặc biệt để sử dụng"; khi nhiều lý thuyết gia phát hiện, nói như René Wellek, "cái hay hay cái dở của thơ chẳng dính dáng gì đến sự thành thực cả"; bằng chứng: "những bài thơ dở nhất của những thanh niên mới lớn đều là những bài thơ thành thực."[1]

Đứng về phương diện lý thuyết, chủ trương đề cao sự thành thực hay thái độ "dám là mình" chỉ đúng với hai điều kiện: một, cái "mình" ấy là cái đã có sẵn, nó có trước sự hiện hữu của cá nhân; và hai, cái "mình" ấy mang tính độc đáo và độc lập bẩm sinh, nghĩa là tự bản chất nó đã khác với vô số những cái "mình" khác của

---

[1] Tất cả các trích dẫn này đều được lấy từ K.K. Ruthven (1979), *Critical Assumptions*, Cambridge: Cambridge University Press, tr. 92 và 96-7.

thiên hạ. Hai điều kiện ấy, tiếc thay, không bao giờ có thật. Hầu hết các triết thuyết hiện đại đều ít tin là có một thứ yếu tính nào xuất hiện trước hiện hữu như thế. Những người theo khuynh hướng hậu hiện đại, dù thuộc về Mác-xít, phân tâm học, nữ quyền luận, hậu thực dân luận, hậu cấu trúc luận... đều hoài nghi quan niệm cho cái "mình" hay cái tôi là một cái gì nhất quán và cố định. Với Michel Foucault, ngay cả cái gọi là "nhân tính" cũng không phải là cái gì tự nhiên; ngược lại, nó chỉ là kết quả của kiến thức, xuất phát từ những điều kiện lịch sử và văn hoá nhất định.[1] Hơn nữa, theo ông, cái gọi là con người cũng chỉ là một ý niệm tương đối mới, chỉ xuất hiện khoảng thế kỷ 18 và có nguy cơ sẽ biến mất.[2] Theo chân Michel Foucault, nhiều người tuyên bố: cái "tôi" đã chết.[3] Giống như trước đây hơn một trăm năm, Nietzsche đã tuyên bố: Thượng đế đã chết. Cái "tôi" chỉ còn là một sản phẩm của xã hội; hơn nữa, của ngôn ngữ: thoạt đầu không có đứa bé nào có ý thức về nó như một cái tôi riêng biệt và khác biệt với tha nhân. Một ý thức như vậy chỉ xuất hiện dần dần khi đứa bé học cách dùng chữ "tôi", ngôi thứ nhất số ít, trong tương quan phân biệt với "anh / chị / ông / bà...", ngôi thứ hai số ít, v.v... Tất cả những cách thức sử dụng ngôn ngữ như vậy làm cho đứa bé dần dần ý thức về vị trí của nó trong xã hội, từ đó, tiến thêm một bước nữa, ý thức về bản sắc của nó

---

[1] Xem Philip Barker (1998), *Michel Foucault, an Introduction*, Edinburgh: Edinburgh University Press, tr. 70-90.
[2] Xem thêm bài "The death of man, or exhaustion of the cogito" của George Canguilhem, in trong cuốn *The Cambridge Companion to Foucault*, do Gary Gutting biên tập (1994), New York: Cambridge University Press, tr. 71-91.
[3] Xem bài "The Death of the Self in a Postmodern World" của Connie Zweig in trong cuốn *The Fontana Post-modernism Reader* do Walter Truett Anderson biên tập, Fontana Press xuất bản tại London năm 1996, tr. 141-146.

trong mối quan hệ với chung quanh.[1] Trong ý nghĩa như thế, Jacques Lacan cho cái tôi thật ra là một tác phẩm thay vì là một chủ thể. Hay nói theo ngôn ngữ của ông: "Tôi không phải là một nhà thơ mà là một bài thơ."[2]

Nói "tôi là một bài thơ" cũng có nghĩa là nói cái tôi ấy chỉ là một câu chuyện kể, một hình thức tự sự mà thôi. Nên lưu ý là theo các nhà hậu hiện đại chủ nghĩa, tự sự là hoạt động căn bản của nhân loại, hơn nữa, là "điều kiện có tính bản thể luận của đời sống xã hội".[3] Loài người hiểu về cuộc đời của họ, bản sắc của họ như những câu chuyện mà họ tự kể hoặc nghe kể hoặc kết hợp cả hai. Không có những câu chuyện như thế, kinh nghiệm của con người về thế giới cũng như về chính họ trở thành mơ hồ, hàm hồ, không thể nào nhận thức được.

Cái "tôi" không những không có sẵn mà còn chứa đựng đầy những nguy cơ sáo mòn. Là một sản phẩm của xã hội và của văn hoá, cái "tôi" bao giờ cũng chứa đựng nhiều những yếu tố thuộc về quá khứ hơn là hiện tại. Những tác phẩm chúng ta đọc, trong đó có không ít thuộc loại cổ điển hoặc chịu ảnh hưởng sâu đậm của văn học cổ điển, biến chúng ta thành những con người của truyền thống. Hậu quả là, nói chung, chúng ta, với tư cách độc giả, bao giờ cũng dễ thấy gần gũi với văn học của ngày hôm qua hơn là văn học của ngày hôm nay, và bao giờ cũng lạc hậu hơn một chút so với dòng văn học tiên phong trong thời đại. Bởi vậy, đi càng sâu vào cái "tôi", chúng ta càng dễ bắt gặp những bản sao nhoè

---

[1] Xem sự phân tích của Catherine Belsey (1980) trong cuốn *Critical Practice*, London & New York: Methuen, tr. 60.
[2] Xem bài của Connie Zweig dẫn ở trên, tr. 145.
[3] Câu nói của M. Somers, dẫn theo Maureen Whitebrook (2001) trong cuốn *Identity, Narrative and Politics* của London: Routledge.

nhoẹt của bao nhiêu thế hệ đi trước: ở người này, chúng ta bắt gặp bản sao của văn học dân gian, của ca dao và truyện cổ tích, của thứ mỹ học đơn sơ và đầy tính công thức; ở người kia, chúng ta bắt gặp bản sao đầy nước mắt của văn chương lãng mạn thời 1932-45; ở người khác nữa, chúng ta bắt gặp bản sao tối ám của chủ nghĩa hiện thực hoặc đỏ lòm của chủ nghĩa hiện thực xã hội chủ nghĩa, v.v... Cứ như thế, càng đi vào cái "tôi" càng dễ bắt gặp nước mắt và nước mũi của tiền nhân. Ở đây, sự thành thực thường đồng nghĩa với cái sáo.

Đổi mới không phải là quay về với mình, không phải dám là mình, không phải chỉ khai thác những gì đã có sẵn trong mình. Ngay từ thời cổ đại, Plato đã quan niệm, nhà thơ, lúc đang ngây ngất trong cảm hứng sáng tạo, không còn là hắn với những kinh nghiệm thường nhật nữa; thậm chí, không còn kiểm soát bản thân hắn nữa: hắn trở thành kẻ phát ngôn cho một lực lượng thần bí nào đó; hắn bị nhập vào một cơn linh cuồng (divine madness).[1] Sau này, gạt thần thánh sang một bên, nhiều người xem viết tức là sáng tạo nên mình: trong quan niệm này, cái "mình" không phải là nguyên nhân mà chính là kết quả. Michel Foucault có một ý tưởng mà tôi rất thích: "Khi tôi viết, tôi viết trước hết là để thay đổi chính tôi và làm cho tôi không nghĩ những điều giống như trước đó nữa."[2] Không nghĩ những điều đã từng nghĩ, nói thì dễ, nhưng trên thực tế, là một cuộc đấu tranh hết sức nhọc nhằn, ở đó, người ta phải thường xuyên tự thanh lọc những dấu vết cũ kỹ mai phục bên trong con người mình. Chiến trường thực sự của người cầm bút, do đó, chính là trong tâm hồn của hắn. Kẻ thù

---

[1] Plato trình bày các quan niệm về sáng tạo của mình chủ yếu trong cuốn *Ion*, và một phần trong cuốn *Phaedrus*.
[2] Dẫn theo Philip Barker (1998), sách đã dẫn, tr. 87.

nguy hiểm nhất của hắn không ai khác hơn là chính hắn, kẻ luôn luôn có khuynh hướng kéo ngược hắn về quá khứ, với những quy ước và những thói quen dễ dãi. Hắn chỉ có thể được gọi là thành công khi, với tác phẩm mới, hắn ít nhiều trở thành một con người khác với những cách nghĩ và cách cảm khác. Nói cách khác, cái tôi của hắn chỉ là một một sản phẩm được hình thành trong quá trình hắn cầm bút. Nói cách khác nữa: viết là một cách dự phóng về chính bản thân mình.

Đổi mới và thử nghiệm

Viết là một dự phóng. Đổi mới càng là một dự phóng. Mọi dự phóng đều hướng tới tương lai. Bởi vậy, không có gì nhảm cho bằng những luận điệu đại loại: đừng bận tâm với vấn đề mới hay cũ, chỉ cần viết "văn chương" là được; muốn viết "văn chương" thì nên theo gót các bậc cha anh thời trước; còn nếu muốn đổi mới thì đừng theo các trào lưu mới quá, mà chỉ nên theo các trào lưu cách đây khoảng nửa thế kỷ hay hơn một chút cũng được, miễn là chúng đã được giới thiệu bằng tiếng Việt, lại giới thiệu một cách thật đơn sơ theo kiểu sách giáo khoa trung học thì càng tốt.[1] Nhảm, vì hình như người ta cứ tưởng có một thứ "văn chương đích thực" nào đó nằm ngoài thời gian, cố định và bất biến; cứ tưởng sáng tạo là một sự bắt chước, do đó, cứ loay hoay với những chỗ "dựa" bên ngoài mà hoàn toàn không để

---

[1] Xem, ví dụ, bài viết "Vấn đề đoạn tuyệt quá khứ để lên đường" của Thuy Khuê đăng trên Talawas www.talawas.org và trên *Hợp Lưu* số 68 (12.2002 & 1.2003), tr. 14-48. Người đọc cũng có thể dễ dàng bắt gặp những luận điệu tương tự ở những nơi khác, dưới những hình thức khác, đặc biệt trong các bài viết bàn về văn nghệ trên các tờ báo ngày và báo tuần.

ý đến một yếu tố cần để ý hơn: những nhu cầu tự thân của một nền văn học trong quá trình vận động và giao lưu của nó. Nhảm, vì người ta, nói theo cách nói đã thành quen thuộc, cứ mải lo dạy dỗ người khác lái xe bằng cách chăm chăm nhìn vào kính chiếu hậu: dùng một số hiện tượng trong quá khứ như một thứ tiêu chí để đánh giá hiện tại và định hướng tương lai. Nhảm nữa, vì một mặt, người ta cố làm ra vẻ mới, nhưng mặt khác, lại dị ứng với những cái mới mà, do trình độ có hạn, không thể tiếp nhận được, cuối cùng, dừng lại ở những cái "mới" đã được bình dân hoá và trên thực tế, đã thành khuôn sáo.

Đổi mới là một dự phóng, ở đó, cái mới là cái mà người ta đi tìm chứ không phải cái đã tìm thấy. Người chủ trương đổi mới thực sự nào cũng biết công việc của mình là một thứ phiêu lưu: khi tác phẩm chưa kết thúc, người ta không thể hình dung trọn vẹn được thế nào là cái mới. Bởi vậy đừng bao giờ trông chờ ở họ một thứ "cẩm nang" để dựa theo đó mình sáng tác. Sẽ không bao giờ có một thứ cẩm nang nào như thế cả. Người đổi mới phải tự mày mò, tự thử nghiệm, và tự kinh nghiệm từng bước đi của mình. Người đổi mới là kẻ biến công việc sáng tác của mình thành một chuỗi những thử nghiệm liên tục. Trong quá trình dọ dẫm và thử nghiệm như vậy, thỉnh thoảng người ta có thể bắt gặp một số tri âm, chẳng hạn, một nhà hậu hiện đại nào đó, mà họ cảm thấy tâm đắc. Ừ, nếu tâm đắc thì đi chung với nhau chơi, xem sao. Một cách tự nguyện và bình đẳng. Trong cuộc đi chung ấy, điều duy nhất người ta cần chia sẻ là một cách nhìn, tức những nguyên tắc có tính chiến lược về mỹ học và thi pháp, nhờ đó, người ta có thể phát hiện ra những cái mới khác cho mình. Xin lưu ý: cho mình. Bởi, cách nhìn là cái chung, được chia sẻ bởi nhiều người trong một trào lưu; điều làm cho một cá nhân thoát lên khỏi cái nền chung của trào lưu ấy là ở những phát hiện riêng của hắn, những thu hoạch riêng của hắn. Tầm vóc của một người cầm bút nằm ở những thu hoạch riêng, những phát hiện riêng ấy. Nhưng điểm khởi đầu của hắn lại ở cách nhìn chung. Chung, nhưng cực kỳ cần thiết, không có không được: đó là cái nền để người ta có thể đứng ngang tầm với thời đại mình. Theo tôi, người ta không thể có hy vọng gì đổi mới văn học nếu trước hết chưa đổi mới được cách nhìn về văn học.

Chưa thay đổi được cách nhìn về văn học, người ta không thể sáng tạo được cái mới, đã đành. Người ta cũng không thể tiếp cận được với những cái mới của người khác, từ đó, dễ lên giọng chê bai cái mới này khập khễnh, cái mới kia khật khùng. Nói cách khác, người ta sẽ thất bại cả trong tư cách một người cầm bút lẫn trong tư cách một người đọc. Một sự thất bại toàn diện biến họ thành những kẻ ngoại cuộc trong cuộc vận động đổi mới.

7.
Chiến tranh như một thi pháp

Đổi mới, trước hết, là đổi mới cách nhìn. Có thể lấy đề tài chiến tranh làm ví dụ.

Đã có vô số người, ở Việt Nam cũng như ở khắp nơi trên thế giới, đặc biệt tại Mỹ và Pháp, viết về chiến tranh Việt Nam. Có thể nói, chưa có cuộc chiến tranh nào thu hút sự chú ý của giới nghiên cứu đến như vậy. Tuy nhiên, hầu hết đều tập trung nhìn chiến tranh từ góc độ lịch sử và chính trị. Từ góc độ lịch sử, người ta xem chiến tranh như một cái gì đã kết thúc, ở đó, người ta đã biết rõ ai thắng ai bại; vấn đề chỉ còn là tìm hiểu nguyên nhân, mức độ và ý nghĩa của những sự thắng bại đó mà thôi. Từ góc độ chính trị, người ta - nhất là người Việt Nam ta - nhìn chiến tranh Việt Nam như một cái gì đang tiếp diễn, ở thì hiện tại, ở đó, họ vẫn là chiến sĩ, đứng hẳn trong một chiến tuyến nhất định, lòng sôi sục thù hận, như cái thời trước 1975, với ngòi bút (hay bàn phím computer) trong tay, cứ nhắm thẳng quân thù mà... chửi.

Văn hoá chiến tranh

Tiếc, cho đến nay, rất hiếm người nhìn chiến tranh Việt Nam từ góc độ văn hoá. Mà, theo tôi, đó mới chính là góc nhìn cần thiết và thú vị nhất, từ đó, chúng ta có thể thấy được ít nhất hai khía cạnh quan trọng của chiến tranh: một, những động lực âm thầm đằng sau các quyết định và các cách ứng xử trong chiến tranh; và hai, vô số các cuộc chiến tranh khác về cuộc chiến tranh đã kết thúc ấy: những cuộc chiến tranh trên sách báo, phim ảnh, đủ loại phương tiện truyền thông và, quan trọng hơn cả, trong chính tâm hồn những người từng tham dự, một cách trực tiếp hay gián tiếp, vào cuộc chiến tranh ấy. Khía cạnh thứ nhất chính là văn hoá chiến tranh trong khi khía cạnh thứ hai là văn hoá hậu chiến.

Trong văn hoá chiến tranh, có ba điều, theo tôi, đáng kể nhất: chủ trương phi-nhân hoá kẻ thù, mỹ học về bạo động và đạo đức học về sự phá hoại.

Tuy nhiên, có lẽ, để tránh ngộ nhận, cần xác minh về chữ "văn hoá" một chút. Lý do, như Raymond Williams từng ghi nhận, đây là một trong những chữ phức tạp nhất trong tiếng Anh,[1] và có lẽ, nghĩ cho cùng, không phải chỉ trong tiếng Anh. Phức tạp chủ yếu vì nó được sử dụng quá nhiều và do đó, thay đổi quá nhanh. Từ văn hoá Việt Nam, văn hoá Mỹ, văn hoá Đông phương, văn hoá Tây phương... đến văn hoá ẩm thực, văn hoá doanh nghiệp, văn hoá chính trị... rồi đến văn hoá nhà tù, văn hoá tuổi trẻ, thậm chí, văn hoá McDonald, văn hoá Nike... ý nghĩa của chữ "văn hoá" khó có thể là một được. Có người, ngay từ đầu thập niên 1950, đã từng làm thống kê thử, phát hiện có đến 164 định nghĩa khác nhau về văn hoá.[2] Dù vậy, chúng ta cũng không cần thiết phải đi quá xa vào các định nghĩa ấy. Tôi chỉ muốn dừng lại ở một định nghĩa được nhiều nhà nhân chủng học sử dụng

---

[1] Raymond Williams (1983), *Keywords, A Vocabulary of Culture and Society*, London: Fontana Press, p. 87.
[2] Bernardo Bernardi (1977), *The Concept and Dynamics of Culture*, The Hague: Mouton Publishers, tr. 10.

nhất: văn hoá là hệ thống ý nghĩa được một cộng đồng sáng tạo và chia sẻ.¹

Là một hệ thống ý nghĩa, văn hoá bao gồm những biểu tượng, những niềm tin và những giá trị nền tảng để dựa theo đó, các thành viên trong cộng đồng, về phương diện nhận thức, có thể diễn dịch và đánh giá các hoạt động và các sự kiện khác nhau, có thể phân biệt được cái đúng và cái sai, cái tốt và cái xấu, cái đạo đức và cái vô luân, cái có thể và cái không thể chấp nhận được; về phương diện thẩm mỹ, phân biệt cái đẹp và cái xấu, cái hay và cái dở, cái đáng yêu và cái đáng ghét, v.v... Hệ thống ý nghĩa ấy, một mặt, là những yếu tố nhân-hoá con người (loài vật không hề biết đến khái niệm giá trị), mặt khác, đóng vai trò chủ đạo trong việc hình thành cộng đồng, một thứ "cộng đồng tưởng tượng" (imagined community), nói theo Benedict Anderson,² ở đó, mọi thành viên có thể truyền thông với nhau và cảm thấy có sợi dây liên kết với nhau. Có thể nói, không có hệ thống ý nghĩa, sẽ không có cộng đồng: cộng đồng, như vậy, vừa là nguyên nhân lại vừa là kết quả của văn hoá. Điều này làm cho tính tập thể trở thành một trong những đặc điểm nổi bật nhất của văn hoá: văn hoá là những gì người ta có thể thụ đắc bằng giáo dục và có thể lưu truyền từ thế hệ này qua thế hệ khác. Nhưng nhấn mạnh đến vai trò của giáo dục cũng là nhấn mạnh đến hai tính chất: một, tính chất thế quyền thể hiện qua vai trò của nhà nước, yếu tố quyết định chính sách, chương trình,

---

[1] Hannerz, U. (1992), *Cultural Complexity: Studies in the Social Organization of Meaning*, New York: Columbia University Press, tr. 3.
[2] Benedict Anderson (1991), *Imagined Communities: Reflections on the Origins and Spread of Nationalism*, London: Verso.

và do đó, diện mạo của giáo dục;[1] hai, tính chất tín ngưỡng: do được giáo dục từ lúc vừa mới lọt lòng, người ta dễ ngỡ các quy ước văn hoá là những điều linh thiêng, cần phải được chấp nhận một cách vô điều kiện: có lẽ không phải ngẫu nhiên mà trong chữ "culture" (văn hoá), có từ tố "cult", nghĩa là sùng bái.[2] Hai tính chất ấy cho thấy văn hoá, như Michel Foucault thường nhắc nhở rải rác trong nhiều tác phẩm khác nhau, thực chất là một thứ quan hệ quyền lực. Văn hoá cung cấp cho người ta những cái lý-để-tồn-tại (rationale), những nền tảng để trên đó người ta kiến tạo bản sắc cho cộng đồng, những cái khung nhận thức để mọi thành viên trong cộng đồng dễ có những hồi âm giống nhau khi đối diện với một trạng huống hay một hiện tượng cụ thể nào đó.

Nếu văn hoá là một hình thái của quyền lực, không đâu tính chất quyền lực ấy lại thể hiện rõ rệt cho bằng trong văn hoá chiến tranh.

Nếu văn hoá là một hệ thống ý nghĩa, văn hoá chiến tranh có thể được định nghĩa là một hệ thống ý nghĩa làm nền tảng cho cách suy nghĩ của cả xã hội khi đối diện với chiến tranh và những hậu quả của nó. Văn hoá chiến tranh bao gồm những quy ước và quy phạm đặc thù giúp người ta phân biệt bạn và thù, chính nghĩa và phi nghĩa, điều gì nên làm và điều gì không nên làm. Nó cũng giúp người ta xác định lại mọi thang bậc giá trị, đồng thời, đưa ra một thứ "từ điển" mới định nghĩa một

---

[1] Về quan hệ giữa nhà nước và văn hoá, có thể xem Michael J. Mazarr, "Race and Culture: a World View", *The Washington Quarterly*, Spring, 1996 (Cũng có thể xem trên "Expanded Academic" website.)
[2] Xem thêm chương "Culture and Cult" trong cuốn *An Intelligent Person's Guide to Modern Culture* của Roger Scruton, Duckworth xuất bản tại London năm 1998, tr. 5-20.

số những khái niệm căn bản để mọi người trong xã hội có cái nhìn giống nhau. Ví dụ, ở miền Bắc, trước năm 1975, tất cả những chữ như "chiến tranh" hay "người" hay "nhân loại", v.v... đều phải gắn liền với tính lịch sử cụ thể: người ta có thể bị buộc tội là thiếu lập trường chính trị hay không có quan điểm rõ ràng nếu sử dụng các từ ấy như những khái niệm chung chung, muôn thuở.[1] Điều nghịch lý thú vị là, quá nhấn mạnh vào tính lịch sử, người ta cũng có thể biến các hiện thực thành các khái niệm trừu tượng: kẻ thù không phải là những con người cụ thể mà là "thực dân", "đế quốc", "ngụy" hay "phản cách mạng", v.v... Người ta càng đẩy mạnh quá trình phi-nhân hoá (de-humanization) này bằng cách xem kẻ thù như những con thú: "chó", "chồn", "cáo", "thú dữ", "sài lang", "hùm beo", v.v...[2] Ngay cả khi buộc phải xem kẻ thù là người thì người ta cũng tìm cách tước bớt chất người ấy bằng một hệ thống đại từ nhân xưng cực hạn chế: "thằng", "con" và "mụ". Mọi kẻ thù nam đều là "thằng", và mọi kẻ thù nữ đều là "con" hay "mụ". Những biện pháp phi-nhân hoá kẻ thù như thế làm cho hành động giết người được miễn trừ trách nhiệm đạo đức: giết kẻ thù chỉ là giết một khái niệm, một con thú hay một kẻ chưa thành người. Vậy thôi.

Cần lưu ý là không phải chỉ ở Việt Nam mới có hiện tượng phi-nhân hoá nhắm vào kẻ thù. Có lẽ ở đâu cũng

---

[1] Tiêu biểu nhất là vụ nhà thơ Việt Phương bị phê bình vì mấy câu thơ: "Ta thắng Mỹ cho hàng vạn năm đời sắp tới / Cho cả thời cháu con ta sẽ hỏi / Vì đâu / Ngày xa xưa trước năm 2000 / Người ta giết nhau mạng người như hòn sỏi?" Chữ "người ta" ấy đã bị phê phán gay gắt. Xem Hoàng Trung Thông (1979), *Cuộc sống thơ và thơ cuộc sống*, Hà Nội: Văn Học, tr. 72.
[2] Tố Hữu có hai câu thơ: "Thực dân địa chủ một bầy / Chúng là thú vật, ta đây là người." Ví dụ về chuyện này rất nhiều và rất dễ tìm nên tôi thấy không cần phải trích dài.

thế. Chiến tranh là thế. Những cuộc chiến tranh được xem là vệ quốc lại càng như thế: sự tủi nhục và căm hận của người dân ở những nơi bị chiếm đóng là điều rất dễ và cũng rất nên được thông cảm. Ở đây, tôi chỉ ghi nhận sự kiện chứ không hàm ý phê phán. Và đã ghi nhận sự kiện phi-nhân hoá kẻ thù thì cũng xin ghi nhận thêm một sự kiện nữa: hành động giết kẻ thù không những bị miễn trừ đạo đức mà còn, hơn nữa, được thẩm mỹ hoá thành một cái đẹp. Giết người là đẹp. Máu chảy là đẹp. Thời kháng chiến chống Pháp, Nguyễn Tuân từng ví trái tim của một người dân quân bị giặc giết với củ thuỷ tiên nấu và vết máu trên thi thể một cô gái bị hãm hại với lá đông hồng.[1] Thời 1954-75, Lê Anh Xuân say sưa mô tả cái đẹp của một dòng máu phun thành vòi: *Và anh chết trong khi đang đứng bắn / Máu anh phun theo lửa đạn cầu vồng*. Rộng hơn, Phạm Tiến Duật mô tả cái đẹp của con đường ra trận: *Đường ra trận mùa này đẹp lắm*, Xuân Diệu mô tả cảm giác sung sướng khi cầm vũ khí: *Ôi, êm ái khi tay cầm vũ khí*, và Chế Lan Viên tuyên bố dứt khoát: *Hỡi cái hầm chông / Ta yêu ngươi hơn vạn đoá hoa hồng*.

Mỹ học bạo động

Khi ca ngợi chiến tranh như thế, người ta dần dần hình thành một thứ mỹ học bạo động, ở đó, có những điều bình thường vốn bị xem là tàn ác hay đáng ghê tởm bỗng trở thành những cái đẹp. Tuy nhiên, tôi không muốn đánh giá thứ mỹ học này từ góc độ đạo đức. Chỉ giới hạn trong phạm vi thẩm mỹ, cách nhìn như thế rõ

---

[1] Nguyễn Tuân (1981), *Tuyển tập Nguyễn Tuân* (tập 1), Nguyễn Đăng Mạnh sưu tầm, tuyển chọn và giới thiệu, Hà Nội: Văn Học, tr. 42.

ràng là đã làm thay đổi tận gốc rễ các quan điểm mỹ học truyền thống của Việt Nam, một dân tộc, gắn liền với nền kinh tế nông nghiệp, vốn yêu chuộng những vẻ đẹp dịu dàng và kín đáo, thích trăng hơn thích mặt trời, thích hồ ao hơn sông biển, thích những màu sắc nhàn nhạt đơn sơ hơn những gì chói chang rực rỡ, thích nói về tình yêu hơn sự căm thù. Dĩ nhiên, sự thay đổi này không có gì đáng nói. Cái gọi là "mỹ học truyền thống" cũng không có lý do gì để tồn tại vĩnh viễn. Sự thay đổi không diễn ra dưới hình thức này thì cũng diễn ra dưới hình thức khác. Chỉ có điều là, với sự thay đổi như thế, cái bị thiệt thòi đầu tiên chính là văn học: thật khó tưởng tượng những kẻ yêu hầm chông hơn hoa hồng có thể thực tâm yêu được văn học như một nghệ thuật thuần tuý của ngôn ngữ. Ưu thế của hầm chông đối với hoa hồng chắc chắn cũng chính là ưu thế của cuộc sống trên nghệ thuật, của tinh thần thực dụng trên tinh thần thẩm mỹ, của cái có ích trên cái đẹp. Những ưu thế này ít nhiều mang tính phi-văn học, nếu không muốn nói là phản-văn học, nơi, nói theo Roman Jakobson, ngôn ngữ được sử dụng mà không cần phải gắn liền với bất cứ mục đích nào khác hơn chính nó.[1] Không phải ngẫu nhiên mà Tố Hữu viết: *Dẫu một cây chông trừ giặc Mỹ / Hơn nghìn trang giấy luận văn chương*. Với cách nhìn như thế, vai trò của người cầm bút thay đổi: hắn thấp hơn người cầm súng, thấp hơn những người trực tiếp chiến đấu hoặc trên mặt trận quân sự hoặc trên mặt trận chính trị. Trong bài "Câu chuyện với người bạn cũ", sáng tác năm 1972, Nguyễn Đình Thi viết: *Anh hơn tôi anh là người chiến sĩ / Luôn luôn đối mặt với quân thù*.

---

[1] Roman Jacobson (1987), *Language in Literature* (Krystyna Pomorska & Stephen Rudy biên tập), Cambridge: The Belknap Press of Havard University Press, tr. 62-94.

Mà có lẽ không phải chỉ có Nguyễn Đình Thi. Tâm lý thấy mình thấp bé hay thừa thãi khá phổ biến thời kháng chiến chống Pháp cũng như thời chiến tranh Nam Bắc, 1954-75. Người cầm bút mất hẳn niềm tự tin, từ niềm tự tin của một công dân đến niềm tự tin của một văn nghệ sĩ: cuối cùng, hắn hoàn toàn mất ý niệm về vấn đề bản sắc; hắn hoàn toàn hài lòng với các bộ đồng phục hắn đang mặc. Nên lưu ý là, khác với văn hoá thời bình, văn hoá chiến tranh, như Paul Fussell ghi nhận, bao giờ cũng là một nền văn hoá vâng phục, ở đó, tập thể bao giờ cũng được đề cao hơn cá nhân, sự hợp nhất bao giờ cũng được khuyến khích hơn sự phân rẽ, cái chung bao giờ cũng được ca ngợi hơn là cái riêng.[1] Trong mọi trường hợp, cái bị thiệt thòi đầu tiên vẫn là bản thân văn học: chắc không có gì đáng ngạc nhiên khi, suốt cả mấy chục năm, không ngớt đổ máu ở chiến trường và đổ mồ hôi trên trang giấy, người ta vẫn không tạo được những tác phẩm nào thực sự có ý nghĩa về phương diện nghệ thuật?

Những công dân phi quy ước

Chiến tranh Việt Nam lại là thứ chiến tranh du kích. Không có lực lượng du kích nào đủ sức để có thể ngang nhiên dàn trận ra đánh nhau với đối phương cả. Thế mạnh duy nhất của du kích chỉ nằm ở chỗ: bất ngờ. Một trong những cách tốt nhất để tận dụng yếu tố bất ngờ là sẵn sàng chà đạp lên mọi quy ước và quy luật thông

---

[1] Paul Fussell (1996), "The culture of war", *Society*, Sep-Oct 1996; reproduced at Expanded Academic ASAP: http://0-web1.infotrac.galegroup.com.library.vu.edu.au/itw/infomark/619/185/44345726w1/purl=rc1_EAIM_0_A18688805anddyn=8!xrn_55_0_A18688805?sw_aep=vut_main.

thường của chiến tranh. Vừa mới tuyên bố đình chiến là nổ súng ngay: bất ngờ. Ở ngay khu dân cư, nơi không ai nghĩ là có thể xảy ra chiến trận, nổ súng: bất ngờ. Đồng nhất chiến thuật khủng bố và chiến tranh: bất ngờ. Vân vân. Nhờ phá vỡ những quy ước và quy luật của chiến tranh như thế, chúng ta đã nhiều lần thắng trận. Nhưng cái giá chúng ta phải trả không phải nhỏ: những con người được đào tạo trong văn hoá chiến tranh xem việc phá vỡ quy ước như một sức mạnh như thế, sau hoà bình, đã trở thành những công dân phi quy ước (unconventional), những kẻ từ chối mọi quy ước cần thiết trong một xã hội dân sự, thậm chí, còn xem việc phá vỡ những quy ước ấy là một hành động khôn ngoan, một điều kiện để thành công. Nói cách khác, trong xã hội Việt Nam ngày nay, hầu như mọi người, trong mọi cấp và mọi lãnh vực, từ chính trị đến kinh tế, giáo dục, văn học, nghệ thuật, v.v... đều hành xử như những tên du kích: ai cũng thích len lách theo những ngõ tắt và tìm cách qua mặt tất cả những luật lệ hiện có. Theo tôi, đây chính là một trong những thử thách lớn nhất và nghiêm trọng nhất mà dân tộc Việt Nam đang phải đối diện: không thể xây dựng một đất nước giàu mạnh và dân chủ khi chưa có một xã hội dân sự; nhưng không thể có xã hội dân sự khi hầu như mọi người, từ giới lãnh đạo đến thường dân, từ giới trí thức đến giới vô học, đều không có ý thức tôn trọng, thậm chí, không thừa nhận, các quy ước chung. Khi người ta xem việc lấn đường, đi ngược chiều và vượt qua đèn đỏ mà không bị công an bắt phạt là những chiến tích đáng tự hào thì, không phải xã hội dân sự mà ngay cả các loại văn hoá chuyên ngành như văn hoá doanh nghiệp, văn hoá chính trị, văn hoá thể thao, văn hoá văn chương, v.v... cũng khó mà hình thành được bởi vì điều kiện đầu tiên của mọi thứ văn hoá bao giờ cũng là sự đồng thuận về một số quy ước chung và hành xử theo các quy ước ấy.

Những biểu hiện và những biến chứng này của văn hoá chiến tranh vô cùng đa dạng nếu chúng ta nhìn vào các tác phẩm văn học được xuất bản trong suốt chiến tranh cũng như sau đó. Tuy nhiên, có lẽ đó sẽ là đề tài cho một bài viết khác, sau này. Ở đây, tôi muốn chuyển sang một khía cạnh khác: văn hoá hậu chiến. Xin lưu ý: không phải văn hoá thời hậu chiến mà là văn hoá hậu chiến. Văn hoá thời hậu chiến chỉ là thứ văn hoá thoang thoảng chút hương hoa chiến tranh. Văn hoá hậu chiến là thứ văn hoá được làm từ chất bột chiến tranh. Một thứ hậu-văn hoá chiến tranh.

Văn hoá hậu-chiến tranh

Có thể nói những ai đã từng trực tiếp tham dự vào chiến tranh sẽ không bao giờ thoát khỏi cuộc chiến tranh ấy. Những người lính từng "giã từ vũ khí" gần ba mươi năm về trước vẫn tiếp tục sống trong tâm thế lính tráng cho đến tận bây giờ. Người ta tiếp tục đánh nhau trong ký ức và trong những giấc mơ. Điều này phần nào giải thích tại sao người ta cứ viết về chiến tranh mãi. Kẻ thắng viết, đã đành; kẻ thua cũng viết, thậm chí, còn viết nhiều và viết hăng hơn những kẻ chiến thắng nữa. Tại sao thế nhỉ?

Ở Việt Nam, cho đến nay, hình như chưa ai nói đến tính chính trị của ký ức, nhất là các loại ký ức tập thể (collective memory) và ký ức văn hoá (cultural memory). Điều không cần bàn cãi là tầm quan trọng của ký ức: thứ nhất, trong phạm vi xã hội, không có ký ức, sẽ không có lịch sử; không có lịch sử, sẽ không có tiến bộ;

không có tiến bộ sẽ không có văn minh và văn hoá; thứ hai, trong phạm vi cá nhân, ký ức là yếu tố chính tạo nên ý nghĩa cho những việc làm của chúng ta, từ đó, tạo nên hình ảnh của chính chúng ta, cuối cùng, nhờ đó, chúng ta có một bản sắc riêng: có thể nói, chúng ta được hình thành bởi những gì chúng ta nhớ.

Chia hai phạm vi cá nhân và xã hội như trên, thật ra, là để cho tiện. Trên thực tế, ký ức có khả năng làm cho cá nhân và xã hội tương thông với nhau: thông qua ký ức, nội tâm được nối kết với ngoại giới, quá khứ được nối liền với hiện tại, cá nhân được gắn liền với xã hội: bất cứ sự thay đổi nào trong ký ức cũng mang lại sự thay đổi trong hình ảnh của cả cá nhân lẫn xã hội. Mà ký ức thì hay thay đổi lắm. Ký ức không phải là những cuộn phim hay những bức ảnh cố định, lâu lâu chúng ta có thể mở ra xem, lần nào cũng giống lần nào. Không phải. Thực chất, ký ức, một phần, là sản phẩm của quá khứ, nhưng phần khác, lại là sản phẩm của hiện tại. Người ta không phải chỉ có thể khôi phục ký ức mà còn có thể tái cấu trúc (re-structure) ký ức để phục vụ cho những nhu cầu hiện tại của mình. Tái cấu trúc có nghĩa là sử dụng những chất liệu có sẵn: điều người ta thay đổi là làm cho những chất liệu ấy có một trật tự mới, hình dạng mới, màu sắc mới, và từ đó, một ý nghĩa mới. Cũng cùng một trận đánh, nhưng lúc này là một chiến bại, lúc khác, lại là một chiến thắng: lần nào cũng là ký ức và lần nào người ta cũng thành thực và trung thực cả. Công việc tái cấu trúc ký ức như thế xảy ra ở mọi người, mọi nơi, mọi lúc và mọi vấn đề. Không cứ gì là chiến tranh. Ngay những kinh nghiệm sống thường nhật cũng thế. Mỗi lần nhớ là mỗi lần cái nhớ ấy lại có một cấu trúc mới: quá khứ cứ như một bức khảm (mosaic) mới. Có thể, nhớ mới là một nhu cầu, hơn nữa, một đam mê: nhớ, ngay cả nhớ một kinh nghiệm bất hạnh, cũng có cái "thú" của nó. Chìm đắm trong những cái thú ấy, nhiều người, rất nhiều người, tự nguyện trở thành tù nhân chung thân của quá khứ.

Người Việt Nam lại càng có vẻ say mê với quá khứ. Một phần, đặt căn bản trên nền kinh tế nông nghiệp, xã hội Việt Nam thường chậm thay đổi, cái bóng của quá khứ, do đó, thường phủ đè lên hiện tại. Phần khác, văn hoá Việt Nam, cho đến tận ngày nay, chủ yếu vẫn dựa trên nền tảng truyền miệng, lịch sử vẫn còn ở dạng phôi thai, tuyệt đại đa số, do đó, vẫn còn sống với ký ức. Cho dù đã rời Việt Nam và sống ở hải ngoại lâu đến mấy, những nét tâm lý ấy vẫn đậm nét trong con người Việt Nam: phần lớn vẫn sống với ký ức hơn là với lịch sử, sống với những kinh nghiệm trực tiếp và những tin đồn hơn là với những gì đã được chọn lọc, xác minh và ít nhiều được khách quan hoá. Hơn nữa, càng đi xa quê hương, người ta lại càng chìm đắm trong ký ức.

Tuy nhiên, điều quan trọng là người ta nhớ quá khứ không phải chỉ vì lưu luyến với quá khứ mà còn là vì những nhu cầu thiết yếu trong hiện tại. Khi tái cấu trúc ký ức, người ta cũng đồng thời tái cấu trúc cả hình ảnh của chính mình trong hiện tại. Mỗi động thái nhớ lại, do đó, có thể được xem là một dự án, thậm chí, dự phóng: nó hướng tới hiện tại và tương lai nhiều hơn cả quay về với quá khứ. Các học giả ngành Văn hoá học hay nói đến tính chính trị của ký ức là vì thế. Dĩ nhiên, ở đây, khi tái cấu trúc ký ức, người ta chịu nhiều áp lực, từ những áp lực nội tại, xuất phát từ tính chất logic giữa các hình ảnh trong quá khứ và ý nghĩa của chúng, đến những áp lực ngoại tại, từ thiên kiến xã hội đến khí quyển chính trị chung quanh.

Những nỗ lực tái diễn dịch và tái cấu trúc quá khứ

Với quan niệm như vậy, chúng ta có thể xem các tác phẩm văn học nghệ thuật về chiến tranh xuất hiện sau năm 1975, không những bằng tiếng Việt mà còn bằng các ngôn ngữ khác, như đọc một văn bản hậu chiến, qua đó, chúng ta có thể nhìn thấy trận chiến đấu khốc liệt của nhiều người thuộc nhiều giới và nhiều dân tộc khác nhau trong việc giành giật ý nghĩa của chiến tranh Việt Nam bằng cách đưa ra những cấu trúc hình ảnh và những cách diễn dịch khác nhau về quá khứ.

Có thể lấy phim ảnh Hollywood về đề tài chiến tranh Việt Nam làm ví dụ.

Có thể nói mỗi cuốn phim về chiến tranh Việt Nam không phải là những nỗ lực tái hiện sự thật lịch sử mà chủ yếu là một nỗ lực tái cấu trúc quá khứ cho một dự án trong hiện tại. Những năm sau 1975, khi không khí phản chiến tại Mỹ còn mạnh, hầu hết các cuốn phim về chiến tranh Việt Nam, từ *Coming Home* đến *The Deer Hunter* hay *Go Tell the Spartans*, v.v... đều tập trung vào khía cạnh bi kịch của cuộc chiến. Để làm gì? Để biện chính, một phần, cho phong trào phản chiến trước đó; phần khác, cho ưu thế của các trí thức phản chiến trong hệ thống đại học và truyền thông đại chúng của Mỹ sau khi chiến tranh đã chấm dứt: họ không phải là những người tốn tránh nghĩa vụ mà là những người có viễn kiến và dấn thân để cứu dân tộc ra khỏi một nguy cơ thảm bại. Nhưng từ đầu thập niên 1980 thì mọi sự thay đổi. Với sự xuất hiện của phim *Rambo, First Blood 2*, phim ảnh về chiến tranh Việt Nam bỗng có âm hưởng anh hùng ca rất rõ, ở đó, lính Mỹ không còn là những kẻ thua trận nữa mà là những anh hùng hầu như bất khả xâm phạm: sự thất bại tạm thời của họ trước kia chủ yếu xuất phát từ hệ thống tổ chức hành chính mang tính cửa quyền. Tại sao có sự thay đổi như thế? Lý do chủ yếu đến từ ảnh hưởng của Ronald Reagan, người quyết định ra sức tuyên truyền chống lại những cái gọi là hội chứng Việt Nam, cổ vũ cho niềm tự tin và tự hào về sức mạnh của Hoa Kỳ: Hoa Kỳ không thua ai cả; Hoa Kỳ chỉ có thể thua chính nó: nó thua khi nó mất quyết tâm giành chiến thắng đến cùng.[1]

Những gì chúng ta nhìn thấy trong phim ảnh Hollywood, chúng ta cũng có thể nhìn thấy ngay trong văn học nghệ thuật Việt Nam. Với mức độ, có lẽ, ít tự giác hơn, giới văn nghệ sĩ Việt Nam thường cũng viết về chiến tranh Việt Nam như một cách tái tạo chính mình. Những nỗ lực tái tạo ấy thay đổi theo thời gian và theo thời tiết chính trị chung quanh. Ngay sau năm 1975, lúc còn ở Việt Nam, Nguyễn Mộng Giác viết bộ trường thiên *Sông Côn mùa lũ* trong đó nổi bật lên hình ảnh những trí thức chao đảo giữa cơn lốc lịch sử, chủ yếu với sự thay đổi của các triều đại, từ Trịnh - Nguyễn sang Tây Sơn. Vừa mới vượt biển đến Indonesia, ông đã bắt tay ngay vào bộ trường thiên thứ hai, *Mùa biển động* trong đó nổi

---

[1] Tài liệu về phim ảnh Mỹ về đề tài chiến tranh Việt Nam rất nhiều. Ví dụ: Richard Morris và Peter Ehrenhaus (biên tập) (1990), *Cultural Legacies of Vietnam: Uses of the Past in the Present*, Norwood: Ablex Publishing Corporation; Andrew Martin (1993), *Receptions of War: Vietnam in American Culture*, Norman: University of Oklahoma Press; Albert Auster và Leonard Quart (1988), *How the War Was Remembered: Hollywood & Vietnam*, New York: Praeger; Michael Klein (1990), *The Vietnam Era: Media and Popular Culture in the US and Vietnam*, London: Pluto Press; Jerry Lembcke (1998), *The Spitting Image: Myth, Memory, and the Legacy of Vietnam*, New York: New York University Press..

bật lên hình ảnh những trí thức miền Nam vỡ mộng vì cách mạng. Trong cả hai trường hợp, quá khứ đều được lựa chọn và cấu trúc theo những dự án trong hiện tại, nhằm biện minh cho những quyết định trong hiện tại: ở thời điểm đầu, đó là vấn đề hợp tác với chế độ mới; ở thời điểm sau, là sự tỉnh ngộ và ly khai.

Không phải chỉ ở Nguyễn Mộng Giác và cũng không nên căn cứ vào hiện tượng này để quy kết bất cứ điều gì đối với Nguyễn Mộng Giác: nỗ lực tái diễn dịch và tái cấu trúc quá khứ như thế là hành động phổ quát ở hầu hết mọi người cầm bút. Bởi vậy, đối diện với đề tài chiến tranh, trong đó có chiến tranh Việt Nam, chúng ta không cần, không nên, và thật ra, cũng không thể đặt ra vấn đề chính xác trong việc tái hiện hiện thực. Một phần, cái hiện thực ấy không phải là cái gì ở ngoài để chúng ta, như những Thượng Đế, có thể quan sát trọn vẹn được. Đó chỉ là một thứ siêu tự sự không bao giờ có thật cả. Hiện thực nào cũng là một hiện thực được từng cá nhân kinh nghiệm một cách cụ thể từ một góc độ cụ thể. Hiện thực chiến tranh, với các vị tướng lãnh, chủ yếu là tấm bản đồ khổ rộng với những mũi tên ngoằn ngoèo; trong khi đó, với người lính, là hầm hố, súng đạn, mồ hôi, và máu thịt, trong đó có thể có cả máu thịt của chính mình. Phần khác, như đã phân tích, trong giới làm văn học nghệ thuật, không ai viết về quá khứ chỉ vì quá khứ: người ta viết về quá khứ từ hiện tại và cho hiện tại; không ai viết về chiến tranh chỉ vì chiến tranh: người ta viết về chiến tranh để khẳng định và tái khẳng định bản sắc cũng như thế đứng của chính họ.[1] Một người lính miền Nam sẽ vĩnh viễn là những kẻ thất trận thảm hại

---

[1] Xin lưu ý cụm từ "trong giới làm văn học nghệ thuật". Tôi không bàn đến những giới khác như giới sử học hay báo chí, những người chủ yếu làm việc với tư liệu và vì tư liệu.

nếu không tự giành cho mình cái quyền kể lại cuộc chiến tranh Việt Nam, trong đó, mình từng có lúc thắng trận, hoặc nếu thất trận, cũng thất trận một cách anh dũng, trong đó, một trong những biểu hiện anh dũng nhất là dám từ khước ý nghĩa của cuộc chiến tranh mà những người chiến thắng đã/đang tiến hành. Một người lính miền Bắc sẽ vĩnh viễn bị xem là một công cụ vô hồn của chiến tranh nếu không tự giành cho mình cái quyền viết về chiến tranh, ở đó, mình từng có lúc chảy nước mắt khi chứng kiến cái chết, có khi là cái chết của kẻ thù: Cả cái nhìn cố tạo vẻ anh hùng chủ nghĩa của người bại trận lẫn cái nhìn muốn vươn lên tính nhân đạo chủ nghĩa của người thắng trận đều rất dễ dẫn một âm hưởng giống nhau trong văn học: phản chiến.

Hay hay dở, đó mới là vấn đề!

Với mọi người, tất cả những nỗ lực tái cấu trúc quá khứ đều có ý nghĩa chính trị: chúng nhằm phục vụ cho một dự án hay dự phóng nào đó trong hiện tại và tương lai. Với giới cầm bút, bất kể ý nghĩa chính trị ấy như thế nào, mọi nỗ lực tái cấu trúc quá khứ chỉ thực sự đáng kể khi chúng mang tính thẩm mỹ. Nói cách khác, trong lãnh vực văn học nghệ thuật, chiến tranh chỉ là một thi pháp (poetics). Là thi pháp, tức là nghệ thuật. Một sự thể hiện, chứ không phải là hiện thực.

Một cuộc chiến tranh có thể mang tính chính nghĩa hay phi nghĩa; nhưng một tác phẩm viết về chiến tranh thì chỉ có vấn đề hay hay dở mà thôi. Tim O'Brien, một trong những nhà văn hàng đầu của Mỹ chuyên viết về chiến tranh Việt Nam, phát biểu trong cuốn *The Things They Carried*:

Một câu chuyện thật về chiến tranh thì không bao giờ bay mùi đạo đức. Nó không dạy bảo, không khuyến hạnh, không đưa ra những điển hình về cách ứng xử tốt lành, không kiềm chế con người để họ khỏi làm những việc họ đã luôn luôn làm. Nếu một câu chuyện có vẻ đạo đức, đừng tin nó.[1]

Có điều cần lưu ý là, trong thế giới nghệ thuật, cái hay nhất bao giờ cũng được xem là cái đúng nhất. *Chiến tranh và hoà bình* của Leo Tolstoy không phải là tác phẩm viết đúng nhất mà là tác phẩm viết hay nhất về cuộc chiến tranh Nga – Pháp. Nhưng khi nó được xem là hay nhất, nó tự động được xem là chuẩn mực, từ đó, không phải chỉ có cuộc chiến tranh Nga – Pháp mà hầu hết các cuộc chiến tranh khác đều "bắt chước" *Chiến tranh và hoà bình*.

Nói cách khác, nhà văn lớn là kẻ buộc hiện thực phải bắt chước mình. Chứ không phải ngược lại.

---

[1] Dẫn theo Hoàng Ngọc-Tuấn, "Văn chương về chiến tranh Việt Nam và nhu cầu sáng tạo bút pháp mới", *Hợp Lưu*, số 71 (6&7.2003), tr. 21.

8.
Tính đại chúng: kẻ thù của văn học

Nếu nhà văn lớn là kẻ có khả năng buộc hiện thực phải bắt chước mình, hắn cũng có khả năng buộc đại chúng phải đi theo mình.

Ít nhất là từ năm 1945 đến nay, nhiều người cầm bút Việt Nam, đây đó, thường cho thất bại lớn nhất của văn học Việt Nam đương đại là không tiếp cận được với quần chúng, là quá xa rời quần chúng, là không được quần chúng cảm nhận và ủng hộ. Sự thực, tôi nghĩ, ngược lại: thất bại lớn nhất của văn học Việt Nam đương đại là chưa thoát khỏi quần chúng, là cứ quanh quẩn mãi trong sân chơi của quần chúng, là cứ la đà hoài trong nền văn hoá đại chúng.

Tính đại chúng và văn học

Tôi có hai lý do chính để đưa ra nhận định vừa nêu: một, tính đại chúng không phải, không thể và cũng không nên được xem là thước đo của một nền văn học, thậm chí, của một tác giả hay một tác phẩm văn học; hai, trong suốt cả lịch sử của nó, đặc biệt thời hiện đại, từ cuối thế kỷ 19 đến nay, văn học Việt Nam chưa bao giờ thực sự xa rời đại chúng.

Về điểm thứ nhất, tôi cho là khá hiển nhiên. Tôi tin là ngay cả những người hay đề cao tính đại chúng cũng không thực sự tin tưởng đến cùng vào chính luận điểm của họ. Bởi, nếu đã thực tâm xem tính đại chúng như một tiêu chuẩn chính để đánh giá văn học, hẳn người ta, để cho nhất quán, phải công nhận: những tác giả bình dân chuyên viết sách giải trí, từ truyện chưởng đến truyện trinh thám, truyện kinh dị, truyện diễm tình và truyện dành cho thiếu nhi là những tác giả lớn nhất; và để hình dung diện mạo văn học một thời đại hay một đất nước, những nơi người ta cần đến nhất là các quầy sách trong các ga xe lửa, các siêu thị, hoặc, riêng ở Việt Nam, các tiệm cho thuê sách. Trên thực tế, có lẽ ít có người nào am hiểu văn học và có thái độ nghiêm túc đối với văn học lại chấp nhận điều đó. Mà cũng phải chứ. Chấp nhận như thế, người ta sẽ làm lẫn lộn mọi thứ: trước hết, nói như các nhà Phê Bình Mới của Anh, Mỹ cách đây hơn nửa thế kỷ, nó làm lẫn lộn cái-văn-học-là (what it *is*) và cái-văn-học-làm (what it *does*), giữa bản thân văn học và những hồi ứng mà văn học tạo ra ở người tiếp nhận;[1] sau đó, lẫn lộn giữa văn học như một hình thái nghệ thuật ngôn ngữ, ở đó, sự hoàn hảo trong cách diễn đạt được xem là mục tiêu tối thượng, và các hình thái nghệ thuật giải trí và thương mại, ở đó, mục đích chính là nhằm thoả mãn những thị hiếu tuy chính đáng nhưng thường là dễ dãi của người tiêu thụ; cuối cùng, lẫn lộn giữa các phạm trù: nếu xem văn học là một nghệ thuật thì phải đánh giá nó trên chính các tiêu chuẩn nghệ thuật chứ không thể dùng các loại tiêu chuẩn phi nghệ thuật như mức độ phổ biến hay các tác dụng xã hội được. Tất cả những sự lẫn lộn như thế sẽ

---

[1] Xem W.K.Wimsatt (1954), *The Verbal Icon*, London: Methuen & Co Ltd, tr. 21-39.

dẫn đến hậu quả là người ta không còn phân biệt văn học và những gì không phải là văn học; không còn phân biệt tài năng nghệ thuật và tài năng tiếp thị; sự khai phá và sự theo đuôi; sự sáng tạo và sự nhai lại.

Những người sùng bái tính quần chúng thường nhìn sự kiện dân chúng, kể cả những người mù chữ, thuộc lòng năm bảy câu hay năm bảy đoạn trong *Truyện Kiều* một cách thèm thuồng. Ừ, thèm thì cứ thèm. Tuy nhiên, dù thèm thuồng, từ sự kiện ấy, người ta cũng không thể rút ra kết luận, như cái điều người ta vẫn thường làm, một cách có lẽ không hoàn toàn tự giác, chẳng hạn (a) tác phẩm lớn nào cũng được dân chúng yêu như thế; hoặc (b), phải được dân chúng yêu như thế mới đáng được xem là tác phẩm lớn. Kết luận thứ nhất xem sự ái mộ của dân chúng như một biểu hiện của sự thành công ở người cầm bút; trong khi kết luận thứ hai xem sự ái mộ ấy như là một trong những điều kiện tiên quyết của sự thành công. Nhưng cả hai kết luận ấy đều sai. Bởi, chỉ cần nhìn lại lịch sử, chúng ta sẽ thấy ngay, không phải tác phẩm lớn nào cũng đi vào trí nhớ của quần chúng. Có bao nhiêu người dân thuộc thơ Nôm của Nguyễn Trãi? Có bao nhiêu người dân thuộc *Cung oán ngâm khúc*? Nhìn rộng ra thế giới: trong các tác giả được trao giải Nobel về văn chương trong hơn một trăm năm vừa qua, có bao nhiêu tác giả thuộc loại *best-sellers*, nhất là trước khi họ được giới truyền thông làm ầm ĩ lên? Nên nhớ giải Nobel thường trao cho người nào đó vì cả sự nghiệp của họ, và sự nghiệp ấy phải có ý nghĩa tích cực về phương diện chính trị và văn hoá đối với nhân loại, nghĩa là, nói cách khác, chủ yếu dành cho những tác giả, thứ nhất, đã có nhiều tác phẩm; thứ hai, những tác phẩm ấy không còn là những sự thách đố đối với các quan điểm thẩm mỹ chủ đạo trong xã hội; và thứ ba, như là hệ quả của hai điểm trên, đã, với những mức độ khác nhau, nổi tiếng, ít nhất trong một cộng đồng độc giả nhất định. Nếu nhìn vào danh sách những tác giả được phần đông giới phê bình cho là lớn, thậm chí cực lớn, những người có khả năng mở ra những con đường mới và vẽ lại tấm bản đồ mỹ học của cả một thời đại, những người được mệnh danh là nhà văn của các nhà văn (writers' writer), con số những người ăn khách lại càng hiếm. Nhìn rộng hơn nữa, ở các loại hình nghệ thuật khác: Nhạc thính phòng, nhạc hoà tấu, ai dám chê là dở, vậy mà có bao nhiêu "quần chúng" nghe, hiểu, thích và... thuộc? Có bao nhiêu tác phẩm trong các viện bảo tàng nghệ thuật hiện đại và hậu hiện đại ở khắp nơi trên thế giới được quần chúng ái mộ? Hơn nữa, chỉ cần bình tâm một tí, chúng ta sẽ thấy việc được quần chúng yêu thích có thể xuất phát từ rất nhiều nguyên nhân khác nhau, như: giáo dục (đối với những tác phẩm được xem là cổ điển và nhất là kinh điển); quảng cáo (với hầu hết các tác phẩm thuộc loại giải trí và thương mại); thói quen (với những tác giả đã nổi tiếng từ lâu); sự đồng cảm về chính trị hay thị hiếu, v.v... Trong đó, lý do cuối cùng và yếu ớt nhất mới là tính nghệ thuật.

Về phương diện chính trị, quần chúng, hay nói cho chính xác, một phần của quần chúng, có thể thuộc thành phần tiến bộ, nằm trong hàng ngũ những người tranh đấu cho một trật tự mới nhằm thay thế cho cái trật tự cũ vốn bao giờ cũng được các thế lực cầm quyền và thượng lưu bảo vệ một cách nghiêm ngặt. Tuy nhiên, ngay ở khía cạnh này, có lẽ chúng ta cũng không nên quá cường điệu vai trò của quần chúng như các nhà xã hội chủ nghĩa vào cuối thế kỷ 19 và đầu thế kỷ 20: cuộc "nổi loạn của quần chúng", nói theo chữ của José Ortega y Gasset,[1] dẫn đến việc thành lập chế độ xã hội chủ nghĩa ở một số quốc gia trên thế giới, trong đó có Việt Nam, rõ ràng là đã thất bại. Những nỗ lực gọi là "đổi mới" (glasnost) hay "tái cấu trúc" (perestroika) từ giữa thập niên 1980 và quá trình tư bản hoá (một cách công khai và toàn diện như Nga và các quốc gia Đông Âu hay một cách nửa kín nửa hở, từng bộ phận và từng bước như Trung Hoa và Việt Nam) từ đầu thập niên 1990 thực chất là sự chuyển giao quyền lực giữa "quần chúng" và các chuyên viên, sự thay thế chủ nghĩa duy ý chí bằng khoa học về quản trị. Dĩ nhiên, hiện nay không phải là thời điểm cuối cùng của lịch sử: có thể trong tương lai vai trò của quần chúng lại được khẳng định không chừng. Ai dám chắc? Có điều, giới hạn trong lãnh vực văn hoá, có lẽ không ai phủ nhận điều này: quần chúng là sản phẩm của truyền thống, do đó, tự bản chất, mang tính bảo thủ. Tính bảo thủ này vừa có mặt tích cực vừa có mặt tiêu cực. Tích cực, một phần, vì nó làm giảm nhẹ những đợt tấn công về văn hoá từ bên ngoài; phần khác, nhờ truyền thống được duy trì, ý niệm bản sắc mới dần dần trở thành hiện thực. Nhưng khía cạnh tiêu cực cũng không nhỏ: với tính bảo thủ ấy, mọi nỗ lực thay đổi, dù chính đáng đến mấy, cũng trở thành vô cùng khó khăn.

---

[1] Trong cuốn *The Revolt of the Mass* xuất bản năm 1900, José Ortega y Gasset tiên đoán nền văn hoá đại chúng sẽ phá nát nền văn minh truyền thống của Tây phương. Về José Ortega y Gasset, có thể xem bài "Ortega and the myth of the mass" của Neil McInnes, đăng trên *The National Interest* số 44 ra mùa hè 1996 (Bài này có thể đọc trên website Expanded Academic ASAP). Về quan hệ giữa quần chúng và thành phần đặc tuyển trong xã hội đương đại, có thể xem thêm Christopher Lash (1995), *The Revolt of the Elites*, New York: W.W. Norton & Company.

Trong lãnh vực văn học nghệ thuật, đặc biệt ở những thời kỳ văn học nghệ thuật ít nhiều đã được hoặc cần được chuyên nghiệp hoá, tính chất bảo thủ ấy rất dễ trở thành phản động: nó hoàn toàn quay lưng lại với cái mới.

Ở Việt Nam, tính chất phản động ấy càng trầm trọng. Lý do là cho đến nay văn hoá văn chương Việt Nam chủ yếu vẫn được xây dựng trên nền tảng của tính truyền khẩu: người đọc, nói chung, vẫn chưa thoát khỏi hấp lực của ca dao và cổ tích; vẫn chưa có thói quen tiếp cận với văn bản, hơn nữa, còn chịu chi phối quá nhiều bởi những yếu tố ngoài văn bản; vẫn thưởng thức văn học bằng lỗ tai, một cách rất ư cảm tính; vẫn quan niệm thơ văn, muốn hay, phải dễ hiểu và phải gợi cảm, với một cấu trúc đơn giản, một chủ đề rõ ràng, và phải có ý nghĩa tích cực đến chính trị và xã hội đương thời. Trên cơ sở của tính truyền khẩu như thế, văn hoá văn chương Việt Nam mặc nhiên mang tính hoài niệm: ở đó, cái cũ được tôn trọng hơn cái mới; cái quen được xem là có giá trị hơn cái lạ; sự kế thừa được khuyến khích và biểu dương hơn sự cách tân. Trong một văn hoá văn chương như thế, hiếm có tác phẩm nào được quần chúng tiếp nhận dễ dàng lại có được chút giá trị văn học gì đáng kể.

Cũng nên lưu ý là, nếu từ bản chất, loại văn học bình dân là những sản phẩm của văn hoá, sản phẩm của hệ mỹ học đang thống trị trong một thời đại, qua đó, người ta có thể hình dung được trình độ và thị hiếu của quần chúng, thì các tác phẩm văn học đích thực lại thường có khuynh hướng khiêu khích và thách thức chính cái văn hoá và hệ mỹ học ấy. Chính vì vậy, những tác phẩm có giá trị sáng tạo càng cao bao nhiêu lại càng khó được quần chúng tiếp nhận bấy nhiêu. Có thể nói, trong chừng mực nào đó, đặc biệt với những tác phẩm mới và giới hạn trong phạm vi nghệ thuật và tư tưởng, tính đại chúng không những không phải là biểu hiện của sự thành công mà có khi, ngược lại, còn là một biểu hiện của sự thất bại.

Theo tôi, đó chính là số phận của văn học Việt Nam, một nền văn học chưa bao giờ thực sự xa rời quần chúng.

Tính đại chúng và văn học Việt Nam

Đưa ra luận điểm trên, tôi có cả một lịch sử dằng dặc làm chứng. Trước hết, dễ ngỡ văn học trung đại, từ cuối thế kỷ 19 trở về trước, mang tính đặc tuyển: dù được viết bằng chữ Hán hay chữ Nôm, số người có khả năng để tham gia, với tư cách tác giả hay ngay cả với tư cách độc giả, cũng hiếm hoi vô cùng, có lẽ chỉ khoảng trên dưới mười phần trăm dân số. Đó là chưa kể không phải người nào biết chữ cũng đều có tác phẩm văn học để đọc. Thế nhưng, dù vậy, cũng rất khó nói được là văn học trung đại Việt Nam xa cách hẳn với đại chúng. Không phải. Ở đây, hàng rào chính chỉ là chữ viết. Vượt khỏi hàng rào ấy, dưới hình thức truyền khẩu, phần lớn các tác phẩm văn học cổ điển đều được dân chúng cảm nhận dễ dàng. Một phần, nếu được viết bằng chữ Nôm, chúng rất gần với ca dao và cổ tích. Phần khác, ngay cả khi được viết bằng chữ Hán, những tác phẩm ấy cũng được sáng tác theo một hệ mỹ học đã trở thành phổ biến và quen thuộc với mọi người. Cùng chia sẻ một nền văn hoá văn chương và một hệ mỹ học chung, hiếm có tác phẩm nào có thể được xem là khó hiểu, nghĩa là thực sự cao hơn tầm diễn dịch hay cảm thụ của quần chúng. Điều này cho thấy khoảng cách giữa nền văn học được gọi là bình dân và nền văn học được gọi là bác học rất mờ nhạt: người ta hoàn toàn có lý khi thay thế chữ "bác học" bằng chữ "thành văn": cái gọi là "bác học" ở đây chỉ dừng lại ở phương tiện lưu hành: dùng chữ viết thay vì truyền khẩu. Nói cách khác, chỉ cần biết chữ thôi là đã có thể thành "bác học" được rồi.

Lâu nay chúng ta thường nói: cái học của các nhà nho Việt Nam ngày xưa chỉ tập trung vào hư văn chứ không phải là thực tiễn. Điều đó có lẽ đúng. Tuy nhiên, nên thêm: cha ông chúng ta lại tiếp cận với những cái gọi là "hư văn" ấy với một tinh thần thực dụng lạ lùng: học để thi đỗ, để làm quan, hay ít nhất, để chứng minh với người chung quanh là mình có học. Thế thôi. Hiếm có người Việt Nam nào đầu tư thì giờ và công sức vào những cái học có tính nghệ thuật thuần tuý chỉ với mục đích duy nhất là khám phá những cái hay và cái đẹp của sự sáng tạo. Hầu hết đều tự giới hạn mình trong thân phận những người học trò. Lại là những người học trò rất khiêm tốn. Theo Phan Ngọc, trong bài viết "Sự khác nhau giữa văn hoá Trung Quốc và văn hoá Việt Nam",[1] ở Trung Hoa, ngay từ thời Khổng Tử, học trò đã phải học sáu môn: lễ, nhạc, xạ (bắn cung), ngự (điều khiển xe ngựa), thư và số; ở Việt Nam, không những các môn "nhạc", "xạ", "ngự" xa vời mà ngay cả các môn gần gũi với chữ nghĩa nhất như "thư pháp" cũng ít khi được học cho đến nơi đến chốn: trong bốn kiểu chữ viết căn bản - chân, thảo, lệ và triện -, hầu hết người Việt Nam chỉ biết kiểu chữ chân và may ra, một số chữ thảo. Là hết. Thân phụ của Phan Ngọc, cụ Phan Võ, sau khi thi đỗ tiến sĩ Hán học, đã phải bỏ ra hai năm trời học cách viết chữ Tàu với một người Trung Hoa ở Huế. Học từ những điều căn bản nhất: cách ngồi, cách thở, cách cầm bút, cách

---

[1] Phan Ngọc (1998), *Bản sắc văn hoá Việt Nam*, Hà Nội: nxb Văn hoá Thông tin, tr. 111-131.

đẩy tay, v.v... Phan Ngọc nhận xét: "Một ông tiến sĩ Việt Nam nhìn theo con mắt văn hoá Trung Hoa là người chưa biết cầm bút".[1] Từ đó, Phan Ngọc đi đến kết luận: "Riêng một chuyện nhỏ này cũng cho ta thấy sự tiếp thu văn hoá Hán ở Việt Nam không thể nào giống các người Trung Quốc tiếp thu văn hoá của chính họ."[2] Rải rác trong bài viết, Phan Ngọc chỉ ra những sự khác biệt ấy, trong đó, có lẽ quan trọng nhất là ở điểm này: trong khi văn hoá Trung Hoa là một nền văn hoá "đại quý tộc", văn hoá Việt Nam chỉ dừng lại ở những sự đơn giản, chân chất, bình dị, "vừa phải".[3] Được nuôi dưỡng trong một khí quyển văn hoá như vậy, văn học trung đại Việt Nam khó có thể có được tính chất đặc tuyển: ngoài chữ viết ra, cách nhìn, cách nghĩ và cách cảm của giới cầm bút không xa cách quần chúng bao nhiêu. Theo tôi, chính điều này dẫn đến hiện tượng: trước thế kỷ 19, hình thức tồn tại chính của phần lớn các tác phẩm được xem là thuộc bộ phận "thành văn" hay "bác học" vẫn là truyền khẩu.

Ở Tây phương, thời hiện đại - được mở đầu với những tiến bộ vượt bậc của khoa học kỹ thuật, trong đó có kỹ thuật in và cùng với kỹ thuật in là các hoạt động xuất bản và báo chí, cộng với sự phát triển của nền giáo dục đại chúng và sự ra đời của tầng lớp trung lưu trong xã hội - là thời nở rộ của nền văn chương đại chúng với những thể loại cho đến bây giờ vẫn còn ăn khách: tiểu thuyết phiêu lưu, huyền bí và diễm tình. Ở Việt Nam, thời hiện đại, manh nha từ cuối thế kỷ 19, dưới ách đô hộ của thực dân Pháp, cũng có nhiều điểm tương đồng: văn chương đại chúng cũng nở rộ. Hơn nữa, khác với ở

---

[1] Phan Ngọc (1998), như trên, tr. 117.
[2] như trên, tr. 118.
[3] như trên, tr. 121.

phương Tây, văn học đại chúng, ngay khi mới xuất hiện, đã chiếm lĩnh ngay trung tâm của sinh hoạt văn học, có lúc trở thành dòng văn học duy nhất.

Điều đó không phải không có lý do. Ngày nay, nhìn lại, chúng ta dễ thấy một trong những thành tựu lớn và có ý nghĩa nhất của thế hệ cầm bút đầu tiên của nền văn học được viết bằng chữ quốc ngữ là ở chỗ họ đã xây dựng được một nền văn xuôi nghệ thuật. Theo tôi, đó có lẽ cũng là một thử thách nghiêm trọng nhất mà họ phải đối diện. Thơ ư? Người ta có thể tiếp tục một truyền thống từ xưa. Thì cũng các thể thơ Đường luật hoặc lục bát và song thất lục bát. Thì cũng hệ thống thanh điệu với những bằng bằng trắc trắc có sẵn. Thì cứ làm thơ như cha ông họ hàng trăm hay hàng ngàn năm trước từng làm thơ, nhưng thay vì viết bằng chữ Nôm, bây giờ người ta viết bằng chữ quốc ngữ. Thế thôi. Chỉ có viết văn xuôi là khó. Khó chủ yếu là vì người ta không có gì để kế thừa cả. Văn xuôi bằng chữ Hán thì vô ích: đó là một thứ ngôn ngữ khác. Văn xuôi bằng chữ Nôm thì cực kỳ hiếm. Văn xuôi nghệ thuật thì lại càng hiếm. Hiếm đến độ không thành một truyền thống, dù là mong manh. Trong hoàn cảnh ấy, những người cầm bút quốc ngữ tiên phong đi tìm mô hình cho câu văn xuôi của họ ở đâu? Câu trả lời: trong các truyện dân gian. Nên nhớ cả Trương Vĩnh Ký lẫn Huỳnh Tịnh Của đều tập trung viết và xuất bản các tập truyện dân gian ngay từ khi họ mới đi vào con đường văn học. Trương Vĩnh Ký thì có cuốn *Chuyện đời xưa* (1866); còn Huỳnh Tịnh Của thì có cuốn *Chuyện giải buồn* (1880). Tại sao họ, hai nhà bác học thuộc loại lớn nhất thời ấy, vốn rất uyên bác và cũng rất nghiêm túc, lại chọn viết loại sách bình dân như vậy? Dĩ nhiên không phải là do nhu cầu giải trí hay thương mại: cả hai yếu tố này đều xuất hiện khá muộn, sau này.

Lý do chính, như Trương Vĩnh Ký trình bày rõ trong lời tựa cuốn *Chuyện đời xưa* trong lần tái bản:

> Nay ta in sách này lại nữa; vì đã hết đi, cũng vì người ta dùng sách này mà học tiếng thì lấy làm có ích. Vì trong ấy cách nói là chính cách nói tiếng Annam ròng, có nhiều tiếng nhiều câu thường dùng lắm.

Sau khi dẫn đoạn văn trên, Bằng Giang nhận định:

> "Cách nói tiếng Annam ròng". Nếu nói theo lối khoa trương thì đấy là tuyên ngôn của Trương Vĩnh Ký về một chủ trương phong cách: đem "cách nói tiếng Annam ròng" vào văn chương mà ảnh hưởng còn in đậm một thời.[1]

Chủ trương dùng tiếng Việt ròng là một chủ trương cực kỳ sáng suốt. Ở thời điểm cuốn *Chuyện đời xưa* ra đời, khi nền văn học bằng quốc ngữ vừa mới phôi thai, chủ trương ấy còn hơn cả một sự sáng suốt: đó là một sự nhạy bén phi thường. Điều đáng tiếc duy nhất là thứ tiếng Việt ròng ấy lại không phải là thứ tiếng Việt đã được tinh luyện. Lỗi, dĩ nhiên, không thuộc về Trương Vĩnh Ký. Nó thuộc về lịch sử: như một định mệnh, ngay từ thuở sơ sinh, văn học quốc ngữ đã bị buộc chặt vào dòng văn học dân gian; chịu ảnh hưởng nặng nề của văn học dân gian không phải chỉ về phương diện từ ngữ mà còn về cấu trúc câu văn, hơn nữa, cả về tư tưởng thẩm mỹ và thói quen cảm thụ, khiến rất lâu về sau, người Việt Nam vẫn tiếp tục đọc thơ với tâm thế khi đọc ca dao, và đọc truyện dài cũng như truyện ngắn hiện đại với tâm thế khi đọc truyện cổ tích; những cách đọc vốn dị ứng với mọi nỗ lực cách tân.

---

[1] Bằng Giang (1994), *Sương mù trên tác phẩm Trương Vĩnh Ký*, Hà Nội: nxb Văn Học, tr. 35.

Với tạp chí *Nam Phong*, dường như Phạm Quỳnh có tham vọng xây dựng một nền văn xuôi tách khỏi đại chúng. Nhưng tham vọng ấy, dù rất đáng ngưỡng mộ, cũng chỉ dừng lại ở hai khía cạnh: từ vựng và cấu trúc câu. Về từ vựng, ông chủ trương tận dụng vốn từ Hán Việt để bổ sung vào những chỗ tiếng Việt còn thiếu, đặc biệt trong lãnh vực triết học. Về cấu trúc, ông chủ trương những loại câu phức hợp, đa tầng, chặt chẽ, khác hẳn khẩu ngữ thông thường. Ở cả hai khía cạnh, không phải Phạm Quỳnh không có khuyết điểm: câu văn của ông nặng nề từ Hán Việt và chưa thoát hẳn khỏi âm hưởng biền ngẫu. Chính những khuyết điểm ấy đã dẫn đến những phản ứng của nhóm Tự Lực văn đoàn với chủ trương "dùng một lối văn giản dị, dễ hiểu, ít chữ nho, một lối văn thật có tính cách An Nam."[1] Với chủ trương này, cộng với tài năng của họ, nhóm Tự Lực văn đoàn đã tạo được một bước ngoặt lớn trong lịch sử phát triển của văn học Việt Nam: câu văn xuôi trong sáng và uyển chuyển đủ để diễn tả những cung bậc tình cảm thật tế vi, nhờ đó, nền văn xuôi thực sự trưởng thành; và cùng với sự trưởng thành ấy, hệ thống thể loại trong văn học Việt Nam được hoàn chỉnh hẳn. Thế nhưng cái giá mà văn học Việt Nam phải trả cho chủ trương này chắc không phải ít: giấc mơ thoát khỏi tính bình dân trở thành xa vời; có khi lại càng xa vời hơn bao giờ hết vì người ta có ảo tưởng là tính bình dân ấy là một lý tưởng thẩm mỹ cao nhất; và với nó, người ta có thể đạt được những thành tựu rực rỡ trong lãnh vực văn học. Ảo tưởng này lại càng được củng cố khi, người ta thấy, ngay ở Pháp, nơi được xem là trung tâm của văn học nghệ thuật của thế giới, dưới ảnh hưởng của Mặt Trận Bình

---

[1] Dẫn theo Phan Cự Đệ (1990), *Tự Lực văn đoàn, con người và văn chương*, Hà Nội: nxb Văn Học, tr. 8.

Dân, tính bình dân cũng được ca ngợi nhiệt liệt. Việt Minh, ngay từ khi mới ra đời, cũng cực lực đề cao tính bình dân. Một trong ba phương châm mà Việt Minh đề ra trong bản *Đề cương văn hoá* năm 1943 để làm cương lĩnh cho công cuộc vận động chính trị của họ là đại chúng hoá.

Đại chúng hoá và chính trị

Khi cuộc kháng chiến chống Pháp bùng nổ và đặc biệt, khi ảnh hưởng của hai bài nói chuyện về văn nghệ của Mao Trạch Đông tại Diên An vào tháng Năm năm 1942 tràn vào Việt Nam, tính đại chúng trở thành một mệnh lệnh: văn học phải xuất phát từ quần chúng, phải quay lại phục vụ quần chúng, phải sử dụng ngôn ngữ của quần chúng, gắn liền với cách nhìn và cách nghĩ của quần chúng, và cuối cùng, phải được quần chúng đánh giá và nhận xét. Nói cách khác, quần chúng không phải chỉ là một đề tài hay nguồn cảm hứng trong văn học mà còn là nguồn chất liệu, từ ngôn ngữ đến tư tưởng, và quan trọng không kém, là những kẻ tiêu thụ và là những nhà phê bình văn học đáng tin cậy nhất.[1] Hệ quả của những chủ trương này là: một, các nhà văn và nhà thơ phải bắt chước lối diễn đạt giản dị, thậm chí, ngô nghê của quần chúng;[2] hai, phải sử dụng các thể loại được

---

[1] Bài nói chuyện của Mao Trạch Đông đã được dịch ra tiếng Việt từ năm 1949. Bản dịch tiếng Anh của bài nói chuyện ấy có thể tìm trong cuốn *Selected Readings from the Works of Mao Tse-tung* do Foreign Languages Press xuất bản tại Peking, 1967, tr. 204-233. Xem thêm bài "Twenty Years after the Yenan Forum" của T.A. Hsia in trong tập *Chinese Communist Literature* do Cyril Birch biên tập, Frederick A. Praeger xuất bản tại New York năm 1963, tr. 226-253.
[2] Xem hồi ức của Đoàn Giỏi, "Một ít kỷ niệm về hoạt động của Chi hội văn nghệ Nam Bộ" in trong cuốn *Cách mạng kháng chiến và đời*

quần chúng ưa thích, từ ca dao, truyện thơ cho đến vè, thậm chí, hò bài chòi;[1] ba, trước khi phổ biến, phải đọc cho quần chúng nghe để được góp ý, dù đám quần chúng ấy hoàn toàn vô học;[2] cuối cùng, sau khi xuất bản, phải dựa theo các lời nhận xét của quần chúng để tự sửa chữa tác phẩm của mình cũng như chính bản thân mình với tư cách một nghệ sĩ.[3]

Những chủ trương cực đoan như thế chỉ xuất hiện một thời gian ngắn, chủ yếu trong những năm cuối của thập niên 1940 và nửa đầu thập niên 1950. May. Nhưng, thứ nhất, điều đó không có nghĩa là ảnh hưởng của chúng dễ dàng biến mất; thứ hai, trong cả mấy thập niên kế tiếp, nhà cầm quyền vẫn tiếp tục xem tính đại chúng là một trong những nguyên tắc cơ bản của nền văn học hiện thực xã hội chủ nghĩa. Hậu quả là, tự trong tiềm thức, những người cầm bút đều ngại ngùng không dám đi vào những cõi tối tăm, tắc tị mà quần chúng không

---

sống văn học, 1945-1954 do Phong Lê chủ biên (1995), Hà Nội: nxb Khoa Học Xã hội, tr. 618.
[1] Xem hồi ức của Tế Hanh và Nguyễn Thành Long trong cuốn *Cách mạng kháng chiến và đời sống văn học 1945-1954*, sđd.
[2] Trong hồi ký *Những năm tháng ấy* (nxb Văn Học: Hà Nội, 1987, tr. 413), Vũ Ngọc Phan kể: "viết bài xong thì đem cho tập thể góp ý kiến, không cần thiết cái tập thể ấy có chuyên môn hay không."
[3] Về quan hệ giữa quần chúng và phê bình văn học, Hà Xuân Trường tóm tắt quan điểm của đảng Cộng sản, ít nhất vào đầu thập niên 1950 (dẫn theo *Tác gia lý luận phê bình nghiên cứu văn học Việt Nam*, tập 1, Hà Nội: nxb Khoa học Xã hội, tr. 93-94):

- "Quần chúng không cần phải chờ huấn luyện rồi mới có thể cảm thông được tâm tính của người nghệ sĩ.
- Ý kiến phê bình của quần chúng là ý kiến quyết định.
- Quần chúng không bắt buộc phải biết chuyên môn cũng có quyền phê bình.
- Quan niệm văn nghệ phải do quần chúng mà có, quần chúng luôn học hỏi lẫn nhau, giáo dục lẫn nhau."

thể cảm nhận được. Báo chí và các nhà xuất bản chỉ cho phép phát hành những tác phẩm chân phương và đơn nghĩa. Trong lãnh vực phê bình, lý luận và nghiên cứu, người ta cố né tránh con đường hàn lâm bằng cách giới hạn tối đa những thuật ngữ trừu tượng cũng như những khía cạnh mang tính lý thuyết và việc tham cứu mang tính sách vở. Nhưng quan trọng hơn hết là nó hình thành một thứ tâm lý cầu cạnh sự thừa nhận của quần chúng, với nó, người ta rất dễ có khuynh hướng ngả theo con đường bình dân và sáo mòn.

Sau năm 1954, ở cả hai miền Nam và Bắc, chịu ảnh hưởng của chủ nghĩa hiện đại, một số nhà thơ tìm cách thoát khỏi tính đại chúng, mải mê theo đuổi những liên tưởng bất ngờ, những xao động âm thầm trong tiềm thức và những kết hợp mới lạ của chữ nghĩa. Tuy nhiên, cuộc hành trình sáng tạo của họ lại đầy những trắc trở: ở miền Bắc, họ bị chính quyền kết án, đẩy ra ngoài lề, không cho phép phổ biến tác phẩm; ở miền Nam, họ bị quần chúng ơ hờ, cuối cùng, phần lớn đều quy hàng, quay về với những lối viết truyền thống, gần gũi với mọi người.

Sau năm 1975, trước những biến động dữ dội trong đời sống chính trị và xã hội, từ trong nước ra đến hải ngoại, ở đâu lòng người cũng ngổn ngang những bức xúc, do đó, chỉ khát khao giãi bày, kể lể, để nếu không trở thành một chứng nhân của thời đại thì ít nhất cũng được san sẻ cho đỡ nặng nề. Hậu quả là, trong một thời gian khá dài, ít nhất là cho đến đầu thập niên 1990, những giấc mơ cách tân mang tính thuần tuý nghệ thuật đều bị quên lãng. Khuynh hướng lãng mạn và hiện thực lại bao trùm khí quyển văn học.

Gần đây, ở cả trong lẫn ngoài nước, những ám ảnh về chính trị có phần lắng dịu, ít nhất trong giới cầm bút, tuy nhiên, cũng hiếm có ai đủ can đảm và nhất là kiên nhẫn để độc hành vào thế giới nghệ thuật xa lạ với đám đông. Có. Nhưng hiếm. Ở ngoài nước, phần lớn đều cảm thấy mệt mỏi, và đặc biệt, giao động, không còn tin tưởng vào sự sống vĩnh cửu của văn học và nghệ thuật để có thể an tâm chờ đợi cái ngày những nỗ lực sáng tạo của mình được thưởng thức và ghi nhận. Ở trong nước, sinh hoạt văn học hoàn toàn bị thương mại hoá; và thương mại hoá cũng đồng nghĩa với bình dân hoá: hầu hết thơ văn đều được đăng tải trên các tờ báo ngày và báo tuần, đặc biệt nhắm đến hạng độc giả bình dân hoặc những nhu cầu có tính bình dân: giải trí. Do đó, mọi bài viết đều phải ngắn, gọn, nhẹ và nếu được, vui nữa thì lại càng quý. Tất cả những gì sâu sắc, phức tạp, bí hiểm, cần động não, có thể gây nên những thao thức hay những khắc khoải có tính siêu hình đều bị gạt qua một bên. Báo đã thế, sách cũng như thế: phần lớn các cuốn sách là tập hợp các bài viết đã đăng báo. Cả nền văn học mang hình ảnh của một mẹt hàng xén: thứ gì cũng có, nhưng mỗi thứ chỉ có một chút. Đó là nền văn học của tiểu phẩm và của giai thoại; một thứ văn học tân-truyền-khẩu: viết từ những câu chuyện phiếm và để phục vụ cho các câu chuyện phiếm ấy.

Cái lớn và cái hay

Viết như thế dễ gợi ấn tượng là tôi muốn xoá trắng nền văn học Việt Nam hiện nay. Không phải. Tôi biết, từ trong nước ra đến hải ngoại, có một số người vừa giàu nhiệt tâm lại vừa tài hoa vẫn kiên trì theo đuổi những dự án văn chương nghiêm túc. Nhưng tôi cũng biết nữa, thứ nhất, những người như thế không nhiều; thứ hai, đã không nhiều, họ lại dễ bị cô lập và quên lãng: trong một nền văn hoá đề cao tính đại chúng; những tác phẩm mang tính thử nghiệm của họ khó có thể có được tri âm. Tuy nhiên, theo tôi, chính những tác phẩm như thế mới là những gì chúng ta đang cần. Văn học của chúng ta đã có khá nhiều những tác phẩm lớn theo kiểu là những kết tinh của một truyền thống thẩm mỹ và nghệ thuật. Điều chúng ta ít có, và cần có, hơn nữa, hiện nay, khi Việt Nam đang cố gắng hội nhập vào thế giới, lại càng cần có hơn bao giờ hết, là những tác phẩm lớn như những sự thách thức đối với cả truyền thống thẩm mỹ và nghệ thuật của dân tộc.

Chính loại tác phẩm lớn theo kiểu ấy mới có khả năng thúc đẩy sự vận động của lịch sử văn học, khiến nền văn học khởi sắc, đa dạng và nhanh chóng ngang tầm với thời đại. Cần lưu ý là với những tác phẩm loại này, chúng ta nên có cái nhìn thật rộng, bao quát cả xu hướng vận động của lịch sử, thay vì chỉ quá bận tâm về cái gọi là hay hay dở. Thứ nhất, với những tác phẩm có tính tiền phong như thế, chúng ta hiếm khi may mắn có được một quan điểm thẩm mỹ tương đối vững chắc và rõ ràng để làm cơ sở thẩm định, do đó, một thái độ khôn ngoan và tế nhị nhất là không nên quá tự tin để vội vã lên tiếng phủ nhận ngay những gì khác lạ với mình. Thứ hai, trong lịch sử thỉnh thoảng có hiện tượng: có những tác phẩm lớn mà không nhất thiết phải hay.

Nghịch lý ư? Không phải. Những tác phẩm lớn ấy không hay vì chúng nằm ở ngay khúc gãy của hai hệ thẩm mỹ, khi hệ thẩm mỹ cũ vừa bị phá đổ trong khi hệ thẩm mỹ mới vừa mới phôi thai. Khúc gãy ấy cũng chính là nơi giao thoa giữa lịch sử văn học và lịch sử mỹ học. Chúng ta biết hai loại lịch sử này vốn khác nhau nhưng trên thực tế cũng có lúc, trong một số điều kiện nhất định, chúng trùng lấp lên nhau: đó là những lúc văn học bị khủng hoảng tận từ trong nền tảng của nó: khủng hoảng trong tư tưởng mỹ học, trong quan niệm về cái hay, cái đẹp, về bản chất của nghệ thuật. Ở những lúc ấy có thể xuất hiện những nghệ sĩ lớn không cần có tác phẩm lớn và những tác phẩm lớn không cần phải thực sự mang tính thẩm mỹ cao: đó là những tác phẩm có khả năng mang lại một định nghĩa khác và mới về văn học và/hoặc nghệ thuật, khiến, từ đó, địa dư của văn học và/hoặc nghệ thuật thay đổi hẳn; cách hình dung cũng như cách cảm thụ của mọi người về văn học và/hoặc nghệ thuật không còn giống như trước nữa. Đó là trường hợp của phần lớn các tác phẩm mở đường cho các trường phái mới, từ đa-đa cho đến siêu thực, từ vị lai cho đến loại ấn tự thi (typographic poetry) và thơ cụ thể (concrete poetry). Bài thơ *Un Coup de Dés*[1] của Stephane Mallarmé là một tác phẩm như thế trong lịch sử văn học nửa đầu thế kỷ 20: cái hay của nó một phần nằm trong bản thân nó, phần khác, quan trọng hơn, nằm trong cái nó gợi ra: cái làm nên thơ không phải chỉ là từ vựng mà còn có thể là các yếu tố phi từ vựng; không phải chỉ là nghệ

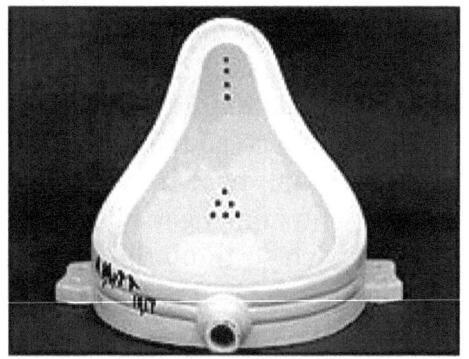

---

[1] Có thể đọc bài thơ này trên trang web:
http://math.dartmouth.edu/~doyle/docs/coup/scan/coup.pdf
hoặc http://www.ubu.com/historical/mallarme/un_coup.pdf

thuật nhịp điệu mà còn là nghệ thuật thị giác; không phải chỉ để nghe mà còn để nhìn; không phải là cái gì đã hoàn tất mà là cái gì đang trong quá trình hình thành. Cái bồn tiểu được sử dụng như một tác phẩm nghệ thuật ("Fountain") của Marcel Duchamp cũng là một tác phẩm như thế trong lịch sử nghệ thuật Tây phương: cái đẹp của nó không nằm trong tác phẩm như một vật thể mà chủ yếu như một ý niệm: nó mở ra những cách nhìn khác về cái gọi là tác phẩm nghệ thuật, về cái gọi là vẻ đẹp nghệ thuật, và bao trùm lên tất cả, về cái gọi là nghệ thuật, đặc biệt trong mối quan hệ với đời sống thường nhật.

Những tác phẩm tồn tại như những ý niệm thẩm mỹ như thế không được tạo ra để "phục vụ" người đọc / người xem mà, thật ra, là để chống lại người đọc / người xem. Theo tôi, những tác phẩm văn học nghệ thuật đích thực nào cũng nhằm chống lại người thưởng lãm; đúng hơn, chống lại những sự chờ đợi của người thưởng lãm; chống lại những quan điểm thẩm mỹ, những mô hình về cái hay, cái đẹp đã hoá thạch và ngỡ là bất biến ở người thưởng lãm. Mỗi tác phẩm lớn, với những mức độ khác nhau, tồn tại như một phản đề của một cái gì đó thuộc về truyền thống. Do đó, tôi tin tác phẩm lớn nào, tự bản chất, cũng mang tính phản-đại chúng: không phải bản thân tác phẩm mà chính quần chúng mới là những kẻ có bổn phận hoà giải những xung khắc này. Và quá trình hoà giải ấy bao giờ cũng đòi hỏi thời gian, với sự hỗ trợ của hệ thống giáo dục và các phương tiện truyền thông. Nói cách khác, không có cách gì hy vọng có được những tác phẩm vừa thật hay và thật mới lại vừa được quần chúng vồ vập đón đọc ngay tức khắc. Vô phương. Nhất là trong tình hình Việt Nam hiện nay, nơi số lượng độc giả văn học thực sự còn vô cùng ít ỏi.

Kết luận

Tóm lại, qua chương này, tôi muốn nêu lên một số luận điểm chính.

Thứ nhất, văn học Việt Nam, đặc biệt từ cuối thế kỷ 19 đến nay, chủ yếu là một nền văn học đại chúng, do đó, nếu nó thất bại, thì nguyên nhân dẫn đến sự thất bại ấy chắc chắn không phải là vì nó xa rời đại chúng như nhiều người lầm tưởng.

Thứ hai, nếu bản chất của văn học hiện đại Việt Nam là tính đại chúng thì yếu tố mang tính sáng tạo hẳn sẽ phải nằm ngoài tính đại chúng ấy, do đó, những thử nghiệm mang tính đặc tuyển cần được khuyến khích: đó chính là những cái chúng ta thiếu nhất và cũng do đó, cần nhất.

Thừa nhận cái điều cần thiết ấy cũng là thừa nhận một vấn đề nan giải trong nỗ lực vận động xây dựng một nền văn học Việt Nam mang tính hậu hiện đại: Một trong những đặc điểm nổi bật nhất của chủ nghĩa hậu hiện đại là xoá nhoà ranh giới giữa văn hoá cao cấp và văn hoá bình dân, giữa cách tân và truyền thống, giữa tính đại chúng và tính đặc tuyển để tạo nên một thứ mỹ học mang tính tổng hợp và đa nguyên. Lý do của sự nan giải này rất đơn giản: chúng ta không thể xoá cái chúng ta chưa có.

Và vì cái chưa có ấy, tôi vẫn muốn xem tính đại chúng như một kẻ thù của văn học.

9.
Văn hoá tục

Trong khi nên xem tính đại chúng như kẻ thù, chúng ta nên nhìn cái tục trong văn học một cách khoan dung hơn: với tư cách một phạm trù mỹ học, không phải cái tục nào cũng đáng bị kết án.

Không có gì để hoài nghi cả, sau việc phát hiện ra lửa, việc sáng chế ra cái quần (hoặc cái khố hoặc bất cứ cái gì có chức năng tương tự) là một trong những sáng chế quan trọng và có ý nghĩa nhất trong lịch sử văn minh nhân loại. Nhớ lại mà xem, trong *Sáng Thế Ký*, phát hiện đầu tiên của Adam và Eve sau khi ăn trái cấm là gì? Là phát hiện ra sự trần truồng của nhau và, do xấu hổ về sự trần truồng ấy, cả hai đều với tay bứt chiếc lá vả để che kín bộ phận sinh dục của mình. Theo nhà văn Đức Franz Werfel, chiếc lá vả ấy chính là "tài liệu văn hoá đầu tiên" của loài người.[1] Theo tôi, đó cũng là một "trận địa" đầu tiên, nơi xảy ra các xung đột gay gắt giữa bản năng và văn hoá và cũng là nơi các thế lực chính trị khác nhau thích kéo đến để cắm cờ và giương cao biểu ngữ. Có thể nói, trong lịch sử, hầu như bất cứ thế lực chính trị nào cũng đều xem việc bảo vệ quần và văn hoá quần (ai mặc cái gì, lúc nào mặc và lúc nào cởi, v.v…) là một trong những nhiệm vụ quan trọng hàng đầu. Cái gọi là "bảo

---

[1] Dẫn theo Ruth Barcan (2004), *Nudity, A Cultural Anatomy*, Oxford: Berg, tr. 49.

vệ" ấy, thật ra, phần lớn là bảo vệ quyền cởi quần thoải mái của giai cấp cầm quyền: xin nhớ, ngày xưa, khái niệm "dâm" chỉ áp dụng cho dân chúng, riêng vua chúa thì được miễn trừ. Dân chúng thừa hiểu điều đó, cho nên, một trong những ước mơ lớn nhất của họ là phá vỡ cái văn hoá quần ấy, tức là, nói cách khác, được quyền dâm: không dâm được bằng hành động thì họ dâm bằng... ngôn ngữ. Cái quần và cái-trong-quần, do đó, trở thành một thứ địa-chính trị (geopolitics) nơi xảy ra vô số các cuộc tranh chấp, theo tôi, không kém phần dằng dai và gay gắt hơn các cuộc tranh chấp bằng quân sự mà sử sách thường nhắc nhớ.

Cái tục như một văn bản

Là một địa-chính trị, cái quần và cái-trong-quần tự nhiên trở thành một văn bản (text) ẩn mật, nơi ghi dấu tất cả các quy phạm và các thiết chế xã hội cũng như những tranh chấp giữa các quy phạm và thiết chế ấy. Chính vì thế, từ trước đến nay, phần lớn các nhà văn và nhà thơ đều nuôi tham vọng khám phá cái văn bản ấy bởi giải mã được nó, người ta cũng đồng thời giải mã được vô số các văn bản khác liên quan đến văn hoá, lịch sử và bản tính con người nói chung.

Không những là một văn bản, cái quần và cái-trong-quần còn là một thứ, nói theo ngôn ngữ của Gail Weiss, "chân trời tự sự" cho mọi văn bản, đặc biệt, cho mọi câu chuyện mà chúng ta kể về chính chúng ta.[1] Chữ "chân

---

[1] Gail Weiss, "The Body as a Narrative Horizon" in trong tập *Thinking the Limits of the Body* do Jeffrey Jerome Cohen và Gail Weiss biên tập (2003), New York: State University of New York Press, tr. 25-35.

trời" (horizon) Gail Weiss dùng ở đây nên được hiểu theo truyền thống hiện tượng luận của Edmund Husserl: đó là cái nền trên đó các đối tượng nhận thức xuất hiện: ví dụ, khi chúng ta tưởng tượng một điều gì đó, cái điều chúng ta tưởng tượng sẽ xuất hiện trên những nền khác nhau; những cái nền này được cấu tạo từ nhiều yếu tố, bao gồm ký ức và nhận thức của chúng ta cũng như của những người khác trước và cùng thời với chúng ta: tính chất liên chủ thể và không có biên giới rõ ràng làm cho những "chân trời" này trở thành những vùng bất định (zones of indeterminacy); tính chất bất định này, đến lượt nó, theo cách lý luận của Merleau-Ponty, đâu đó, một mặt, làm cho chúng ta đối diện với những giới hạn của thân phận con người, mặt khác, lại làm cho nhận thức và kinh nghiệm của chúng ta thay đổi liên tục. Tính chất liên chủ thể và bất định này cũng làm cho mọi tự sự mà chúng ta kể về cuộc đời của chúng ta, nói theo Alasdair MacIntyre và Mark Johnson, luôn luôn có tính chất đồng-tác giả (coauthored).[1] Và bản thân các tự sự ấy, để được hình thành và mang tính khả thức (intelligibility), theo Gail Weiss, phải dựa trên một cái nền tối hậu là chính thân thể của con người.[2] Điều này có thể thấy ngay trong tiếng Việt: chúng ta có hai từ chính chỉ thân thể: "người" và "mình". Cả hai đều đồng nghĩa với con người nói chung: "người" vừa là thân thể (ví dụ: rướn người lên / cúi người xuống / người ướt đẫm mồ hôi) vừa là cộng đồng (ví dụ: người Việt / người Úc) vừa là nhân loại (ví dụ: của chuột và người); "mình" vừa là thân thể (mình đau như dần) vừa là một cá nhân cụ thể ("mình" với tư cách ngôi thứ nhất số ít) vừa là một tập thể ("mình" với tư cách ngôi thứ nhất số nhiều).

---

[1] Như trên, tr. 27-29.
[2] Như trên, tr. 30-33.

Trong cả hai hệ thống chuyển nghĩa, thân thể bao giờ cũng được xem là điểm xuất phát và là một trung tâm.

Là một "chân trời tự sự", thân thể và đặc biệt, cái-trong-quần, đóng vai trò cực kỳ quan trọng trong quá trình tự nhận thức của con người. Cả Sigmund Freud lẫn Jacques Lacan đều xem những khoái cảm sinh lý là nguyên nhân chính dẫn đến việc hình thành nhân cách, đều xây dựng lý thuyết về dục vọng, dục tính và chủ thể tính của họ trên hình ảnh của dương vật (hoặc sự thiếu vắng của dương vật), và đều hình dung lịch sử văn minh của nhân loại như là một tiến trình đè nén và thăng hoa của bản năng sinh lý vốn chủ yếu gắn liền với các bộ phận sinh dục.[1] Từ mấy chục năm gần đây, dưới ảnh hưởng của Michel Foucault, bộ phận sinh dục hay thân thể con người nói chung, càng ngày càng được nhìn như một cái gì được tạo thành hơn là có sẵn: nó được tạo thành bởi các hoạt động diễn ngôn và các quy phạm văn hoá trong những hệ thống quyền lực nhất định.[2] Trong ý nghĩa này, đụng đến cái-trong-quần cũng là đụng đến chính trị: những câu chuyện về các bộ phận sinh dục và các hoạt động của chúng đóng vai trò quan trọng trong việc định hình đời sống chính trị và đạo đức trong xã hội, từ đó, góp phần quan trọng trong việc định hình ý niệm bản sắc cá nhân, và cũng từ đó, làm thay đổi hầu

---

[1] Xem Robyn Ferrell (1996), *Passion in Theory: Conceptions of Freud and Lacan*, London & New York: Routledge, đặc biệt chương 9 "Desire", tr. 85-93.
[2] Xem Alan Petersen (1998), *Unmasking the Masculine: "Men" and "Identity" in a Sceptical Age*, London: Sage Publications.

như toàn bộ các mối quan hệ tương tác giữa người với người.[1]

Cái tục như biểu tượng

Mang tính văn hoá, bộ phận sinh dục không phải chỉ là một vật thể mà còn là một ký hiệu, hơn nữa, một ẩn dụ, tồn tại như một biểu tượng, nghĩa là vừa là nó lại vừa không phải là nó. Nó là biểu tượng của vô số điều khác nhau: với các nhà sinh học, nó là biểu tượng của sự truyền giống; với các nhà đạo đức, nó là biểu tượng của xác thịt và của sự phàm tục, một đối cực của tinh thần và sự linh thiêng; với các nhà thẩm mỹ truyền thống, nó là biểu tượng của sự tục tằn; với các nhà thẩm mỹ theo khuynh hướng cách tân, nó là... cách mạng. Tính biểu tượng ấy làm cho những từ như "cặc" hay "lồn", v.v... trở thành những từ đa nghĩa và đa tầng: chúng thâu tóm trong chúng cả lịch sử nhận thức và lịch sử thẩm mỹ của một cộng đồng. Người ta đối diện với chúng không phải chỉ với tư cách một cá nhân mà còn với tư cách của một tập thể và một lịch sử. Cảm giác thích thú hay khó chịu của người đọc khi đọc chữ "cặc" hay "lồn" hay bất cứ chữ gì liên quan đến bộ phận sinh dục cũng là một thứ phản ứng có điều kiện, được hình thành dần dần qua thời gian, với vô số những tác động từ bên ngoài, chứ tuyệt đối không phải là một cái gì tự nhiên nhi nhiên.

Là những biểu tượng văn hoá, các từ ngữ chỉ bộ phận sinh dục trở thành một thứ vũ khí để người ta bày tỏ thái độ đối với nhau. Điều này thể hiện rõ nhất là qua

---

[1] Xem *Sexual Cultures, Communities, Values and Intimacy* do Jeffrey Weeks và Janet Holland biên tập, New York: St. Martin,s Press, 1996, tr. 45.

các lời chửi tục hay văng tục. Nói chung, cách chửi tục và văng tục của người Việt Nam có mấy đặc điểm chính: thứ nhất, hay nhắc đến các bộ phận sinh dục;[1] thứ hai, phái nào nhắc đến bộ phận sinh dục của phái ấy.[2] Chính ở điểm thứ hai này, chúng ta có cơ hội nhìn thấy những khác biệt trong cách nhìn của hai phái nam và nữ về bộ phận sinh dục của chính họ, từ đó, thấy được cuộc chiến tranh phái tính âm thầm nhưng vô cùng gay gắt trong văn hoá Việt Nam.

Cứ lấy ngay những câu chửi tục làm ví dụ. Điều cần ghi nhận đầu tiên là, trong tiếng Việt, ở phía nữ giới, hoàn toàn không có từ nào có thể được xem là tương đương với từ "trỏ cặc" hay "văng cặc" ở nam giới. Phụ nữ, nói chung, không "văng" và cũng không "trỏ". Chửi nhau, họ dùng các động từ khác: bú, liếm, chui, nhét, v.v... Trong khi đó, nam giới thì khác. Đã đành là có một số trường hợp, người ta cũng đòi "nhét" của quý của mình vào miệng đối thủ, nhưng những cách diễn tả như vậy chắc chắn không phổ biến bằng những cách văng tục ngắn gọn: "Cặc!" hay "Cặc tao đây nè!"

---

[1] Trong khi có lẽ dân tộc nào cũng ít nhiều chửi và chửi tục, không phải dân tộc nào cũng mang các bộ phận sinh dục ra quất vào mặt kẻ thù. Theo Nicholas Bornoff, trong cuốn *Pink Samurai: The Pursuit and Politics of Sex in Japan*, London: Grafton, 1992, đối với người Nhật, bộ phận sinh dục không phải là cái gì đáng ghê tởm, do đó, họ không dùng để nguyền rủa hay sỉ nhục người khác (tr. 130).
[2] Xem cuốn *Ngôn Ngữ và Thân Xác* của Nguyễn Văn Trung (Trình Bày xuất bản tại Sài Gòn, 1968; Xuân Thu in lại tại Mỹ, 1989) và hai bài "Chửi" và "Chửi tục" của Võ Phiến (in trong cuốn *Tuỳ Bút* 1, Văn Nghệ xuất bản tại California, 1986, tr. 89-111).

Nam và nữ

Sự khác biệt ở đây là gì? Khác, trước hết, ở chỗ: nam giới thường văng tục trong khi phụ nữ thường chửi tục. Khác, còn ở chỗ: với phụ nữ, chửi chủ yếu là một cách hạ nhục đối phương, chà đạp lên nhân phẩm của đối phương, bắt đối phương phải làm những chuyện bị xem là thật đáng xấu hổ; với nam giới, chửi chủ yếu là một hành động thách thức và khiêu khích, tự nâng mình lên cao hơn đối phương. Khác, còn ở chỗ này nữa, như một hệ luận của cái điều vừa nêu: trong cách nhìn của nữ giới, bộ phận sinh dục của chính họ là một cái gì xấu xa và dơ dáy, nơi dùng để trừng phạt, để đày đoạ và để sỉ nhục người khác; trong cách nhìn của nam giới, bộ phận sinh dục của họ có thể là cái gì đáng... tự hào được: với nó, người ta xác định một thế đứng khá ngạo nghễ.

Xin lưu ý: ở đây, chúng ta chỉ ghi nhận và mô tả sự kiện chứ không đánh giá. Bằng chứng của sự kiện này có thể được tìm thấy trong vô số các tài liệu xã hội học khác, chẳng hạn, tục kiêng phơi quần áo, nhất là quần, của phụ nữ ở nơi người ta qua lại, v.v... Sự "thiên vị" này, dĩ nhiên, không phải là điều có thể chấp nhận và càng không thể tiếp tục, nhưng, từ góc độ lịch sử, cũng không có gì đáng ngạc nhiên. Đã đành cả hai đều là những bộ phận quan trọng nhất trong việc xác định cái giống (sex) của con người, nhưng trong khi bộ phận sinh dục của phái nam là cái gì lộ hẳn ra ngoài, bộ phận sinh dục của phái nữ lại nằm sâu hút bên trong, trở thành một thế giới đầy bí ẩn, có mặt như một sự vô hình, thậm chí, như một sự khiếm khuyết, một thứ dương vật bị cắt bỏ hay bị lộn ngược vào trong;[1] trong khi bộ phận sinh dục của nam giới có thể bị thiến, bị liệt, bộ phận sinh dục của phụ nữ không có nguy cơ bị biến mất. Nó có đó và nó sẽ còn đó mãi. Chính vì vậy, người ta không phải lo lắng đến sự tồn tại của nó. Người ta quan tâm hơn đến những yếu tố thứ yếu và phụ thuộc: mái tóc, mí mắt, đôi môi, bờ vai, bộ ngực, cái eo, đôi mông, v.v... Hậu quả là, thứ nhất, chính vì sự quan tâm ấy, cái đáng lẽ là thứ yếu và phụ thuộc lại trở thành trung tâm: người phụ nữ có thể bị xem là không có tính-cái nếu có một mái tóc cụt, một bờ vai ngang, một bộ ngực lép, hay đôi khi, chỉ cần một giọng nói hơi ồ ề. Thứ hai, được xác định bằng nhiều yếu tố như vậy, ý niệm về tính-cái dễ lâm vào tình trạng phân tán và bất nhất: đây chính là lý do khiến cho hình ảnh của người phụ nữ ở những xã hội và những thời đại khác nhau rất khác nhau. Thứ ba, ở vị trí trung tâm, các yếu tố vốn là thứ yếu và phụ thuộc ấy đều mang tính văn hoá: chúng gắn liền với những cách nhìn và cách nghĩ của con người; chúng đi vào văn học và nghệ thuật; chúng trở thành những biểu tượng và những giá trị. Trong khi đó, bộ phận sinh dục lại bị quên lãng; và vì bị quên lãng nên mãi mãi mang tính sinh lý.

Ngay cả khi bộ phận sinh dục cũng như toàn bộ thân thể của phái nữ đã được "văn hoá hoá" thì, trong cách nhìn truyền thống mang nặng tính duy dương vật (phallocentric), chúng cũng không có giá trị tự tại đủ để có thể trở thành một sự tự hào hay thách thức: thân thể

---

[1] Theo Judith Lorber trong bài "Believing Is Seeing" in trong cuốn *The Politics of Women's Bodies*, sđd, đến tận thế kỷ 18, các triết gia và khoa học gia Tây phương vẫn còn nghĩ chỉ có một giống duy nhất: giống cái chỉ là hình thức khiếm khuyết của giống đực: tử cung và âm đạo thật ra chính là dương vật và bìu dái bị lộn ngược vào trong. (tr. 12)

phụ nữ giống như một lãnh thổ tự nhiên, ở đó, cái đẹp thuộc về kẻ khác: chồng họ, người yêu của họ, hoặc những người đang nhìn ngắm họ. Họ sở hữu chúng nhưng không thực sự có chủ quyền trên chúng.[1]

Chủ nghĩa duy dương vật

Bộ phận sinh dục nam thì khác. Nó là yếu tố hầu như duy nhất xác định tính đực của nam giới. Mất nó, dù đẹp trai đến mấy, lực lưỡng đến mấy, dù râu ria rậm rạp đến mấy, người ta cũng không còn là đàn ông nữa. Bởi vậy không có người đàn ông nào lại không quan tâm đến bộ phận sinh dục của mình. Không những quan tâm, họ còn, một mặt, lo lắng bảo vệ nó, từ đó, nói theo Sigmund Freud, nỗi lo lắng bị thiến (castration anxiety) trở thành một nét đặc trưng trong tâm lý nam giới, và hơn nữa, của con người nói chung; mặt khác, họ lại hết sức tự hào về nó: với nó, người ta được xem là có nam tính, một cái gì khác với nữ giới, hơn nữa, cũng lại nói theo ngôn ngữ của Freud, còn là điều làm cho phái nữ phải "ghen tị" (penis envy).[2] Ở dạng rút gọn nhất, có thể định nghĩa: đàn ông = con cặc. Đó là lý do tại sao ngày xưa, ở Trung Hoa, một trong những hình phạt nặng nề nhất là... thiến; và cho đến tận ngày nay, ở Việt Nam, một trong những lời rủa độc địa nhất và quen thuộc nhất là bị chó ăn mất cu hay bị gà mổ mất dái.[3] Đó cũng là lý do tại sao, cho

---

[1] Xem sự phân tích của Iris Marion Young trong bài "Breasted Experience" in trong cuốn *The Politics of Women's Bodies*, sđd, tr. 127.
[2] Về những khái niệm như "castration anxiety" hay "penis envy" vốn khá thông dụng, có thể tìm thấy trong hầu hết các cuốn sách viết của/về Sigmund Freud hay về phân tâm học nói chung.
[3] Ví dụ hai câu rủa trích từ cuốn *Ngôn Ngữ và Thân Xác* của Nguyễn Văn Trung; tr. 138: (a) "Mẹ mày, cả nhà mày ra đường bị gà nó mổ

đến bây giờ, ở nhiều bộ lạc, bọn đàn ông vẫn còn tròng bộ phận sinh dục của họ vào những cái ống được trang trí thật lộng lẫy rồi treo ngược lên trên bụng như một biểu tượng của quyền lực.

Artemidorus, một học giả cổ đại Hy Lạp, trong cuốn *The Interpretation of Dreams*, xem bộ phận sinh dục của nam giới như sự diễn tả các mối quan hệ chằng chịt nhằm xác định vị thế của cá nhân trong xã hội: nó nói lên tài sản, địa vị, đời sống chính trị, gia đình, sức mạnh về thể chất cũng như sự kính trọng trong cộng đồng. Michel Foucault, trong cuốn *The Care of the Self*, tức tập ba của bộ *The History of Sexuality*, sau khi trích dẫn Artemidorus, cho bộ phận sinh dục nam nằm ngay ở vị trí giao điểm của các trò chơi quyền lực của các chủ nhân ông: với nó, người ta tập thói quen tự chủ, tự kiềm chế, không cho phép mình buông thả theo bản năng; người ta cũng xác định được ưu thế của mình trên người phối ngẫu bằng khả năng đâm thọc và xuyên thấu; người ta cũng xác định được thế đứng của mình trong xã hội vì nó gắn liền với các yếu tố truyền giống và dòng họ, v.v...[1] Trong cuốn *Encyclopedia of Esoteric Man*, Benjamin Walker cho sự sùng bái đối với dương vật là hiện tượng rất cổ và cũng rất phổ biến: ở nhiều nơi, một số nghi lễ tôn giáo thường được bắt đầu bằng việc mọi người lần lượt cúi hôn dương vật của người chủ lễ hay vị thủ lãnh.[2] Trong chữ Hán, chữ "tổ" 祖 được tạo thành bởi hai yếu tố: bên trái là bộ "thần", bên phải là hình ảnh

---

mất dái từ già đến trẻ", và (b) "Con khỉ trù, chó nó ăn mất cu, chết đi thành con ma trơi bay dọc đường xó chợ."

[1] Michel Foucault (1984), *The Care of the Self*, London: Penguin Books, tr. 34. Phần trích dẫn Artemidorus nằm ở trang 33 và 34. Xin lưu ý là trong suốt cuốn sách (bản dịch tiếng Anh), Foucault luôn luôn dùng chữ "penis" (cặc) chứ không là "phallus" (dương vật).
[2] Dẫn lại từ Ruth Barcan (2004), sđd, tr. 182.

con cu ngỏng được cách điệu hoá.¹ Tổ tiên, do đó, dưới mắt nhìn của người Hán cổ đại, chính là một vị thần dương vật. Với Jacques Lacan, dương vật là cái biểu đạt chủ yếu trong việc phân phối quyền lực trong xã hội, là biểu đạt của những cái biểu đạt khác, một đại biểu của việc ký hiệu hoá và ngôn ngữ nói chung, là điều kiện của các quan hệ trao đổi biểu tượng vốn, theo cách nhìn của Claude Levi-Strauss, được xem như là điều kiện của văn hoá.²

Trong nghệ thuật cổ đại và trung đại, từ hội hoạ đến điêu khắc, trong khi hình ảnh khoả thân của phụ nữ xuất hiện tương đối muộn và thường gắn liền với cái nhìn mang dục tính; hình ảnh khoả thân của nam giới xuất hiện rất sớm, được xem là biểu tượng của sự sinh sản, của cái đẹp và nhất là của hùng tính. Để bảo vệ hùng tính như một đặc quyền của nam giới, các nghệ sĩ ngày xưa đã tước đoạt của nữ giới một điều mà trên thực tế họ cũng sở hữu: lông. Trong hầu hết các bức tranh phụ nữ khoả thân thời trước, bộ phận sinh dục bao giờ cũng trắng ngần, trong veo, như là ngọc, tuyệt không một sợi lông. Tại sao? Tại người ta cho lông lá là thuộc tính của phái nam.³ Nam tính, hùng tính, do đó, đồng nghĩa với quyền lực.

Nam giới không những dành lông của nữ giới trong các tác phẩm nghệ thuật. Nam giới còn dành cả chức

---

[1] W.J.F. Jenner (1992), *The Tyranny of History: the Roots of China's Crisis*, London: Allen Lane, tr. 104.
[2] Jacques Lacan, "The Meaning of the Phallus" in trong cuốn *Psychoanalytic Criticism, a Reader*, Sue Vice biên tập (1996), Cambridge: Polity Press, tr. 120-129. Xem thêm bài "The Penis and the Phallus" của Elizabeth Grosz cũng in trong cuốn sách này, đặc biệt trang 144-145.
[3] Xem Peter Brooks (1993), *Body Work, Objects of Desire in Modern Narrative*, Cambridge: Havard University Press, tr. 17.

năng sinh sản và truyền giống của nữ giới. Mặc dù về phương diện sinh học, việc mang thai và sinh sản là do phụ nữ thực hiện, trong quan niệm truyền thống, cơ quan được xem là biểu tượng của sự sinh sản lại không phải là bộ phận sinh dục của nữ giới, nơi đứa bé ra đời, mà chính là... dương vật. Theo Margaret Walters, "chính là dương vật chứ không phải bất cứ thứ gì gắn liền với thân thể người phụ nữ trở thành hiện thân của việc sinh sản và những năng lực sáng tạo cũng như đổi mới của tự nhiên. Đồng thời, dương vật cũng được kết hợp với dụng cụ và vũ khí, những phương tiện nam giới dùng để chinh phục tự nhiên và những gã đàn ông khác."[1]

Theo một số nhà hậu cấu trúc luận, đặc biệt các nhà nữ quyền, cả nền văn minh Tây phương - và có lẽ không phải chỉ có nền văn minh Tây phương mà thôi - được xây dựng trên một cột trụ chính: dương vật. Người ta gọi đó là một thứ chủ nghĩa duy dương vật (phallocentrism), ở đó, dương vật được xem như là một quyền lực, một trung tâm, một chuẩn mực, một thứ hệ quy chiếu được dùng để đo lường và đánh giá mọi sự vật và hiện tượng khác. Theo cách nhìn duy dương vật, loài người là những kẻ có... dương vật (bởi vậy "man", đàn ông, mới đồng nghĩa với nhân loại nói chung, "mankind"); phụ nữ bị xem là những kẻ khuyết dương vật, nói theo chữ của Simone de Beauvoir, chỉ là "giống thứ hai", hay nói theo Freud, những kẻ lúc nào cũng sống trong tâm trạng ghen tị và thèm thuồng.[2] Cấu trúc với những mở - cao trào – và kết thúc vốn được xem là mẫu mực trong truyện và kịch truyền thống xuất phát

---

[1] Dẫn theo Ruth Barcan (2004), sđd, tr. 182-3.
[2] Xem Jonathan Culler (1983), *On Deconstrucion, Theory and Criticism after Structuralism*, London: Routledge & Kegan Paul, tr. 165-177.

từ kinh nghiệm tình dục của nam giới: khi họ đạt đến tình trạng sướng ngất cũng là lúc kết thúc mọi "xung đột" và mọi vấn đề.[1] Thậm chí, theo Iris Marion Young, hình ảnh một đôi vú đẹp cũng được quy chiếu từ hình ảnh của dương vật: chiếc vú đẹp phải giống dương vật, nghĩa là, phải cao, chắc và nhọn, v.v...[2]

Cái tục và quyền lực

Như vậy, nhìn từ góc độ phái tính, liên quan đến bộ phận sinh dục, có những tranh chấp về quyền lực lâu đời và căng thẳng giữa nam và nữ. Nhìn từ góc độ xã hội, việc sử dụng các từ ngữ liên quan đến bộ phận sinh dục lại gắn liền với quyền lực của từng thành phần nhất định. Nhớ, Nguyễn Thiện Kế, nhà thơ trào phúng nổi tiếng vào đầu thế kỷ 20 và cũng là anh rể của Tản Đà, có hai câu thơ tả cảnh hộ đê ở miền Bắc:

Trên đê cụ lớn văng con cặc
Dưới đất thầy cai thượng cẳng tay.

"Văng cặc" là đặc quyền của tầng lớp bên trên. Chỉ có những người có quyền lực mới được văng tục. Tuy nhiên, từ đặc quyền, nó bị biến thành một điều cấm kỵ: Đứng trước vua quan ngày xưa, bọn thường dân mà dám văng tục thì thế nào cũng bị chặt đầu hoặc chết mòn trong tù ngục. Khi đã trở thành điều cấm kỵ, việc văng tục tự nhiên sẽ trở thành một hành động thách thức và khiêu khích, thậm chí là hành động thách thức

---

[1] Xem bài "Who has the last word in the sex war" của John Powers đăng trên *The Weekend Review* tại Úc số ra ngày 1-2, 10, 1994; Nguyễn Hoàng Văn dịch ra tiếng Việt "Viết, giữa nam và nữ" đăng trên *Hợp Lưu* số 56 (12.2000 & 1.2001), tr. 30-33.
[2] Iris Marion Young, "Breasted Experience" in trong *The Politics of Women's Bodies*, sđd, tr. 125.

và khiêu khích mạnh mẽ và táo bạo nhất: chúng thách thức và khiêu khích với chính quyền lực. Văng cặc – hay văng tục nói chung -, do đó, trở thành một thái độ phản kháng và một sự nổi loạn.[1]

Ở đây, có hai điều xin lưu ý.

Thứ nhất, cái gọi là tục hay văn hoá tục, như vậy, là cái gì có tính lịch sử: ở thời điểm này, nó tục; ở thời điểm khác, nó lại không tục; nhìn từ phía này, nó tục; nhưng nhìn từ phía khác, có thể lại không. Nên loại trừ mọi thành kiến trước khi phán xét.

Thứ hai, chính các quy phạm văn hoá cũng là một thứ quyền lực. Nổi loạn để chống lại các quy phạm văn hoá ấy là một hiện tượng thường xảy ra không những trong đời sống, đặc biệt ở giới trẻ,[2] mà còn cả trong văn học, đặc biệt ở những giai đoạn tính chất giáo điều, cũ kỹ và sáo mòn đã thành tín ngưỡng, kín mít và nặng nề đến mức gần như không thể chịu đựng được nữa.

Cái tục và cách mạng

Chính trong cái không khí ngột ngạt, nặng trĩu những công thức và giáo điều, những sự mệt mỏi và sợ hãi như thế, một tiếng văng tục vang lên sang sảng, nghe

---

[1] Xin lưu ý là, khi phân tích như trên, tôi chỉ làm nhiệm vụ của một nhà nhân chủng học, tái hiện lại những gì đã có trong lịch sử văn hoá. Không nên xem đó như là chủ trương của tôi. Cũng xin lưu ý là, với bài "Chuyện hiếp dâm và vấn đề phái tính" đăng trên tạp chí *Việt* số 4 (1999), in lại trong cuốn *Văn học Việt Nam, từ điểm nhìn h(ậu h)iện đại* (Văn Nghệ, California, 2000), có lẽ tôi là người đầu tiên giới thiệu quan điểm nữ quyền luận vào văn học Việt Nam.
[2] Ở đây tôi chỉ muốn bàn đến nguyên nhân và ý nghĩa văn hoá của hiện tượng chửi tục của giới trẻ chứ không hề đặt ra vấn đề đánh giá hiện tượng ấy.

rất... đã. Nó hiên ngang. Nó thách thức. Nó đầy dũng khí. Điều này giải thích tại sao, trong một số giai đoạn nào đó, những yếu tố vốn thường bị xem là tục tĩu bỗng có giá trị mỹ học và văn học rất lớn: chúng được xem như một biểu hiện của sự cách tân. Có lẽ không phải ngẫu nhiên mà, mở đầu cuốn *Độ không của lối viết*, Roland Barthes đã nhắc đến Hérbert, một nhà cách mạng, người thường văng tục trên tờ báo *Le Père Duchêne*. Barthes nhận xét: "Những lối văng tục ấy chẳng có nghĩa gì cả, nhưng chúng báo hiệu. Chúng báo hiệu bằng cách nào? Bằng cách diễn tả cả một tình thế cách mạng."[1]

Dĩ nhiên, đành là không phải lối văng tục nào cũng là cách mạng cả, nhưng một người đọc thận trọng, tinh tế và... khôn ngoan không bao giờ cho phép mình xem chuyện tục, nhất là chuyện tục trong văn học, lúc nào cũng chỉ là chuyện tục. Xem như thế, người ta vừa không hiểu gì về bản chất của cái tục và văn hoá tục vừa có nguy cơ chỉ dừng lại ở bờ đạo đức và xã hội học chứ chưa bước sang bên kia bờ... văn học, nơi không chừng có cái gọi là mỹ học của cái tục.

Cái tục và mỹ học

Mỹ học của cái tục? Ừ, thì có gì là lạ? Có lẽ điểm khác biệt lớn nhất trong quan niệm về cái đẹp giữa Đông và Tây là ở chỗ này: ở Tây phương, bắt đầu từ văn minh Hy Lạp thời cổ đại, cái đẹp đã gắn liền với thân xác; ở Đông

---

[1] Roland Barthes (1953), *Le degré zéro de l'écriture*, Paris: Editions du Seuil; bản dịch tiếng Anh của Annette Lavers và Colin Smith, *Writing Degree Zero*, do Hill and Wang xuất bản tại New York năm 1987, tr. 1; bản dịch tiếng Việt của Nguyên Ngọc, *Độ không của lối viết*, nxb Hội Nhà Văn xuất bản tại Hà Nội năm 1998, in lại trên www.talawas.org.

phương, đặc biệt ở Trung Hoa và những dân tộc chịu ảnh hưởng của Trung Hoa, cái đẹp nằm ở đâu đó, trong thiên nhiên, rất xa thân thể của con người. Trong khi ở Hy Lạp, người ta tạc tượng con người, làm nổi bật những nét mỹ miều nhất trong từng đường gân thớ thịt của con người; ở Trung Hoa, người ta mải miết vẽ những bức tranh thuỷ mạc với những sông, những núi, những mây, v.v... Con người, nếu có, chỉ thấp thoáng. Ẩn trong cây. Mờ trong sương. Thật xa. Trong xã hội chịu ảnh hưởng của một nền văn hoá như thế, chỉ cần vẽ phác cảnh Thuý Kiều *dày dày sẵn đúc một toà thiên nhiên* trong buồng tắm đã có thể bị lên án gay gắt là tục. Mô tả *đôi gò bồng đảo sương còn ngậm* và *một lạch đào nguyên suối chửa thông* trên thân thể một thiếu nữ ngủ ngày như thơ Hồ Xuân Hương lại càng bị xem là tục.

Tuy nhiên, đừng quên: ngày nay cả Nguyễn Du lẫn Hồ Xuân Hương đều được thán phục và khen ngợi nhiều nhất ở những điểm họ từng bị những người đương thời lên án một cách dữ dội nhất.

Tôi bỗng nhớ đến cái gọi là mỹ học của sự bất toàn (aesthetics of imperfection) vốn gắn liền với tên tuổi của Furuta Oribe ở Nhật: một vết rạn ngẫu nhiên trên một chiếc bình sứ được xem là một nét độc đáo. Nó làm cho chiếc bình đẹp hẳn ra. Có thể xem cái tục như một vết rạn như thế chăng?

Mà tại sao lại không nhỉ?[1]

---

[1] Bản thảo đầu tiên của chương này, đăng trên trang mạng talawas.org ngày 18.12.2003<http://www.talawas.org/talaDB/suche.php?res=150&rb=07>, mang một cái tên rất khiêu khích: "Con cặc".

10.
Văn bản và liên văn bản

Trong cách diễn đạt cái quần, cái-trong-quần hay cái tục là một văn bản ở chương trước, chữ "văn bản" rõ ràng không còn mang ý nghĩa truyền thống nữa.

Điều gì đã xảy ra với chữ "văn bản" quen thuộc mà chúng ta thường sử dụng?

Trước hết, xin nói ngay, văn bản và, cùng với nó, liên văn bản, theo tôi, là hai trong số những khái niệm quan trọng và có ảnh hưởng nhất trong các lý thuyết văn học thế giới trong suốt thế kỷ 20 và những năm đầu tiên của thế kỷ 21. Thật ra, hai khái niệm này có quan hệ chặt chẽ với nhau. Sự ra đời của khái niệm liên văn bản làm thay đổi hẳn nội hàm khái niệm văn bản để cuối cùng cả hai cơ hồ trở thành hai từ đồng nghĩa: không có một văn bản nào không phải là một liên văn bản và ngược lại không có một liên văn bản nào không tồn tại như một văn bản. Tính liên văn bản trở thành yếu tính và là điều kiện tồn tại của văn bản: chúng ta sẽ không hiểu bất cứ một văn bản nào nếu trong đó không có một yếu tố liên văn bản nào cả.

Nhưng trước hết, hãy nói về văn bản.

Văn bản như một phát hiện quan trọng ở nửa đầu thế kỷ 20

Không còn hoài nghi gì nữa, việc phát hiện ra văn bản là phát hiện quan trọng nhất của ngành phê bình văn học thế giới trong nửa đầu thế kỷ 20. Trước, hầu như văn bản chỉ được các nhà tu từ học và chú giải học chú ý. Riêng giới phê bình thì không. Với văn học dân gian, người ta không chú ý đến văn bản đã đành: đó là thứ nghệ thuật mang tính diễn xướng, gắn với những không gian nghệ thuật nhất định, ở đó chu cảnh (context) thường có giá trị thông báo cao hơn văn bản. Việc thay đổi một số chữ hay câu không có ảnh hưởng gì đến việc cảm thụ các câu ca dao hay truyện cổ tích. Ở Việt Nam, ảnh hưởng của văn hoá truyền khẩu rất nặng và rất dài. Đến tận bây giờ, đầu thế kỷ 21, ý thức về tính văn bản hầu như vẫn còn rất nhạt. Hiếm có người thực sự coi trọng văn bản, dùng văn bản như cơ sở hàng đầu cho việc nghiên cứu. Ở đâu, từ lãnh vực giáo dục đến phê bình văn học, chúng ta cũng dễ dàng bắt gặp những phán đoán vu vơ dựa theo lời đồn hay những bản tóm tắt rất sơ lược, có khi hoàn toàn xa lạ với văn bản thực.

Ở Tây phương, sự phát triển sớm của kỹ thuật in ấn dẫn đến sự bùng nổ của báo chí và xuất bản, từ đó, mở đường cho sự thịnh hành của văn hoá đọc; và từ sự chín muồi của văn hoá đọc, ý niệm về văn bản được ra đời. Sự ra đời của ý niệm văn bản, đến lượt nó, dẫn đến hàng loạt các cuộc tấn công ồ ạt vào truyền thống phê bình cũ từng giữ vai trò thống trị trong thế kỷ 18 và 19, chủ yếu tập trung vào bốn khuynh hướng chính: khuynh hướng nghiêng về lịch sử, nhấn mạnh vào việc nghiên cứu bối cảnh văn học mà lại thờ ơ trước tác phẩm văn học; khuynh hướng nghiêng về luân lý, xã hội đối xử với văn học như một công cụ để nâng cao đạo đức của con người; khuynh hướng nghiêng về triết học chỉ coi văn học như một cái cớ để lan man vào các khái niệm trừu tượng và mơ hồ; khuynh hướng nghiêng về ấn tượng chỉ xoay quanh các hồi âm chủ quan và vu vơ của người đọc. Phát hiện này dẫn đến việc hình thành một thói quen thú vị và hữu ích: diễn dịch tác phẩm văn học. Có thể nói, từ đầu thế kỷ 20 trở về trước, người ta chỉ tập trung vào việc bình - có khi tán - từng chữ, từng câu hoặc đánh giá chung chung một tác phẩm trên các phương diện nghệ thuật và đạo đức. Người ta làm như ý nghĩa của tác phẩm văn học là một cái gì đương nhiên, hiển nhiên, nó có đó, nằm ngay trong văn bản, ai cũng thấy và ai cũng đồng ý. Sự thật khác hẳn. Bất cứ cái hiểu nào cũng là một sự diễn dịch. Chỉ có điều là nếu sự diễn dịch ấy được tiến hành một cách thiếu tự giác, một mặt, sự hiểu biết về văn học của chúng ta sẽ nghèo nàn đi, mặt khác, sự đánh giá sẽ thành chủ quan và tuỳ tiện. Cuối cùng, phát hiện này cũng góp phần quyết định vào việc thay đổi vị thế và diện mạo của phê bình văn học: với một đối tượng vật chất cụ thể là văn bản, người ta có thể nuôi tham vọng biến phê bình thành một khoa học hoặc ít nhất một hoạt động trí thức độc lập, tách ra khỏi lịch sử, xã hội học, triết học và tâm lý học.

Cắt đứt mối liên hệ giữa văn bản và những gì ở ngoài văn bản, phê bình văn học, nói theo T.S. Eliot, không còn tập trung vào nhà thơ mà phải dựa vào bài thơ.[1] Dựa vào bài thơ, cũng theo T.S. Eliot, là phán đoán bài thơ như nó là thơ chứ không phải như một cái gì

---

[1] Kermode, F. (biên tập và giới thiệu) (1975), *Selected Prose of T. S. Eliot*, Faber & Faber, tr. 40.

khác.[1] Là thơ, theo các nhà Hình thức luận của Nga là kỹ thuật, theo các nhà cấu trúc luận của Pháp là một hệ thống ký hiệu, theo các nhà Phê Bình Mới của Mỹ là một cấu trúc của ý nghĩa. Coi thơ chỉ là kỹ thuật, mối quan tâm của các nhà Hình thức luận là tính văn học (literariness) hơn là văn học, là các thủ pháp nghệ thuật như âm, vần, nhịp, đối, ẩn dụ, hoán dụ... tức là những yếu tố có khả năng làm lạ hoá (defamiliarize) cảm giác của con người về ngôn ngữ và về hiện thực chứ không phải là vấn đề ý nghĩa. Coi thơ là hệ thống ký hiệu mà ký hiệu, theo Ferdinand de Saussure, lại không có ý nghĩa tự thân, ý nghĩa của ký hiệu chỉ nảy sinh trong mối quan hệ với các ký hiệu khác, các nhà cấu trúc luận quan niệm ý nghĩa của tác phẩm tuỳ thuộc vào các quan hệ và các sự đối lập bên trong văn bản. Văn bản, như thế, được nhìn nhận như là nơi gặp gỡ, kết hợp, xung đột giữa vô số các mã văn hoá (cultural codes) khác nhau, do đó, ý nghĩa của nó sẽ phong phú hơn hẳn ý định ban đầu của tác giả, so với những gì tác giả có thể ý thức được. Tuy nhiên, mối quan tâm thực sự của các nhà cấu trúc luận không phải là vấn đề ý nghĩa. Cũng giống như các nhà ngữ pháp không nhắm đến việc tìm hiểu ý nghĩa của từng câu nói, các nhà phê bình theo cấu trúc luận thường hờ hững với việc tìm hiểu ý nghĩa của từng bài thơ hay từng áng văn cụ thể. Họ thường tập trung vào việc nghiên cứu điều kiện nảy sinh ý nghĩa, tức hệ thống "ngữ pháp", các quy ước làm nền tảng cho việc xuất hiện của ý nghĩa. Nói theo Genette, "thời gian văn học được coi là một thông điệp không có mã kéo dài đã quá lâu,

---

[1] Dẫn theo Ian Gregor, "Criticism as an Individual Activity: the Approach through Reading", trong quyển *Contemporary Criticism* do Malcolm Bradbury & David Palmer biên tập (1970), London: Edward Arnold, tr. 197.

nay đã đến lúc chúng ta coi văn học là một cái mã không có thông điệp."[1]

Giống các nhà Hình thức luận và cấu trúc luận, các nhà Phê Bình Mới của Mỹ cũng coi thơ là một hình thức ngôn ngữ có tính chất tự quy chiếu và tự đầy đủ cho nó, nhưng khác các nhà Hình thức luận và cấu trúc luận, họ lại coi việc tìm hiểu ý nghĩa của bài thơ là mục tiêu hàng đầu của công việc phê bình. Theo họ, ý nghĩa của bài thơ nằm ngay trong văn bản, nảy sinh từ sự tương tác giữa các yếu tố tương đồng và dị biệt trong văn bản: "Thơ là tri âm của chính nó, cả tác giả lẫn người đọc đều không biết gì về bài thơ ngoài những gì ngôn ngữ trong bài thơ tự nói lên."[2] Từ nhận định này, họ đưa ra một số chủ trương chung. Một là, bởi vì ý nghĩa của bài thơ đồng nhất với ngôn ngữ và cấu trúc của bài thơ, mọi nỗ lực diễn xuôi thơ đều thất bại và vô ích. Hai là, bởi vì ý nghĩa của bài thơ nằm trong sự tương tác giữa các yếu tố hình thức, nó sẽ không còn thuộc về tác giả của nó nữa. Cho ý nghĩa bài thơ là ý định của tác giả là một sự nguỵ biện: người ta lẫn lộn bài thơ với nguồn gốc của nó. Không ai chối cãi bài thơ là công trình sáng tạo của một tác giả nhất định, nhưng dựa vào nguyên nhân để đánh giá kết quả là một điều hoàn toàn sai lầm. Wimsatt và Beardsley biện luận: nếu ý định của tác giả được thể hiện trong bài thơ, những lời phát biểu của tác giả về ý định ấy là không cần thiết; ngược lại, nếu ý định không được thể hiện trong bài thơ, những lời phát biểu của tác

---

[1] Genette, G. (1982), *Figures of Literary Discourse*, bản dịch tiếng Anh của Alan Sheridan, Oxford: Basil Blackwell, tr. 7.
[2] Tate, A. (1968) *Essays of Four Decades*, Chicago: Swallow Press, tr. 595.

giả về nó lại càng thừa thãi.¹ Ba là, bởi vì ý nghĩa của bài thơ là một chỉnh thể thống nhất và mạch lạc, nó sẽ là nó mãi, vĩnh viễn, không bị ảnh hưởng gì bởi sự cảm thụ của người đọc. Cũng theo Wimsatt và Beardsley, đánh giá một bài thơ dựa trên những tác động của nó đối với tâm lý người đọc là một nguỵ biện: người ta lẫn lộn bài thơ và kết quả của nó, lẫn lộn giữa những gì "bài thơ là" và những gì "bài thơ làm".² Phê bình dựa trên nguỵ biện thứ nhất bắt đầu với việc tìm hiểu các nguyên nhân tâm lý dẫn đến việc hình thành bài thơ và kết thúc bằng việc nghiên cứu tiểu sử tác giả; dựa trên loại nguỵ biện thứ hai bắt đầu bằng việc tìm hiểu các ảnh hưởng của bài thơ trong tâm hồn người đọc và kết thúc bằng chủ nghĩa ấn tượng. Cả hai đều dẫn đến chủ nghĩa tương đối.

Phê Bình Mới, một thời gian dài, chiếm ưu thế hầu như tuyệt đối tại Hoa Kỳ, nhất là từ cuối thập niên 1940, khi các thành viên nòng cốt trong nhóm và những người đồng tình với họ trở thành những giáo sư lừng lẫy và đầy thế lực tại các trường đại học lớn của Mỹ: Brooks, Wellek, Wimsatt tại Yale, Blackmur tại Princeton, Burke tại Bennington, Richards tại Harvard, Winters tại Stanford, khi T.S. Eliot, người có quan hệ mật thiết với Phê Bình Mới nhận được giải thưởng Nobel về văn chương. Phương pháp "đọc gần" (close reading) của Phê Bình Mới được áp dụng rộng rãi khắp nơi. Tuy nhiên, bước sang thập niên 1960, người ta bắt đầu nhận ra những khuyết điểm của Phê Bình Mới, trong đó, hai khuyết điểm quan trọng nhất là: một, khuếch đại tính

---

[1] Wimsatt & Beardsley (1946), "The Intentional Fallacy", in lại trong tập *The Verbal Icon* của Wimsatt (1970), London: Methuen & Co Ltd, tr. 3-18.
[2] Wimsatt & Beardsley (1954), "The Affective Fallacy", in lại trong *The Verbal Icon*, sđd., tr. 21-39.

chất tự trị (autonomy) của ngôn ngữ thơ; hai, cho ý nghĩa là một cái gì có sẵn trong văn bản. Sự thật, ngôn ngữ thơ, một mặt, bị khống chế bởi quy luật của ngôn ngữ nói chung, mặt khác, bị khống chế bởi những quy ước đặc thù của văn học như những quy ước về thể loại, về ý nghĩa tượng trưng của các hình tượng, về vai trò của các yếu tố hình thức. Các từ ngữ trong bài thơ không phải chỉ liên hệ với nhau mà còn liên hệ với nhiều từ ngữ khác ở ngoài bài thơ. Harold Bloom cho bất cứ bài thơ nào cũng là liên-thi (inter-poem) và bất cứ việc đọc thơ nào cũng là liên-độc (inter-reading).[1]

Liên văn bản như một phát hiện quan trọng ở nửa sau thế kỷ 20

Quan niệm của Harold Bloom phản ánh cách nhìn chung của khá nhiều lý thuyết gia văn học thế giới trong những thập niên vừa qua. Theo tôi, trung tâm của hầu hết các lý thuyết văn học xuất hiện trong nửa sau thế kỷ 20 là khái niệm điển phạm và khái niệm liên văn bản, trong đó, quan trọng nhất là khái niệm liên văn bản: chính khái niệm liên văn bản làm thay đổi cả cách nhìn về tính điển phạm, từ đó, dẫn đến việc lật đổ các hệ thống giá trị cũ, mở ngỏ cho sự lên ngôi của nhiều luồng văn học vốn, trước đó, bị xem là ngoài lề, thậm chí, hoàn toàn bị quên lãng, như luồng văn học của phụ nữ, của những người đồng tính luyến ái, của các sắc dân thiểu số hay của các cộng đồng lưu vong, v.v...

Mặc dù đóng một vai trò quan trọng như vậy, nhưng, như Richard Schoek có lần than thở, lịch sử của

---

[1] Harold Bloom (1976), *Poetry and Repression*, New Haven: Yale University Press, tr. 2-3.

liên văn bản chưa được viết ra,[1] hoặc, như Graham Allen đánh giá, nội hàm khái niệm liên văn bản được mở rộng một cách tuỳ tiện đến độ nó có nguy cơ trở thành vô nghĩa.[2] Tuy nhiên, trên thực tế, những công trình nghiên cứu nghiêm chỉnh về liên văn bản tương đối ít có sự khác biệt. Hầu như mọi người đều thống nhất với nhau về nguồn gốc của khái niệm: nó xuất hiện lần đầu tiên trong một bài viết của Julia Kristeva vào năm 1966, "Bakkhtin, từ, đối thoại và tiểu thuyết". Có điều đây không hẳn là một bài tiểu luận mang tính độc sáng của Kristeva. Mục tiêu chính của bài viết là nhằm giới thiệu Mikhail Bakhtin, người đã vận dụng, hơn nữa, phát triển lý thuyết ngôn ngữ học của Ferdinand de Saussure theo một chiều hướng khá mới, từ đó, để lại rất nhiều dấu ấn trong các lý thuyết văn học trên thế giới, đặc biệt từ khoảng giữa thập niên 1970 trở đi.

Trong khi Saussure chủ trương chỉ tập trung vào những quy ước và những quy luật trừu tượng và chung nhất của ngôn ngữ, Bakhtin lại tin không có ngôn ngữ nào lại không gắn liền với một quan điểm, một ngữ cảnh và một đối tượng nhất định: theo ông, ngôn ngữ là những gì đang được sử dụng trong cuộc sống chứ không phải trong từ điển, bởi vì từ điển, nói theo cách diễn dịch của Simon Dentith, "chỉ là nghĩa địa của ngôn ngữ mà thôi".[3] Trong khi Saussure chỉ tập trung vào khía cạnh đồng đại của ngôn ngữ, Bakhtin quan niệm không có bất cứ một thời điểm nào ở đó ngôn ngữ không chịu áp lực mang tính lịch đại: với ông, ngôn ngữ là một dòng chảy không ngừng nghỉ. Trong khi Saussure lược quy

---

[1] Dẫn theo Mary Orr (2003), *Intertextuality: Debates and Contexts*, Cambridge: Polity, tr. 14.
[2] Graham Allen (2000), *Intertextuality*, London: Routledge, tr. 2.
[3] Dẫn theo Graham Allen (2000), sđd, tr. 18.

ngôn ngữ vào một mối quan hệ chính giữa cái biểu đạt (signifier) và cái được biểu đạt (signified), Bakhtin cho mối quan hệ ấy vô cùng đa dạng: không có một ý niệm nào lại không là nơi giao thoa giữa các quan điểm, các khuynh hướng, các ý kiến khác nhau. Trong khi Saussure cho bản chất của ngôn ngữ nằm ở sự khác biệt, Bakhtin cho bản chất của ngôn ngữ là tính đối thoại: ông cho mọi lời nói đều có tính đối thoại, bởi ý nghĩa của chúng tuỳ thuộc vào những gì được nói trước đó và vào cách thức người nghe tiếp nhận những lời nói ấy như thế nào. Nói cách khác, theo Bakhtin, mọi lời nói đều là những phản hồi đối với những lời nói trước đó và đều nhắm tới những đối tượng nhất định. Điều này làm cho mỗi từ đều diễn tả một cái gì đó trong quan hệ với một cái gì khác. Nói theo lời của Bakhtin, nó là "lãnh thổ chung của cả người nói lẫn người nghe", là "cầu nối giữa ta và người";[1] là "một nửa của người khác".[2]

Xuất phát từ quan niệm về tính đối thoại của ngôn ngữ và dựa trên sự phân tích các tác phẩm của Dostoevsky, Bakhtin cho bản chất của tiểu thuyết, cũng giống như các hội hoá trang (carnaval), mang tính đa thanh (polyphony), ở đó, mỗi lời nói của nhân vật đều có nhiều giọng, hay, theo cách nói của Bakhtin, một diễn ngôn mang tính nhị trùng thanh (double-voiced discourse): "Nó phục vụ hai kẻ phát ngôn cùng lúc, diễn tả hai ý định khác nhau cùng một lúc: một ý định trực tiếp của nhân vật, người đang nói, và một ý định đã bị khúc xạ của chính tác giả."[3] Đặc biệt, trong các tiểu thuyết đa thanh như thế, không có giọng nói nào là hoàn toàn khách quan và có thẩm quyền hơn hẳn: tiểu thuyết

---

[1] Graham Allen (2000), sđd., tr. 20.
[2] Graham Allen (2000), sđd., tr. 28.
[3] Dẫn theo Graham Allen (2000), sđd., tr. 29.

đa thanh phản ánh một thế giới, trong đó, mọi lời nói đều có quan hệ hô ứng mật thiết với nhau, hơn nữa, còn dựa vào nhau mà tồn tại và phát nghĩa.

Ý kiến về ngôn ngữ và tiểu thuyết của Bakhtin – cho đến đầu thập niên 1960 vẫn còn khá xa lạ với giới nghiên cứu văn học Tây phương - được Julia Kristeva giới thiệu và khai triển trong bài viết "Từ, đối thoại và tiểu thuyết" hoàn tất vào giữa thập niên 1960. Kết quả của nỗ lực khai triển ấy là một sự ra đời của một thuật ngữ mới: tính liên văn bản (intertextuality). Theo Kristeva, văn bản không được hình thành từ những ý đồ sáng tác riêng tây của người cầm bút mà chủ yếu là từ những văn bản khác đã hiện hữu trước đó: mỗi văn bản là một sự hoán vị của các văn bản, nơi lời nói từ các văn bản khác gặp gỡ nhau, tan loãng vào nhau và trung hoà sắc độ của nhau. Nói cách khác, không có văn bản nào thực sự cô lập, một mình một cõi, như một sự sáng tạo tuyệt đối: văn bản nào cũng chịu sự tác động của văn bản văn hoá (cultural text), cũng chứa đựng ít nhiều những cấu trúc ý thức hệ và quyền lực thể hiện qua các hình thức diễn ngôn khác nhau trong xã hội. Hậu quả là từ hay văn bản nào cũng là một giao điểm nơi ít nhất là một từ hay một văn bản khác được đọc. Là giao điểm (intersection) nghĩa là, khác với điểm (point), không cố định. Trong ý nghĩa này, Kristeva xem văn bản có tính sản xuất (productivity): lúc nào nó cũng là một quá trình vận động và tương tác liên tục. Ý nghĩa của các từ ngữ được sử dụng trong văn bản thay đổi màu sắc theo những thay đổi trong xã hội. Kristeva cho ý nghĩa của mỗi từ trong văn bản được quy định bởi hai trục khác nhau: một, trục ngang, giữa tác giả và độc giả; và hai, trục dọc, giữa nó với các văn bản khác cũng như với chu cảnh (context) văn hoá và xã hội trước đó cũng như cùng thời. Từ đó, đi xa hơn, Kristeva cho mỗi văn bản là một liên văn bản, ở đó, các văn bản khác cùng hiện hữu để góp phần chi phối và làm thay đổi diện mạo của văn bản ấy; mỗi văn bản là một sự hấp thụ và chuyển thể của văn bản khác, là một tấm vải mới dệt từ những trích dẫn cũ, ở đó, có vô số những mảnh vụn của các mã ngôn ngữ, các quy ước văn học, các khuôn mẫu nhịp điệu, các hình thức diễn ngôn vốn từng phổ biến trong xã hội. Tuy nhiên, nên lưu ý là, theo Kristeva, phần lớn những mảnh vụn này đều vô danh và có khi vĩnh viễn vô danh, không ai có thể truy nguyên được xuất xứ của chúng: đó chỉ là những trích dẫn tự động, từ vô thức, và không mang bất cứ một dấu hiệu đặc biệt nào để nhận diện sự trích dẫn ấy cả.[1]

Quan niệm về tính liên văn bản của Kristeva nhanh chóng nhận được sự đồng tình của nhiều lý thuyết gia lớn, những người sẽ khai triển khái niệm tính liên văn bản theo nhiều chiều hướng khác nhau, mở rộng nội hàm của nó, biến nó thành một trong những thuật ngữ vừa được phổ biến rộng rãi, ít nhiều có tính thời thượng, lại vừa phức tạp, thậm chí, chứa đầy nghịch lý, nhất là khi chuyển từ lý thuyết gia này sang lý thuyết gia khác. Trong số các tên tuổi này có thể kể đến Michel Foucault, người chủ trương "biên giới của một cuốn sách không bao giờ thực rõ ràng: vượt ra ngoài nhan đề, dòng chữ đầu tiên và dấu chấm cuối cùng, vượt ra ngoài cấu trúc nội tại và hình thức mang tính tự trị của nó, nó bị bắt gặp quả tang là đang hoà lẫn vào một hệ thống

---

[1] Bài "Bakhtin, le mot, le dialogue et le roman" xuất bản lần đầu năm 1967; sau được dịch sang tiếng Anh, in trong *Desire in Language: A Semiotic Approach to Literature* do Léon S. Roudiez biên tập (1980), Oxford: Blackwell và *The Kristeve Reader* do Toril Moi biên tập (1986), Oxford: Blackwell.

quy chiếu đến các cuốn sách khác, các văn bản khác, các câu văn khác: nó chỉ là cái gút trong một mạng lưới lớn... Cuốn sách không phải là một vật thể chúng ta cầm trên tay... Sự thống nhất của nó thường biến dạng và rất tương đối."[1] Ứng dụng vào lãnh vực thi pháp học trong khi vẫn dừng lại trong khuôn khổ của cấu trúc luận, Gérard Genette biến khái niệm tính liên văn bản thành tính xuyên văn bản (transtextuality), một khái niệm khá rộng, thâu tóm cả năm khái niệm khác, nhỏ hơn: liên văn bản, bàng văn bản (paratextuality), siêu văn bản (metatextuality), cực đại văn bản (hypertextuality) và cổ văn bản (architextuality). Michael Riffaterre vận dụng khái niệm tính liên văn bản vào việc đọc thơ: với ông, "một bài thơ được đọc ngược chiều về thi tính" (A poem is read poetically backwards)[2] với ý nghĩa là: người đọc bao giờ cũng đọc và cảm nhận bài thơ với tất cả những kiến thức về thơ có sẵn, với những mạng liên văn bản được hình thành trong quá trình giáo dục cũng như quá trình đọc với tư cách một độc giả. Harold Bloom tiếp cận khái niệm tính liên văn bản từ cả góc độ tu từ học lẫn phân tâm học. Theo ông, tất cả mọi văn bản đều là liên văn bản; và liên văn bản lại là sản phẩm của "sự lo lắng về ảnh hưởng" (anxiety of influence).

Tuy nhiên, người có nhiều đóng góp nhất trong việc khai triển khái niệm tính liên văn bản chắc chắn không ai khác hơn là Roland Barthes. Trong bài viết "Cái chết của tác giả" hoàn tất hai năm sau bài tiểu luận của Kristeva, Roland Barthes cho văn bản không phải là chuỗi từ ngữ phát ra một ý nghĩa duy nhất, cố định, mà,

---

[1] Michel Foucault (1974), *The Archaeology of Knowledge,* London: Tavistock, tr. 23.
[2] Michael Riffaterre (1978), *Simiotics of Poetry*, Bloomington: Indiana University Press, tr. 19.

ngược lại, thực chất là một không gian đa kích thước ở đó tụ hội vô số các văn bản đến từ vô số các nền văn hoá khác nhau: tất cả đều tan loãng vào nhau và không có cái nào thực sự là độc sáng cả. Ý nghĩa của một văn bản không hoàn toàn nằm bên trong bản thân nó mà tồn tại trong mối tương tác với các văn bản khác, nghĩa là, giữa các văn bản khác nhau. Cả Kristeva lẫn Barthes đều nhấn mạnh đến tính-ở-giữa (between-ness) của văn bản. Tìm ý nghĩa của một văn bản, dù muốn hay không, trong lúc phải đi sâu vào văn bản với những từ, những vần, những nhịp, những hình ảnh và cấu trúc câu, đoạn, người ta cũng phải đồng thời đi ra ngoài văn bản ấy. Việc đi ra ngoài văn bản như thế mở rộng khả tính của ý nghĩa, làm cho ý nghĩa luôn luôn thuộc số nhiều và không bao giờ thực sự ổn định, đừng nói gì là cố định.[1]

Liên văn bản và điển cố, điển tích

Những cách hiểu về khái niệm liên văn bản vừa trình bày dễ gợi cho nhiều người ấn tượng: Thì có gì mới đâu? Đây đó, đã có một số người cầm bút Việt Nam viết thế. Bằng chứng họ thường nêu lên là thói quen sử dụng điển cố và điển tích trong văn học Việt Nam ngày xưa.

Thật ra, đó chỉ là một ngộ nhận. Liên văn bản và thói quen sử dụng điển cố và điển tích trong văn học trung đại Việt Nam khác nhau.

Khác, theo tôi, ít nhất ở sáu điểm chính.

---

[1] Roland Barthes (1977), *Image, Music, Text*, Stephen Heath dịch từ tiếng Pháp, London: Fontana Press.

Thứ nhất, ở phạm vi: điển cố và điển tích chỉ là bộ phận của liên văn bản. Ngoài điển cố và điển tích, liên văn bản còn bao gồm nhiều yếu tố khác như ảnh hưởng, trích dẫn, đạo văn, những hồi quang của các diễn ngôn văn hoá trong văn bản văn học, v.v...

Thứ hai, ở chức năng: trong khi việc sử dụng điển cố và điển tích chỉ là một thủ pháp nghệ thuật, liên văn bản chủ yếu là một đặc điểm, thậm chí, là một bản chất của văn bản, hơn nữa, bản chất của văn học: người ta sẽ không thể nào hiểu được một văn bản nếu văn bản ấy tuyệt đối không có quan hệ gì với các văn bản khác.

Thứ ba, ở quan hệ: trong việc sử dụng điển cố và điển tích, chỉ có một loại quan hệ hai chiều giữa văn bản và văn bản gốc nơi được xem là xuất xứ của điển cố và điển tích; ngược lại, trong liên văn bản, mối quan hệ vô cùng đa dạng: về hàng ngang, có quan hệ giữa văn bản và tác giả; về hàng dọc, có quan hệ giữa văn bản này và vô số các văn bản khác. Người ta có thể nhận diện được nguồn gốc của các điển cố và điển tích, nhưng không ai có thể nhận diện được một dấu vết liên văn bản: nó vô tận.

Thứ tư, ở mục tiêu: việc sử dụng điển cố và điển tích nhằm mục đích làm giàu lượng thông tin của văn bản bằng cách tận dụng vốn tư bản văn hoá (cultural capital) có sẵn chung quanh một văn bản khác hoặc một sự kiện lịch sử đã được nhiều người biết, trong khi đó, liên văn bản được sử dụng chủ yếu để làm nổi bật tính tương đối của văn bản và của sự sáng tạo.

Thứ năm, ở tính chất: trong khi việc sử dụng điển cố và điển tích thường được tiến hành một cách nghiêm trang, nhằm khoe kiến thức và tận dụng kiến thức của người đọc, việc sử dụng tính liên văn bản thường có tính chất chế nhạo, nhằm phê phán những thái độ quá tự tin và cứng nhắc và nhằm đặt ra những nghi vấn đối với các quyền lực văn hoá trong xã hội.

Cuối cùng, khác ở ý nghĩa: việc sử dụng điển cố và điển tích không làm thay đổi ý nghĩa của điển cố và điển tích ấy và cũng không làm thay đổi ý nghĩa của cấu trúc tác phẩm; việc sử dụng tính liên văn bản, ngược lại, thường tạo ra những ý nghĩa mới và mang lại những diện mạo mới, ít nhất chứng minh tính chất vô vọng trong công cuộc tìm kiếm cái độc sáng, v.v...

Khác với điển cố và điển tích, nhưng liên văn bản cũng không phải là một cái gì mới mẻ hẳn. Ở đây, cần phân biệt liên văn bản với tư cách một thuật ngữ và liên văn bản với tư cách một hiện tượng văn học. Với tư cách thuật ngữ, liên văn bản chỉ ra đời từ giữa thập niên 1960. Nhưng với tư cách một hiện tượng, liên văn bản đã có từ ngàn xưa. Trong lời giới thiệu cuốn *Intertextuality: Theories and Practices*, Michael Worton và Judith Still đã chứng minh một cách khá thuyết phục là ý niệm liên văn bản đã manh nha ngay từ trong các lý thuyết về thơ thời cổ đại Hy Lạp. Trong tư tưởng của Plato, Aristotle, Horace và Longinus, v.v... khi các triết gia này nói đến chức năng mô phỏng hiện thực (mimesis) của văn học, họ không hiểu mô phỏng chỉ đơn giản là một sự lặp lại mà thực chất là một sự bổ sung, ít nhất là bổ sung một cách diễn dịch. Trong ý nghĩa này, hiện thực hay thế giới lý tưởng – nói theo ngôn ngữ của Plato – có chức năng của một thứ tiền-văn bản. Hậu quả là mọi văn bản văn học đều có tính liên văn bản.[1]

---

[1] Michael Worton và Judith Still (biên tập) (1990), *Intertextuality: Theories and Practices*, Manchester: Manchester University Press, tr. 3-8.

Liên văn bản và những thay đổi trong văn học

Đành là hiện tượng liên văn bản đã có từ lâu. Tuy nhiên, điều đó không hề làm giảm bớt giá trị các phát hiện về tính liên văn bản được Kristeva, Barthes và một số lý thuyết gia khác đề cập. Dưới mắt giới nghiên cứu, phát hiện về tính liên văn bản vào giữa thập niên 1960 được xem như vụ Nổ Khai Thiên (Big Bang) trong lãnh vực ngôn ngữ học: nó làm phá vỡ khái niệm văn bản truyền thống và làm cho hai khái niệm văn bản và liên văn bản trở thành đồng nghĩa.[1] Hơn nữa, nó còn tạo nên phản ứng dây chuyền: sự ra đời của khái niệm liên văn bản và cách hiểu mới về văn bản làm thay đổi hẳn trọng tâm của phê bình và nghiên cứu văn học: trước, trọng tâm nằm trong quan hệ giữa tác phẩm văn học và hiện thực; sau, giữa tác phẩm này với tác phẩm khác. Nó cũng làm thay đổi mối quan hệ giữa tác giả, tác phẩm và độc giả; giữa văn học và các yếu tố phi văn học; giữa tính sáng tạo và sự mô phỏng; giữa truyền thống và cách tân, v.v...

Trước hết, nên lưu ý là việc phát hiện ra tính liên văn bản đã làm thay đổi hẳn khái niệm văn bản vốn đã khá thông dụng trước đó. Để làm nổi bật các đặc điểm của văn bản, Roland Barthes so sánh khái niệm văn bản (text) với khái niệm tác phẩm (work). Theo ông, trong khi tác phẩm là một cái gì cụ thể, đã hoàn tất, chiếm một không gian nhất định trong thế giới sách vở, văn bản lại chỉ là một lãnh vực mang tính phương pháp luận (methodological field); tác phẩm là những gì được phô bày ra, văn bản lại là tiến trình hiện thực hoá việc phô bày ấy bằng ngôn ngữ. Nếu văn học là thế giới của các ký

---

[1] Mary Orr (2003), sđd., tr. 22.

hiệu, tác phẩm gần với những cái biểu đạt (signifier) vốn tương đối dễ diễn dịch, trong khi đó, văn bản lại là chuỗi dài của những cái được biểu đạt (signified). Những cái được biểu đạt này liên hệ đến những cái được biểu đạt khác, kết quả là văn bản chỉ có thể được kinh nghiệm trong một động thái sản xuất, hình thành từ sự giao động miên man giữa sự có mặt và vắng mặt của những cái được biểu đạt khác nhau. Những sự có mặt và vắng mặt này vốn vô tận, do đó, động thái sản xuất cũng kéo dài liên tục; và cũng do đó, văn bản tất yếu mang tính đa nguyên: nó không giới hạn trong một ý nghĩa nhất định và cố định nào cả; nó luôn luôn dẫn đến một cái gì khác, ngoài nó.[1] Khai triển ý này của Barthes, Edward Said cho văn bản bao giờ cũng có cái gì như quá đáng và quá mức (exorbitant): nó vượt qua chính bản thân nó: nó vừa hiện hữu lại vừa vắng mặt, vừa ở ngoài lại vừa ở trong.[2] Nó không có trung tâm. Nó luôn luôn nằm ở giữa các văn bản. Tự bản chất, nó có tính liên văn bản. Từ đây, Barthes đi đến một kết luận quan trọng: tác giả không còn là nguồn cung cấp và bảo chứng cho ý nghĩa của tác phẩm nữa. Thậm chí, tác phẩm cũng không thể được xem như sự phát ngôn của tác giả: đó chỉ là nơi ngôn ngữ hành động và trình diễn. Barthes có cách diễn tả độc đáo và gây ấn tượng thật mạnh: tác giả đã chết.[3]

---

[1] Roland Barthes (1977), sđd.
[2] Edward W. Said (1980), "The problem of textuality: Two exemplary positions", in trong *Aesthetics Today* do M. Philipson và P.J. Gudel (biên tập), New York: Meridian/New American Library, tr. 89.
[3] Roland Barthes (1977), sđd.

Việc phát hiện ra người đọc

Nhưng nếu tác giả đã chết, ai sẽ thay thế tác giả để tạo nên sự thống nhất của tác phẩm? Theo Barthes, chính độc giả mới là kẻ tái lập mối quan hệ giữa văn bản và liên văn bản, từ đó, hình dung ra bản sắc liên văn bản của văn bản ấy. Như thế, sự phát hiện ra tính liên văn bản cũng đồng thời là sự phát hiện ra người đọc.

Nên lưu ý: cũng giống như đối với văn bản, việc phát hiện ra người đọc là một trong những phát hiện quan trọng nhất trong sinh hoạt phê bình văn học trong thế kỷ vừa qua. Đó là một phát hiện mới mẻ. Trước, trong suốt thời kỳ cổ đại và trung đại, chiếm vị trí trung tâm trong tư tưởng văn học phần lớn là những yếu tố ngoại vi: với các nhà cổ điển và tân cổ điển Tây phương, đó là hiện thực và bản tính con người; với các nhà cổ điển Trung Hoa và Việt Nam, đó là "đạo", "chí", "khí" hay "lý". Tuy thỉnh thoảng họ nhắc đến các yếu tố tác giả, văn bản và người đọc, nhưng mối quan tâm chính của họ không phải là các yếu tố ấy mà là vấn đề bản chất, chức năng và thể loại của văn học. Nói đến bản chất của văn học là nói đến quan hệ giữa văn học với vũ trụ và con người. Nói đến chức năng của văn học là nói đến quan hệ giữa văn học với đạo đức và chính trị mà biểu hiện của đạo đức và chính trị lại được nhìn thấy trong quan hệ giữa người với người. Nói đến thể loại văn học, nhất là theo cách nhìn cũ, chủ yếu là nói đến chức năng xã hội của từng thể loại, cũng lại gắn liền với con người. Do đó, mặc dù chỉ tập trung chủ yếu vào các yếu tố ngoại vi của văn học, người ta không thể không nói đến vai trò của người đọc. Ngày xưa, khi Khổng Tử nói đến chuyện "khả dĩ hưng, khả dĩ quan, khả dĩ quần, khả dĩ oán" của thơ, Vương Sung nói đến cái "vi thế dụng giả", Hàn Dũ nói đến khái niệm "văn dĩ minh đạo", Chu Đôn Di nói đến "văn dĩ tải đạo", hay khi Plato đòi đuổi các nhà thơ ra khỏi vương quốc cộng hoà, Aristotle nói đến chức năng thanh tẩy cảm xúc của bi kịch, Horace và Longinus nói đến cái cao cả như một phạm trù mỹ học, John Dryden và Samuel Johnson nói đến chức năng giáo hoá qua việc giải trí của văn học v.v..., họ đều nghĩ đến người đọc. Nhưng chỉ nghĩ đến vậy thôi chứ không hề công nhận một vai trò nào của người đọc. Vị trí của người đọc vẫn là ở bên lề.

Từ cuối thế kỷ 18, với các nhà lãng mạn chủ nghĩa, yếu tố tác giả đã đánh bật các yếu tố ngoại vi kể trên để chiếm vị trí trung tâm trong lãnh vực phê bình và lý luận văn học. Trên sân khấu văn học, một mình tác giả đứng lồng lộng như những thiên tài với sự nhạy bén và khả năng tưởng tượng phi thường đến độ trở thành lạc lõng giữa cuộc đời phàm tục, nói như Vũ Hoàng Chương, như những kẻ *đầu thai lầm thế kỷ*, hay nói như Xuân Diệu, một *con chim đến từ núi lạ*. Từ vị trí bên lề, người đọc bị đẩy lùi vào quên lãng. Mà người đọc, lạ thay, cũng rất thanh thản chấp nhận vị thế hẩm hiu ấy. Một thời gian khá dài, người ta xem mục tiêu của việc đọc thơ văn là để tìm tòi những bí ẩn giấu kín trong tâm hồn của những thiên tài. Dấu vết của cách nhìn này bây giờ vẫn còn: cảm giác sùng bái đối với khái niệm "độc đáo", "sáng tạo" và "cảm hứng"; ám ảnh về "cái tôi" của người nghệ sĩ; sự nhấn mạnh quá đáng vào yếu tố cảm xúc; quan niệm cho việc đọc, trước hết, là để tìm hiểu tâm tình của một nhà văn hay một nhà thơ. Cả những lý thuyết có vẻ chống lại chủ nghĩa lãng mạn cũng không thoát được ảnh hưởng của nó, tiêu biểu nhất là lối phê bình theo phân tâm học và lối phê bình theo xã hội học, kể cả xã hội học theo khuynh hướng Mác xít: cả hai đều nhắm đến việc tìm hiểu tác giả, nhưng một bên thì truy lùng trong tiềm thức và trong tuổi thơ của tác giả, còn một bên thì truy lùng trong bối cảnh kinh tế, chính trị và xã hội chung quanh tác giả.

Từ đầu thế kỷ 20, liên tiếp có nhiều cuộc "đảo chánh" nổ ra nhằm lật đổ vị thế tuyệt đối của tác giả. Cả Hình thức luận lẫn Phê Bình Mới đều cho những dòng chữ trên trang giấy có giá trị hơn hẳn tất cả các yếu tố ngoài văn bản như tiểu sử và ý đồ của tác giả hay bối cảnh lịch sử và ý thức hệ trong đó tác phẩm được hình thành. Nói cách khác, cả hai đều chủ trương truất phế tác giả như là một đối tượng nghiên cứu chính. Hơn nữa, cả hai đều loại trừ người đọc: những hồi âm của người đọc không hề được các nhà Hình thức luận quan tâm, còn các nhà Phê Bình Mới thì thẳng thắn tuyên bố việc phê bình dựa trên những ấn tượng của người đọc chỉ là một thứ ngụy luận. Trên nguyên tắc, các nhà cấu trúc luận cũng không thừa nhận vai trò của người đọc trong lãnh vực nghiên cứu văn học. Tuy nhiên, khi đi tìm cấu trúc làm nảy sinh ra ý nghĩa, người ta dần dần khám phá ra tính liên văn bản, và từ tính liên văn bản, mới khám phá ra người đọc; và từ việc khám phá ra người đọc, khuynh hướng phê bình căn cứ trên những hồi ứng của người đọc (reader-response criticism) được ra đời và thay thế khuynh hướng phê bình chỉ dựa trên văn bản (text-centred criticism). Nhưng quá trình khám phá này cũng chính là quá trình tự huỷ của cấu trúc luận: cấu trúc luận biến thành hậu cấu trúc luận, và sau đó, giải kiến tạo.

Sự thay đổi trong bảng giá trị văn học

Việc khám phá ra tính liên văn bản và từ đó, người đọc, làm thay đổi hẳn diện mạo của lịch sử văn học. Trước, nói đến lịch sử văn học, người ta liên tưởng ngay đến các diễn tiến chung quanh trục tác giả / tác phẩm / truyền thống. Sau, người ta tập trung vào trục văn bản / diễn ngôn / văn hoá. Việc chuyển hướng này, một mặt, thay thế quan niệm lịch sử văn học như một quá trình tiến hoá bằng một quan niệm chú trọng vào khía cạnh cấu trúc và đồng đại của sinh hoạt văn học như một hệ thống ký hiệu; mặt khác, giải thoát văn bản văn học ra khỏi cách nhìn tất định luận về tâm lý, xã hội học hay lịch sử.[1]

Việc khám phá ra tính liên văn bản cũng làm thay đổi bảng giá trị truyền thống của văn học. Với tính liên văn bản, mọi văn bản đều trở thành bất quyết và bất định; cái gọi là bản sắc văn bản cũng như những thẩm quyền vốn gắn liền với văn bản từ xưa đến nay đều bị đặt thành nghi vấn. Ví dụ, trước, đặc biệt dưới ảnh hưởng của chủ nghĩa lãng mạn, người ta xem tính độc sáng như tiêu chí cao nhất của văn học, nhưng, nếu văn bản chỉ là một mạng lưới của các trích dẫn không rõ xuất xứ, cái gọi là tính độc sáng ấy tự nhiên biến thành một điều vô nghĩa. Sự sụp đổ của tính độc sáng làm cho ranh giới giữa văn học và cái phi văn học trở thành mập

---

[1] Xem Thais Morgan, "The Space of Intertextuality" in trong cuốn *Intertextuality and Contemporary American Fiction* do Patrick O"Donnell và Robert Con Davis biên tập (1989), Baltimore: The Johns Hopkins University Press, tr. 239.

mờ. Cái gì cũng là một văn bản cả. Một bài thơ hay một thiên tiểu thuyết là một văn bản. Nhưng một lá truyền đơn, một mẩu nhắn tin hay một tờ quảng cáo, v.v... cũng đều là văn bản. Hơn nữa, cả những công trình phi ngôn ngữ như một bức tranh, một màn trình diễn thời trang cũng có thể được xem là những văn bản. Hơn cả thế nữa, thân thể con người hay một bữa ăn cũng là văn bản. Văn bản, như vậy, gắn liền với hệ thống ký hiệu hơn là với ngôn ngữ. Bất cứ cái gì có thể được nhìn như một ký hiệu và có khả năng biểu đạt một ý nghĩa đều được xem là văn bản; và văn bản nào cũng ở trong quá trình vận động liên tục. Trong quá trình vận động ấy, hình dạng của nó không ngừng thay đổi.

Không đâu sự thay đổi ấy thể hiện rõ ràng cho bằng các văn bản liên mạng. Nhiều nhà nghiên cứu cho sự ra đời của sinh hoạt văn học liên mạng từ một vài thập niên cuối cùng của thế kỷ 20 là cuộc cách mạng lớn thứ ba trong lịch sử văn hoá nhân loại, sau sự xuất hiện của chữ viết và sự xuất hiện của máy in.[1] Nếu sự xuất hiện của chữ viết chuyển nền văn hoá truyền khẩu sang nền văn hoá ký tự thì sự xuất hiện của máy in với chữ đúc rời vào giữa thế kỷ 15 đã góp phần chuyển nền văn hoá dựa trên thần quyền sang nền văn hoá có tính chất thế tục, làm tiền đề từ đó lịch sử chuyển từ thời trung đại sang hiện đại. Nếu sự ra đời của chữ viết đã tạo điều

---

[1] George P. Landow (1992), *Hypertext: The Convergence of Contemporary Critical Theory and Technology*, Baltimore: The Johns Hopkins University Press. Có thể xem thêm một số bài viết ngắn khác như "Drafting an Alphabet for the Digital Tradition" của Ashley Dunn trên *The New York Times on the Web* (ngày 18.12.1996); "Is It Really Gutenberg All Over Again?" của Bruno Giussani trên *The New York Times on the Web* (ngày 6.1.1998), hay "The Internet and Gutenberg" của Robert J. Samuelson trên *Newsweek* ngày 24.1.2000.

kiện để con người phát huy khả năng tư duy trừu tượng, nâng cao óc phân tích và tổng hợp từ đó làm nở rộ các thể văn xuôi nghị luận và triết lý thì sự ra đời của máy in và sự phổ cập của sách báo đã làm văn học vừa phát triển theo chiều rộng, trở thành một thứ sinh hoạt đại chúng, vừa phát triển theo chiều cao, thành một nghệ thuật đặc tuyển, in đậm dấu vết của từng cá tính sáng tạo, từ đó, đẩy mạnh những nỗ lực tìm tòi và thử nghiệm, khiến sinh hoạt văn học ngày càng độc đáo và càng phong phú.[1] Có thể nói chính sách in đã góp phần quyết định trong việc hình thành tư tưởng cá nhân chủ nghĩa cũng như tinh thần duy lý: đọc sách bao giờ cũng là một hoạt động thầm lặng, nơi con người một mình đối diện với trang sách và với lòng mình, ở đó, người ta phải vận dụng trí thông minh của chính mình để giải quyết những chỗ phức tạp, bí hiểm và mâu thuẫn trong cuốn sách hoặc giữa các cuốn sách; và ở đó, việc nhìn cuốn sách như một hiện hữu cụ thể, gắn liền với một tên tuổi nhất định, đã dần dần làm nảy nở ý thức về bản sắc, về phong cách và cùng với chúng, ý thức về cái tôi.

Đặc điểm nổi bật nhất của cuộc cách mạng thứ ba trong lịch sử văn hoá nhân loại, nói như Robert Coover, được đánh dấu bằng "sự tận cùng của các cuốn sách",[2] khi văn bản được chuyển từ trang giấy lên màn ảnh. Sự thay đổi về không gian ấy sẽ kéo theo sự thay đổi trong bản thân khái niệm "văn bản". Nếu văn bản theo nghĩa

---

[1] Về ảnh hưởng của chữ viết đối với văn hoá, có thể xem cuốn *A Preface to Plato* của Eric Havelock (1963), Cambridge xuất bản; cuốn *The Death of Literature* của Alvin Kernan (1990), Yale University Press xuất bản, đặc biệt các trang 126-143.

[2] Robert Coover (1992), "The End of Books?", *New York Times Book Review* 21.6.1992. (Xem trên internet: http://www.nytimes.com/books/98/09/27/specials/coover-end.htm)

cổ điển, trên sách in, chủ yếu là một công trình ngôn ngữ với sự kết hợp giữa các yếu tố từ vựng và một ít các yếu tố phi từ vựng, từ các dấu câu đến cách trình bày trên trang giấy như cách ngắt dòng hay cách sắp dòng thì văn bản dưới hình thức điện tử vừa là một công trình ngôn ngữ vừa là một công trình phi ngôn ngữ, trong đó, có thể có cả âm thanh, hình ảnh, hay các sự chuyển động mà internet có thể làm được. Nếu văn bản cổ điển có một trung tâm quy chiếu rõ ràng với một cấu trúc vững chãi dựa trên cách phân bậc chặt chẽ giữa các điểm chính và các điểm phụ, điểm trước và điểm sau thì văn bản trong môi trường điện tử lại là một cái gì phi tâm, không có điểm khởi đầu cũng như điểm kết thúc, gắn liền với một liên mạng đa phương và đa tầng, ở đó, mọi mối quan hệ đều hết sức dân chủ. Nếu văn bản cổ điển được thiết kế theo một trật tự tuyến tính (linearity), từ câu thứ nhất đến câu thứ nhì, từ đầu trang đến cuối trang, từ trang trước đến trang sau thì văn bản điện tử, ngược lại, có tính chất phi tuyến tính (nonlinearity), ở đó, người đọc được tự do chọn các điểm nối (link) để có thể chuyển mạch văn hay mạch truyện theo một chiều hướng khác, không nhất thiết phải theo một kết cấu nào cố định. Cuối cùng, nếu văn bản theo nghĩa cổ điển là cái gì tĩnh tại, cố định, hay nói như Jay David Bolter, "đông lạnh"[1] thì văn bản điện tử có thể biến hoá liên tục tuỳ theo cách tiếp cận của mỗi người đọc, thậm chí, của mỗi lần đọc. Nói một cách tóm tắt, văn bản điện tử là loại văn bản phi tuyến tính, đa tâm, bất định, bất liên tục, nặng tính chất

---

[1] Dẫn theo David S. Mial, trong bài "Trivializing or Liberating? The Limitation of Hypertext Theorizing" đăng trên *Mosaic* (Winnipeg) số tháng 6.1999. (Nguyên văn cách nói của Bolter là: "frozen structure of the printed page".)

tương tác cũng như tính chất trình diễn, và nhất là... liên văn bản.

Liên văn bản và chủ nghĩa hậu hiện đại

Việc nhìn nhận, hơn nữa, việc tận dụng tính liên văn bản là một trong những cốt lõi của thi pháp hậu hiện đại chủ nghĩa. Đã đành là trong chủ nghĩa hiện đại ở đầu thế kỷ 20, người ta đã bắt gặp không ít dấu vết của thủ pháp liên văn bản, tuy nhiên, cách vận dụng thủ pháp ở hai trào lưu khác hẳn nhau. Sự khác biệt chủ yếu xuất phát từ quan điểm: trong khi chủ nghĩa hiện đại chủ trương đoạn tuyệt quá khứ, chủ nghĩa hậu hiện đại chỉ muốn hoà giải quá khứ và hiện tại. Các nhà hiện đại chủ nghĩa sử dụng mối quan hệ với các tác phẩm cũ để làm mới chính mình và để mở rộng khả năng biểu đạt của tác phẩm mình đang viết. Các nhà hậu hiện đại chủ nghĩa thường chỉ liên kết tác phẩm của mình với những ý nghĩa đã có sẵn trong tác phẩm trước đó. Mối quan hệ liên văn bản thời hiện đại chủ nghĩa thường được công khai trong khi ở thời hậu hiện đại, nó bị che giấu hoặc được nguỵ trang dưới những hình thức trích dẫn giả.[1] Ngoài ra, mức độ vận dụng tính liên văn bản trong các tác phẩm thời hậu hiện đại chắc chắn cũng nhiều và tự giác hơn hẳn ngày trước. Hầu hết các nhà nghiên cứu

---

[1] Xem thêm Katica Kulavkova trong bài "Intertextual Options and Modifications" trên http://www.kulavkova.org.mk/theory/intertxt.htm.

đều nhìn nhận, trong phạm vi sáng tác, chủ nghĩa hậu hiện đại có hai đặc trưng nổi bật nhất là tính phản tỉnh và tính liên văn bản.[1] Tính chất phản tỉnh dẫn đến thủ pháp siêu hư cấu (metafiction) và tính chất liên văn bản dẫn đến thủ pháp cắt dán (collage) hay nhại (pastiche). Giễu nhại (parody) có thể được xem là hình thức tổng hợp của cả hai tính chất tự phản tỉnh và liên văn bản, biểu hiện của cái giới nghiên cứu thường gọi là "thi pháp của sự mâu thuẫn" (poetics of contradiction) vốn bàng bạc trong hầu hết các tác phẩm văn học hậu hiện đại chủ nghĩa.

Dĩ nhiên, không ai chối cãi giễu nhại, với tư cách là những thủ pháp bắt chước một cách quá lố một văn bản khác, đã xuất hiện từ lâu, ngay trong văn học cổ đại Hy Lạp, sau đó, vẫn thường xuyên được sử dụng trong vô số loại hình nghệ thuật khác nhau, từ kịch nghệ đến âm nhạc, hội hoạ, phim ảnh, và dĩ nhiên, cả văn học nữa. Là một thủ pháp được sử dụng lâu đời và rộng rãi, giễu nhại được xem như một phong cách, hơn nữa, còn tồn tại một chủ đề phụ (sub-theme) trong một tác phẩm cụ thể, và như một thể loại phụ (sub-genre) trong văn học (chủ yếu là văn học trào phúng). Tính chất đa-tư-cách này làm cho bất cứ nỗ lực định nghĩa nào cũng đều gặp khó khăn. Có điều, theo hầu hết giới nghiên cứu, dù nhìn từ góc cạnh nào thì giễu nhại cũng có hai đặc điểm chính: nhại và giễu, tức bắt chước và châm biếm. Nhại có nhiều phạm vi khác nhau: văn bản hay khung hình thức của thể loại; trong văn bản, có nhiều cấp độ khác nhau: từ, câu, đoạn, hay toàn văn. Châm biếm cũng có nhiều đối tượng khác nhau. Trong văn học dân gian, sự

---

[1] Linda Hutcheon, "Historiographic Metafiction: Parody and the Intertextuality of History" in trong cuốn sách do Patrick O'Donnell và Robert Con Davis biên tập (1989), sđd., tr. 3.

châm biếm trong hình thức nhại thường mang tính

chính trị. Ví dụ, hầu hết các lời sửa các bản nhạc hiện hành tại Việt Nam lâu nay đều nhằm chế giễu hay đả kích một hiện tượng xã hội hay một chính sách, một giới lãnh đạo nào đó. Các bài thơ được nhại đăng trong các mục thơ trào phúng trên các báo cũng đều có ý nghĩa phê phán. Trong phạm vi thuần tuý văn học, nhại có thể nhằm giễu một tác giả hay một tác phẩm,[1] một thể loại,[2] một phong cách,[3] một phương pháp sáng tác, một quan điểm thẩm mỹ, hay, rộng và sâu hơn, những điển phạm và những quy phạm làm nền tảng cho cái được xem là văn chương nói chung. Ở điểm cuối cùng này, giễu nhại mang tính bản thể luận: nó đặt nghi vấn không phải với một hiện tượng mà chủ yếu với bản chất của hiện tượng. Trong trường hợp này, hình thức giễu nhại trở thành một ý niệm, theo nghĩa nghệ thuật ý niệm (conceptual art) mà chúng ta thường dùng, ở đó, nghệ thuật trở thành một nghi vấn về chính bản chất

---

[1] Thường là tác giả hay tác phẩm được/bị nhại.
[2] Như trường hợp Mikhail Bakhtin, trong bài "From the Prehistory of Novelistic Discourse", đã phân tích bài thơ *sonnet* mở đầu cuốn *Don Quixote* của Cervantes.
[3] Ví dụ bài thơ "Nắng chia nửa buổi chiều rồi" của Nguyễn Hoàng Nam nhằm giễu phong cách lãng mạn chủ nghĩa tôi đã phân tích trên tạp chí *Việt* trước đây. Xem trên
http://www.tienve.org/home/literature/viewLiterature.do?action=viewArtwork&artworkId=164

của nghệ thuật. Trong khi nghi vấn về bản chất của nghệ thuật, giễu nhại trở thành phản quy phạm (anti-normative), và quan trọng hơn, còn gắn liền với cái nhìn phản yếu tính luận (anti-essentialism): nghệ thuật - hay văn học -, không còn là một cái gì nhất thành bất biến, ngược lại, nó được kiến tạo từ một số điều kiện xã hội và văn hoá nhất định. Khi được nhìn như một ý niệm như vậy, các tác phẩm giễu nhại được đánh giá chủ yếu ở tầm nhìn: không ai hơi đâu đánh giá bộ râu Marcel Duchamp vẽ trên miệng Mona Lisa là đẹp hay xấu; vấn đề chính và cũng là điều có giá trị sáng tạo ở đây là hành động đưa cọ lên vẽ cái bộ râu ấy.

Điều thú vị là, trên lý thuyết, việc nhìn nhận tính liên văn bản dẫn đến việc phủ nhận tính độc sáng như tiêu chí cao nhất của sự sáng tạo; trên thực tế, việc vận dụng tính liên văn bản trong mấy thập niên vừa qua đã dẫn đến vô số những sáng tác độc đáo một cách ngoạn mục. Có thể nói, khác với cách nghĩ thông thường, công việc sáng tác hiện nay khó hơn ngày trước rất nhiều: bằng những chất liệu có thể rất cũ, mỗi sáng tác phải là một trò chơi mới.

11.
Lưu vong như một phạm trù mỹ học

Không có độ sâu về lý thuyết và tầm rộng về ảnh hưởng như các khái niệm văn bản và liên văn bản nhưng lưu vong (diaspora) cũng có thể được xem là một trong những phát hiện độc đáo và thú vị trong lý thuyết văn học và văn hoá học thế giới những năm cuối cùng của thế kỷ 20 và đầu thế kỷ 21.

Hiện tượng cũ, khái niệm mới

Không phải trước đó không có hiện tượng lưu vong hay không ai đề cập đến hiện tượng lưu vong. Không phải. Lưu vong là một hiện tượng cũ, có khi rất cũ, không chừng là một trong những cách thức tồn tại chính của loài người từ thời nguyên thuỷ: theo *Sáng Thế Ký*, hai bậc thuỷ tổ của loài người, Adam và Eve, sau khi ăn trái cấm, đã bị trục xuất khỏi địa đàng, mở đầu cuộc lưu vong bất tận và đầy đau khổ mà đến giờ chúng ta vẫn còn tiếp tục. Theo quan niệm của người Trung Hoa và người Việt Nam, *sống gửi, thác về*: cuộc đời, do đó, cũng chỉ là một nơi ở tạm, một cõi lưu vong. Trong lịch sử, lưu vong khởi sự từ khi loài người biết giành đất và lấn đất của nhau khiến cả một tập thể phải rời bỏ quê cha đất tổ của mình để trôi giạt đến những miền đất khác, có khi xa lơ xa lắc. Về phương diện ngôn ngữ, khái niệm lưu vong (diaspora) đã xuất hiện trong tiếng Hy Lạp nhiều thế kỷ trước công nguyên, được dùng để chỉ hiện tượng người Do Thái bị đánh bật khỏi quê hương của họ và tản mát khắp nơi cả mấy chục năm trước công nguyên. Tuy nhiên, sự ghi nhận quá sớm này dễ tạo ấn tượng lưu vong có vẻ như là một cái gì độc quyền của người Do Thái. Hậu quả là, trong một quãng thời gian rất dài, bao nhiêu cộng đồng lưu vong khác, từ người Phi châu đến người Trung Hoa và người Ấn Độ, v.v... đều bị xem như những hiện hữu vô danh, do đó, vô hình. Hơn nữa, cũng vì gắn liền với kinh nghiệm của người Do Thái, lưu vong dường như lúc nào cũng đậm màu sắc bi kịch và cũng đau đáu khát vọng hồi hương. Tính chất bi kịch và khát vọng hồi hương ấy càng trở thành đậm nét trong thời gian xảy ra cuộc chiến tranh thế giới lần thứ hai, khi người Do Thái bị phát xít Đức lùng bắt và giết chết hàng loạt bằng những biện pháp vô cùng tàn bạo. Đến thập niên 1960, tính chất "độc quyền" trong biểu tượng lưu vong của người Do Thái mới dần dần biến mất khi giới nghiên cứu bắt đầu gọi khối cộng đồng lớn lao bao gồm hàng chục triệu người Phi châu sống ở châu Mỹ và nhiều nơi khác là cộng đồng Phi châu lưu vong.[1]

Tên gọi ấy được đón nhận như một phát hiện quan trọng.

Nhưng nếu gọi người Phi châu sống ngoài châu Phi là lưu vong thì tại sao không thể gọi những cộng đồng ly hương khác là lưu vong được nhỉ? Ừ, được quá đi chứ. Trong một bài tiểu luận đăng trên số ra mắt của tạp chí

---

[1] Về thuật ngữ lưu vong, có thể tham khảo thêm Brent Hayes Edwards, "The Uses of Diaspora", in trong cuốn *African Disaporas in the New and Old Worlds: Consciousness and Imagination* do Genevière Fabre và Klaus Beneshch (2004) biên tập, Rodopi xuất bản tại Amsterdam và New York, tr. 3-38.

Diaspora tại Canada, William Safran nêu lên một số tiêu chí chính của lưu vong. Theo ông, lưu vong bao gồm tất cả những người

(1) hoặc bản thân họ hoặc tổ tiên của họ rời khỏi quê gốc để đến một hay nhiều vùng đất tạm dung nào đó;

(2) ở đó, họ vẫn giữ ký ức tập thể và huyền thoại về quê gốc;

(3) họ luôn luôn cảm thấy lạc lõng trên đất tạm dung và không tin là vùng đất tạm dung ấy chấp nhận họ hoàn toàn;

(4) với họ, quê gốc mới là quê thật: đó là nơi họ sẽ trở về khi có điều kiện;

(5) trong lúc chưa trở về được, họ cảm thấy có bổn phận bảo vệ hoặc khôi phục quê gốc; và

(6) bằng cách này hay cách khác, họ tiếp tục duy trì mối quan hệ với quê gốc ấy.[1]

Quan niệm của Safran không hẳn đã thuyết phục được mọi người, nhưng một cái nhìn mở rộng về hiện tượng lưu vong, từ đó, đã được chấp nhận. Với việc mở rộng ấy, nhiều cộng đồng lưu vong vốn tồn tại từ lâu trong lịch sử, như cộng đồng lưu vong Trung Hoa, Ấn Độ, Armenia hay Kurd, v.v... lần đầu tiên có tên gọi chính thức: lưu vong.

Và cộng đồng lưu vong Việt Nam nữa, dĩ nhiên.

Có điều, không phải người Việt Nam nào cũng thích chữ "lưu vong". Chính quyền nhất định là không thích:

---

[1] William Safran (1991), "Diasporas in modern societies: myths of homeland and return", *Diaspora* số 1, tr. 83-99

thừa nhận lưu vong có vẻ như thừa nhận sự hiện hữu của một cộng đồng đối kháng đông đảo, từ đó, thừa nhận phần nào sự thất bại của họ hoặc về chính trị hoặc về kinh tế. Ngay nhiều người lưu vong cũng không thích chữ "lưu vong", chủ yếu vì ấn tượng bi thảm của nó. Lưu: trôi; vong: mất. Đằng sau chữ "lưu vong", do đó, là một viễn tượng tối sầm.[1]

Lưu vong như một quá trình

Nhưng thích hay không thích, lưu vong cũng là một thực trạng. Hơn nữa, với việc mở rộng ý nghĩa của khái niệm lưu vong nhắc ở trên, màu sắc chính trị và ấn tượng bi thảm của lưu vong không còn quá nặng nề. Trên phạm vi thế giới, việc mở rộng ý nghĩa ấy dẫn đến một số hệ luận chính. Một, lưu vong không phải là một hay một số hiện tượng cá biệt, gắn liền với một cộng đồng nào nhất định, mà là một hiện tượng phổ quát, như một hậu quả của chủ nghĩa thực dân và xu hướng toàn cầu hoá, đặc biệt trong thời đại được gọi là "thời đại của di dân" như hiện nay. Theo John Urry, trên thế giới hiện nay có ít nhất là 2000 dân tộc (nation-peoples) sống trong khoảng 200 quốc gia (states) khác nhau: điều đó có nghĩa là có vô số dân tộc, với nhiều mức độ và dưới hình thức khác nhau, sống trong tình trạng lưu vong.[2]

---

[1] Tôi đã bàn nhiều về cảm giác lấn cấn đối với chữ "lưu vong" trong các bài viết: "Mười lăm năm văn học lưu vong: bản chất và đặc điểm" trên tạp chí *Văn Học* (California) số 47 & 48 (1.1990) và bài "Hai mươi năm văn học Việt Nam ở hải ngoại" trong cuốn *20 năm văn học Việt Nam hải ngoại 1975-1995*, tập 1, do Đại Nam (California) xuất bản năm 1995, tr. 11-26.

[2] Diana Brydon, "Post-colonialism Now: Autonomy, Cosmopolitanism, and Diaspora",

James Clifford, một trong những học giả hàng đầu về lưu vong, cũng đồng tình: vào cuối thế kỷ 20, tất cả hay hầu như tất cả các cộng đồng đều có tính chất lưu vong, vấn đề là nhiều hay ít mà thôi.[1] Hai, lưu vong không phải chỉ là một hình thái xã hội (social form) mà còn là một kiểu ý thức (type of consciousness) và là một phương thức sản xuất văn hoá (mode of cultural production).[2] Ứng dụng vào lãnh vực văn học nghệ thuật, kiểu ý thức và phương thức sản xuất này có thể được xem như một phạm trù mỹ học mới mẻ, từ đó có khả năng mở ra nhiều góc độ và viễn cảnh khác nhau, giúp chúng ta hiểu rõ hơn không những các tác phẩm văn nghệ hay giới văn nghệ sĩ mà còn về cả nền văn hoá văn chương làm nền tảng cho mọi hoạt động sáng tạo và cảm thụ của con người nói chung. Cuối cùng, khái niệm lưu vong có khả năng thay thế, hoặc ít nhất, bổ sung cho một số phạm trù từng phổ biến một hai thập niên trước đó như phạm trù hậu thực dân, nữ quyền, đồng tính, diễn ngôn thiểu số (minority discourse) hay chủ nghĩa đa văn hoá, v.v... vì nó tiêu biểu cho tính chất phi-yếu tính luận (nonessentialism), ở đó, bản sắc chỉ là một quá trình, luôn luôn là một cái gì đang-hình-thành và đang-thay-đổi do sự tương tác của vô số điều kiện khác nhau, trong đó càng ngày càng có nhiều những điều kiện mang tính toàn cầu.

---

http://anscombe.mcmaster.ca/global1/article.jsp?index=RA_Bryd on_Postcolonialism.xml (truy cập ngày 28.7.2006.
[1] James Clifford (1997), *Routes: Travel and Translation in the Late Twentieth Century*, Cambridge: Havard University Press, tr. 254.
[2] Xem Steven Vertovec, "Three meanings of "diaspora", exemplified among South Asian religions", *Diaspora* số 7, 1999. Đọc trên trang mạng www.transcomm.ox.ac.uk/working%20papers/diaspora.pdf ngày 24.7.2006.

Tuy nhiên, nếu đặc điểm nổi bật nhất của lưu vong là tính chất phi-yếu tính luận, việc khám phá những đặc điểm chung và những vấn đề chung của các cộng đồng lưu vong sẽ là một quá trình vừa không có điểm kết thúc vừa khó đạt được sự đồng thuận tuyệt đối. Mỗi cộng đồng lưu vong đều có những kinh nghiệm riêng, do đó, mỗi nền văn học lưu vong dường như cũng có những vấn đề không giống nhau hẳn. Ngay trong một nền văn học lưu vong cũng có vô số dị biệt, đặc biệt, giữa các thế hệ. Có lẽ đó là lý do tại sao, cho đến nay, mặc dù được xem như một phát hiện đầy hứa hẹn và được sử dụng rộng rãi, một lý thuyết về lưu vong vẫn chưa thực sự hình thành để làm nền tảng vững chắc cho mọi nỗ lực nghiên cứu và phân tích. Trong chương này, tôi chỉ cố gắng nêu lên một số nhận xét rút ra từ kinh nghiệm của thế hệ thứ nhất, và phần nào, thế hệ một rưỡi mà thôi.

Một trú xứ phi hạn định

Thế hệ ấy có một số đặc điểm nổi bật: lớn lên từ chiến tranh và từ một đất nước bị chia cắt; sau chiến tranh, hoặc bản thân họ hoặc gia đình họ, chịu đựng vô số bất hạnh từ một chế độ đầy ắp kỳ thị cả về chính kiến lẫn vùng miền. Những đặc điểm ấy có ảnh hưởng sâu sắc đến quan hệ giữa họ với quê gốc và với nơi họ đang định cư, từ đó, đến vấn đề bản sắc lưu vong của họ.

Nói đến bản sắc, trước hết, là nói đến nơi chốn. Theo Gaston Bachelard, ý niệm về cái tôi bao giờ cũng gắn chặt với nỗi đam mê về nơi chốn, hay nói cách khác, cảm thức về nơi chốn có ý nghĩa sinh tử trong việc tìm hiểu về bản sắc con người.¹ Người ta chỉ có thể là một cái gì đó ở một nơi nào đó. Chính vì vậy, ý niệm về bản sắc tập thể bao giờ cũng gắn liền với một cộng đồng và cộng đồng ấy bao giờ cũng gắn liền với một trú xứ nhất định: đó có thể là một ngôi làng hoặc một quốc gia hoặc cả một châu lục. Nhưng lưu vong là một trường hợp khác hẳn: cái trú xứ họ sống là một trú xứ phi hạn định (nonlimited locality): nó nằm giữa các biên giới hoặc vượt qua mọi biên giới.²

Nhiều nhà nghiên cứu nhấn mạnh đến sự khác biệt giữa hiện tượng lưu vong và hiện tượng sống xuyên quốc gia (transnationalism) vốn càng ngày càng phổ biến trên thế giới: trong khi hiện tượng sống xuyên quốc gia chỉ tập trung vào điều kiện sống, khái niệm lưu vong tập trung chủ yếu vào cách thức người ta lìa khỏi quê hương. Những người sống xuyên quốc gia thường ra đi một cách tự nguyện và có thể trở về bất cứ lúc nào, những người lưu vong thường là những di dân bị cưỡng bức: họ không thể không ra đi, và khi ra đi rồi, họ không thể trở về hoặc nếu trở về được thì cũng chỉ trở về trong một số điều kiện khắc nghiệt nào đó khiến họ không muốn chấp nhận để về hẳn. Dĩ nhiên, trên thực tế, có không ít cộng đồng vừa là lưu vong lại vừa là hiện tượng sống xuyên quốc gia. Cộng đồng người Việt ở hải ngoại hiện nay có thể là một trường hợp như vậy. Trong khi những người tị nạn và phần lớn những người di dân theo diện ra đi có trật tự (Orderly Departure Program) rõ ràng là những người lưu vong; các du học sinh và những người đi lao động quyết định ở lại nước ngoài lại

---

[1] Dẫn theo Benzi Zhang (2004), "Beyond border politics: the probematics of identity in Asian diaspora literature", *Studies in the Humanities*, số tháng 6.2004.
[2] Xem Benzi Zhang (2004), bđd.

là những người sống xuyên quốc gia: họ không trở về nhưng không có nghĩa là họ cắt bỏ hẳn mọi quan hệ với Việt Nam. Nhìn theo chiều lịch đại, có thể nói, cộng đồng người Việt ở hải ngoại trước năm 1990 chủ yếu là cộng đồng lưu vong; sau năm 1990, khi chế độ xã hội chủ nghĩa ở Liên xô và Đông Âu sụp đổ, nó vừa là cộng đồng lưu vong vừa là cộng đồng xuyên quốc gia, trong đó, ưu thế càng ngày càng nghiêng về lưu vong. Có nhiều nguyên nhân: một, quyết định ở lại nước ngoài của nhiều người, thoạt đầu, có thể chỉ vì lý do kinh tế, sau, dần dần, ngả sang chính trị: đó là sự lựa chọn tự do; hai, quan hệ giữa họ với Việt Nam, thoạt đầu còn gần gũi, sau, cùng với quá trình hội nhập, cứ phai nhạt dần, hậu quả là, vị thế của họ, từ Việt Nam, bị đẩy dần ra vùng ngoại biên - trú xứ của những kẻ lưu vong. Nhìn từ góc độ bản thể luận, trong khi người sống xuyên quốc gia còn giữ được một cái gốc khá chặt để khẳng định bản sắc của mình như một cái gì rõ ràng và dứt khoát (chẳng hạn, "Tôi là người Việt Nam"), người lưu vong, ngược lại, dù cố giữ "gốc" đến mấy, vẫn như những đám cỏ bồng có khi cao ngất mà vẫn lơ lửng, chơi vơi trong những khoảng trống mênh mông. Họ không thể ung dung khẳng định mình là người Việt. Nhưng họ cũng không hẳn là người Úc, người Mỹ, người Pháp, hay người Đức... Lúc nào họ cũng chỉ là người Úc gốc Việt; người Mỹ gốc Việt; người Pháp gốc Việt; người Đức gốc Việt. v.v... Đến thế hệ thứ ba hay thứ tư trở đi, cái gốc ấy sẽ nhạt dần, may ra. Còn với thế hệ thứ nhất hay thế hệ một rưỡi, đừng hòng! Cái "gốc" ấy được thừa nhận như một dấu hiệu loại trừ khỏi chính mạch, trở thành một hiện hữu bên lề. Nhưng về lại cố hương, người lưu vong, may lắm, cũng chỉ được nhìn nhận như một Việt kiều. Mà Việt kiều thì không hẳn là... Việt Nam. Về nước, Việt kiều phải xin visa; đến phi trường, có thể bị cấm vào; vào được rồi, có thể bị trục xuất trở ra vì bất cứ một lý do nào đó.

Trong lãnh vực văn học nghệ thuật, tính loại trừ này lại càng rõ rệt. Ở Mỹ, từ mấy chục năm nay xuất hiện ngành Mỹ Á học (Asian American Studies), trên lý thuyết, bao gồm tất cả giới cầm bút gốc Á châu, tuy nhiên, trên thực tế, chỉ bao gồm những nhà văn gốc Á châu viết bằng tiếng Anh mà thôi. Tất cả các nhà văn Việt Nam thuộc thế hệ thứ nhất, có khi sống ở Mỹ từ năm 1975, tức hơn 30 năm rồi, đều nằm ngoài danh sách nghiên cứu và mối quan tâm của ngành Mỹ Á học.[1] Họ ở ngoài lề mọi sinh hoạt văn học chính mạch. Ở Pháp, những người viết văn bằng tiếng Việt bị loại trừ, đã đành. Ngay cả những người viết bằng tiếng Pháp, trừ một thiểu số cực hiếm mà tài năng vượt trội hơn hẳn các đồng nghiệp bản xứ, hầu hết đều không được xem như nhà văn Pháp, thậm chí, không được xem là nhà văn trong cộng đồng Pháp ngữ - Francophone - vốn dành để gọi những người cầm bút sống ngoài nước Pháp.[2] Ở các

---

[1] Cho đến nay, chỉ có một công trình nghiên cứu về một nhà văn viết bằng tiếng Việt tại Mỹ được xuất bản: *Võ Phiến and the Sadness of Exile* của John C. Schafer (Southeast Asia Publications, Northern Illinois University, 2006).

[2] Xem bài "The resident tourist: Asian immigrant writers in France" của Julie C. Suk trên http://www.digitas.harvard.edu/~perspy/old/issues/1995/sep/france.html (truy cập ngày 19.7.2006). Trong cuốn *Disorientation: France, Vietnam, and the Ambivalence of Interculturality* (Hong Kong University Press, 2004, tr. 6), Kark Ashoka Britto cũng ghi nhận về sự vắng mặt kỳ lạ của dòng văn chương Việt Nam viết bằng tiếng Pháp trong các chương trình giảng dạy và nghiên cứu về "Francophone". Một sự kiện thú vị cần được ghi nhận là, cho đến nay, chỉ có ba cuốn sách viết về các nhà văn Việt Nam trong cộng đồng Pháp ngữ: cả ba đều viết bằng tiếng Anh. Ngoài cuốn của Karl Ashoka Britto vừa nhắc, hai cuốn kia là: *The Vietnamese Novel in*

quốc gia khác, tình hình có sáng sủa hơn không? Chắc là không. Ở đâu cũng là ngoài lề. Nhưng về Việt Nam, với tư cách là nhà văn Việt kiều, họ cũng vẫn lại ở ngoài lề. Mọi quan hệ đều dừng lại ở phạm vi cá nhân. Không hơn. Trong các công trình phê bình hay nghiên cứu văn học Việt Nam đương đại xuất bản tại Việt Nam, nhà văn "Việt kiều" có thể bị xuyên tạc hay bị... ăn cắp (ý tưởng) nhưng không bao giờ được phân tích hay đánh giá, thậm chí, được nhắc nhở một cách nghiêm túc. Họ không được thừa nhận. Họ bị hư vô hoá hoàn toàn: người ta, nhất là về phía chính quyền, giả vờ như họ không hề hiện hữu.

Ở-giữa

Không thuộc quê mới mà cũng không thuộc về quê cũ, vậy, không gian thực sự của người lưu vong là ở đâu? Ở giữa. Giữa các quốc gia và các nền văn hoá. Giữa đây và đó. Giữa quá khứ và hiện tại. Ở trên cái gạch nối thường được sử dụng để định danh căn cước của người lưu vong trong tiếng Anh: Vietnamese-Australian hay Vietnamese-American,[1] v.v... Nhưng cái không gian ở giữa và cái gạch nối ấy không phải là cái gì nhất thành bất biến. Biên giới của nó không ngừng được vẽ đi vẽ lại tuỳ theo điều kiện lịch sử và văn hoá của từng cộng đồng, từng thế hệ, thậm chí, từng cá nhân. Với một số

French: A Literary Response to Colonialism của Jack A. Yeager (Hanover: The University Press of New England, 1987) và *Vietnamese Voices: Gender and Cultural Identity in the Vietnamese Francophone Novel* của Nathalie Huynh Chau Nguyen (DeKalb: Southeast Asia Publications, Northern Illinois University, 2004).
[1] Gần đây, người ta có khuynh hướng bỏ các dấu gạch nối ấy: nó trở thành vô hình.

người - chắc chắn là cực kỳ ít – đó là một không gian mở, một đa trú xứ (multi-locality), nơi họ tha hồ nhảy nhót, tiến hay lùi tuỳ thích với một bản sắc kép và một ý thức kép, vừa ở trong lại vừa ở ngoài, vừa là nhà văn Việt Nam vừa là nhà văn Úc/Mỹ/Pháp/Đức...[1] Tuy nhiên, với tuyệt đại đa số, đặc biệt với thế hệ thứ nhất, ở giữa hay ở trên cái mẩu gạch nối nho nhỏ ấy là không ở đâu cả. Là bị phi lãnh thổ hoá (deterritorialised). Là thuộc về một cộng đồng thuần tuý tưởng tượng. Theo Benedict Anderson, quốc gia nào cũng chỉ là một "cộng đồng tưởng tượng" (imagined community), nơi mọi người dù không hề quen biết nhau vẫn có thể chia sẻ với nhau được một số ý niệm chung về nguồn gốc và về quá khứ.[2] Theo William Safran, lưu vong cũng là một cộng đồng tưởng tượng hình thành từ những ký ức văn hoá và từ những huyền thoại về một quê nhà xa xôi nào đó.[3] Theo tôi, tính tưởng tượng ở cộng đồng lưu vong không chừng còn rõ nét hơn ở quốc gia. Lưu vong không có lãnh thổ: nó chỉ là một mạng lưới xuyên quốc gia. Nó không phải là một thực thể: nó chỉ là một quá trình và là một quan hệ. Nó không có yếu tính: yếu tính của nó, nếu có, chỉ là kết quả của quá trình thương lượng liên lỉ giữa nhu cầu hội nhập và nỗi hoài hương cũng như hoài cổ không nguôi. Nó không có sẵn: nó được tạo thành.

---

[1] Cho đến nay, những người thành công với tư cách nhà văn song ngữ (Việt và Anh hay Pháp/Đức...) như vậy rất hiếm, may lắm, chỉ có vài người như Đinh Linh, Nguyễn Quý Đức, v.v...
[2] Benedict Anderson (1983), *Imagined Community*, London: Verso.
[3] William Safran (1991), bđd.

Tính chính trị của chữ "đồng hương"

Một trong những biện pháp để tạo thành tính cộng đồng của cộng đồng lưu vong Việt Nam là nhấn mạnh vào một điểm chung của mọi người: đó là Việt Nam, nơi họ hoặc cha mẹ họ đã ra đi. Chữ "đồng hương" được sử dụng rất phổ biến như một đại từ danh xưng trong hầu hết các lời phát biểu giữa đám đông cũng như những lời quảng cáo trên báo chí tiếng Việt ở hải ngoại[1] để nhấn mạnh vào cái điểm chung căn bản này. Nên lưu ý: ý nghĩa của từ "đồng hương" sử dụng ở trong nước và ở hải ngoại không giống hẳn nhau: ở trong nước, "đồng hương" là những người cùng quê, thường giới hạn trong một làng, một quận/huyện hoặc một tỉnh/thành phố; ở hải ngoại, "đồng hương" là người Việt nói chung, tương đương với chữ "đồng bào". Nhưng "đồng hương" không hẳn là "đồng bào". "Đồng bào", gắn liền với huyền thoại Âu Cơ sinh ra trăm trứng, từ đó, nở ra trăm con, nặng về lịch sử và nhấn mạnh vào yếu tố chủng tộc. "Đồng hương" chỉ dừng lại ở yếu tố địa phương và địa lý. Có thể nói đằng sau khái niệm "đồng bào" là tính chính trị của chủ nghĩa quốc gia, trong khi đó, đằng sau khái niệm "đồng hương" là tính chính trị của trú xứ, của cái không gian nơi con người cư ngụ. Cũng có thể nói, với việc sử dụng phổ biến của từ "đồng hương", người Việt Nam lưu vong nỗ lực tạo nên một quê nhà tưởng tượng, nơi mọi người chia sẻ với nhau một quá khứ chung và một ký ức chung.

---

[1] Ví dụ: trên tờ báo *Việt Luận* xuất bản tại Sydney (Australia) số Tết 2005, trong số 178 mẩu quảng cáo (có khi trá hình dưới hình thức thư chúc Tết, cám ơn, v.v…), có 112 quảng cáo sử dụng từ "đồng hương", chiếm tỉ lệ 63%. Trên báo *Dân Việt* (Sydney) cũng ra vào dịp Tết 2005, tỉ lệ này là 59%.

Ngữ pháp của lòng hoài cảm

Ký ức đóng một vai trò đặc biệt quan trọng đối với người lưu vong. Không có ai sống mà không cần ký ức: ký ức là nguyên liệu của lịch sử và là nền tảng của văn hoá. Nhưng có lẽ không ai cần ký ức và bị ám ảnh bởi ký ức một cách day dứt cho bằng người lưu vong: ký ức không những là tài sản mà còn là bầu khí quyển trong đó người lưu vong tồn tại, hơn nữa, là điều kiện mang tính bản thể luận để người lưu vong thành lưu vong. Nhà văn Mai Thảo có lần tâm sự: "Người ta không thể sống hoài bằng trí nhớ. Hắn thừa hiểu vậy. Nhưng chân trời mới nhìn thấy nào cũng vẫn từ một chân trời trí nhớ."[1] Nguyễn Bá Trạc đồng ý: "[T]hực ra, bạn chỉ là một người Việt Nam âu sầu, bước đi đâu cũng như bước lê trên dĩ vãng."[2] Nguyễn Mộng Giác cũng có ý nghĩ tương tự: "Trong mỗi người cầm bút vượt biển tìm tự do, luôn luôn có nỗi khao khát được viết ghi[3] lại kinh nghiệm của mình, với tư cách một nhân chứng lịch sử."[4] Võ Phiến giải thích: "Ngoái đầu lại là cái thường tình của kẻ ra đi."[5] Theo William Safran, như đã dẫn ở trên, một trong những đặc điểm nổi bật nhất của cộng đồng lưu vong là sự duy trì một ký ức tập thể về quê gốc và niềm tin là chính cái quê gốc ấy mới là quê hương thật.[6] Điều đó có nghĩa là ký ức và quê hương không những gắn bó với nhau mà còn tan hoà vào nhau: ký ức tập thể tạo ra quê

---

[1] Tạp chí *Văn* (California), số 25 (7.1984), tr. 11.
[2] Nguyễn Bá Trạc (1993), *Chuyện của một người di cư nhức đầu vừa phải*, California: Văn Nghệ, tr. 103.
[3] Chắc là thừa chữ "ghi".
[4] Nguyễn Mộng Giác, "Nghĩ về một số nhà văn nữ hải ngoại hiện nay", tạp chí *Văn Học* (California) số 2, tháng 3. 1986.
[5] Võ Phiến (1989), *Tạp bút*, California: Văn Nghệ, tr. 324.
[6] William Safran (1991), bđd.

hương và hơn nữa, là chính quê hương. Ký ức trở thành quê hương. Có thể nói người lưu vong không có quê hương nào ngoài ký ức. Xuyên suốt toàn bộ hoặc hầu như toàn bộ nền văn học lưu vong Việt Nam, do đó, có cái gì như một thứ ngữ pháp của lòng hoài cảm: nỗi nhớ nhung một quá khứ xa xôi nào đó trở thành nguyên tắc chính trên đó mọi hình ảnh và cảm xúc được chọn lọc và kết hợp.

Lưu vong toàn cầu

Trên nền tảng một ký ức chung như vậy, sự phát triển của các phương tiện truyền thông hiện đại, đặc biệt internet, làm cho các cộng đồng lưu vong sống rải rác trên thế giới có thể dễ dàng liên lạc với nhau, qua đó, hình thành một thứ lưu vong toàn cầu (global diaspora), một thứ "cộng đồng tưởng tượng" xuyên quốc gia. Những người được gọi là nhà văn hay nhà thơ Việt Nam lưu vong sống rải rác ở hàng chục quốc gia khác nhau, từ Bắc Mỹ đến Âu châu, Úc châu và Á châu. Số lượng độc giả lại càng đa dạng. Độc giả của các tờ báo mạng lại càng đa dạng, không phải chỉ giới hạn ở những quốc gia lớn và có đông người Việt định cư mà còn có thể ở các nơi xa xôi và có phần xa lạ với phần đông người Việt như Peru, Trinidad and Tobago, Costa Rica, v.v...[1] Thử

---

[1] Với phương tiện kỹ thuật hiện nay, tất cả các tờ báo mạng đều có các thống kê cho biết: số người truy cập mỗi ngày, thậm chí, mỗi giờ; số lượng truy cập ở từng quốc gia; những bài hay mục được truy cập nhiều nhất, v.v... Ví dụ, theo Statistics for www.tienve.org vào ngày 31.7.2006, số người truy cập tờ báo mạng Tiền Vệ thuộc các quốc gia (visitors domains / countries) sau: Argentina, Australia, Austria, Belgium, Brazil, Bulgaria, Canada, Chile, Cocos (Keeling) Islands, Colombia, Costa Rica, Croatia, Czech Republic, Denmark, Egypt, Estonia, Finland, France, Germany, Greece, Hong

tưởng tượng: một bài thơ hay một truyện ngắn được sáng tác, chẳng hạn, ở Melbourne, chỉ vài phút sau khi đưa lên mạng, được những độc giả ở tận Hy Lạp, Phần Lan, Ma-rốc, New Caledonia hay trên đảo Cocos (Keeling) nào đó đọc và bồi hồi xúc động. Kể cũng thú vị chứ?

Có điều, cái cộng đồng tưởng tượng xuyên quốc gia ấy không ngừng bị dị hoá và phân hoá: dưới ảnh hưởng của quá khứ và nhất là từ nền văn hoá chính mạch nơi người cầm bút cư ngụ, nền văn học Việt Nam lưu vong ở các quốc gia khác nhau như Mỹ, Úc, Pháp và Đức, càng ngày càng chớm có dấu hiệu khác nhau. Sự khác biệt ấy cũng có thể nhìn thấy giữa hai phái tính. Trong bài "Nghĩ về một số nhà văn nữ hải ngoại hiện nay" đăng trên tạp chí *Văn Học* tại California số 2 (tháng 3.1986), nhà văn Nguyễn Mộng Giác nêu lên một số ghi nhận sơ khởi: trong lúc các cây bút nam chủ yếu làm thơ, các cây bút nữ chủ yếu viết truyện; trong lúc các cây bút nam loay hoay mãi với quá khứ, các cây bút nữ cố gắng hết sức để hội nhập vào đời sống mới. Sự khác biệt ấy càng nổi rõ giữa các thế hệ. Đầu tiên là giữa các thế hệ theo nghĩa thường dùng để phân biệt thời điểm định cư: thuộc thế hệ thứ nhất những người rời quê hương khi đã trưởng thành; thuộc thế hệ một rưỡi những người rời quê hương khi còn thơ ấu, và thuộc thế hệ thứ hai những người sinh ra trên "đất khách". Sau nữa, ngay trong cái

---

Kong, Hungary, Israel, Italy, Japan, Kyrgyzstan, Latvia, Malaysia, Mexico, Morocco, Netherlands, New Caledonia (French), New Zealand, Norway, Pakistan, Peru, Philippines, Poland, Polynesia (French), Portugal, Romania, Russian Federation, Singapore, Slovak Republic, South Korea, Spain, Sweden, Switzerland, Taiwan, Tanzania, Thailand, Trinidad and Tobago, Turkey, Ukraine, United Kingdom, Uruguay, USA, Vietnam, Yugoslavia.

gọi là thế hệ thứ nhất ấy, cũng có sự khác biệt giữa tuổi tác: một nhà văn rời quê hương khi đã luống tuổi hẳn có những kinh nghiệm hội nhập khác với một nhà văn bắt đầu lưu vong ở tuổi mới trưởng thành. Tuổi tác hiếm khi là một thuận lợi cho những sự thay đổi, nhất là thay đổi cả một không gian văn hoá.

"Làm tình với xác chết"

Nhưng ngoài ký ức tập thể, có điểm gì chung nhất giữa những người cầm bút lưu vong Việt Nam? Có vẻ như là ám ảnh về ngôn ngữ. Thật ra, người cầm bút lưu vong nào cũng bị ám ảnh bởi ngôn ngữ. Người Việt Nam lại càng bị ám ảnh bởi ngôn ngữ: một trong những niềm tự hào lớn nhất của người Việt Nam là, sau hơn một ngàn năm bị Trung Hoa đô hộ, họ vẫn giữ được một ngôn ngữ riêng. Dưới thời Pháp thuộc, với các nhà nho duy tân đầu thế kỷ 20, ngôn ngữ trở thành một "mặt trận" nơi sự lựa chọn giữa chữ Hán và chữ quốc ngữ trở thành một lựa chọn chính trị; với Phạm Quỳnh, sự tồn vong của ngôn ngữ được đồng nhất với sự tồn vong của tổ quốc: "... tiếng ta còn, nước ta còn".[1] Sống ở nước ngoài, ngôn ngữ trở thành một vấn đề phức tạp. Người cầm bút thường xuyên bị hỏi hoặc tự hỏi: viết bằng tiếng gì? Câu trả lời tuỳ nhiều yếu tố, cả lịch sử lẫn cá nhân.[2] Nhiều nhà văn gốc Phi châu có thể thanh thản

---

[1] Xem Nguyễn Văn Trung (1989), *Chữ, Văn quốc ngữ thời kỳ đầu Pháp thuộc*, California: Xuân Thu (tái bản).
[2] Xem thêm bài "In search of a mother tongue: locating home in diaspora" của Sphia Lehmann trên *Melus* số Winter 1998; bài "What' 'Chinese' in Chinese diasporic literature" của Emma J. Teng in trong cuốn *Contested Modernities in Chinese Literature* do Charles A. Laughlin biên tập, được Palgrave xuất bản tại New York năm 2005, tr. 61-79; và bài "Tại sao viết bằng tiếng Việt?" của

viết bằng tiếng Pháp, thứ ngôn ngữ, thoạt đầu, của đế quốc, sau, biến thành thứ tiếng chính thức ở nước họ. Nhiều nhà văn gốc Á châu, nhất là từ Ấn Độ, Philippines và Singapore có thể thoải mái viết bằng tiếng Anh mà không hề cảm thấy lạc lõng trong cộng đồng của họ. Với người cầm bút Việt Nam thì khác. Phần lớn giới cầm bút thuộc thế hệ thứ nhất đều chọn viết tiếng Việt. Nhưng tiếng Việt của giới cầm bút lưu vong có khác tiếng Việt ở trong nước hay không? Đối diện với câu hỏi ấy, rất nhiều người lẫn lộn giữa ngôn ngữ văn học và ngôn ngữ cộng đồng: thay vì nhìn vào các nhà thơ và nhà văn lớn, những người sử dụng tiếng Việt tài hoa nhất ở hải ngoại, người ta lại nhìn vào các em bé đang vật vã với tiếng Việt như một ngôn ngữ thứ hai trong các lớp học được tổ chức vào cuối tuần. Đã đành thời gian xa nước lâu có thể làm tiếng Việt phôi pha dần. Nhưng "lâu" là bao lâu? Ở thời điểm những năm đầu tiên của thế kỷ 21 này, văn của Võ Phiến và Đỗ Kh., sau ba mươi năm sống ở nước ngoài, vẫn cực kỳ sinh động và duyên dáng; văn của Phạm Công Thiện và Đặng Tiến, sau bốn mươi năm ở nước ngoài, vẫn bay bướm; và văn của Võ Đình, sau năm mươi năm ở nước ngoài, vẫn tươi roi rói. Cái đẹp trong văn chương của những người vừa kể hay một số cây bút hàng đầu ở hải ngoại hiện nay không phải chỉ ở việc họ duy trì được một vốn từ vựng vô cùng giàu có mà còn phát triển được những cách cấu trúc câu và cấu trúc đoạn rất chặt chẽ, phần lớn nhờ ảnh hưởng của các ngôn ngữ Tây phương mà họ thông thạo.[1]

Christine Cao trên http://damau.org/index.php?module=article&view=4&page_num=5 truy cập ngày 9 tháng 9, 2005).
[1] Xin lưu ý là cho đến nay, từ giới cầm bút đến giới giáo dục, rất hiếm người thực sự quan tâm đến cách cấu trúc đoạn văn

Việc viết bằng tiếng Việt là một chọn lựa khá tự nhiên nhưng lại đầy nhức nhối và càng ngày càng nhức nhối: người ta biết rõ cái giá mình phải trả, trong đó, cái giá lớn nhất là sự cô đơn. Độc giả đã ít, lại phân tán, xa xôi và hờ hững. Viết văn như hét vào miệng giếng, chỉ nghe tiếng mình vọng lại từ đáy nước thăm thẳm. Vừa viết vừa buồn. Vừa muốn chia sẻ lại vừa tuyệt vọng. Không thể chối cãi được là đời sống lưu vong làm thay đổi hẳn bản chất của nghề cầm bút. Cách đây mấy năm, kết thúc bài "Sống và viết như những người lưu vong", tôi viết, buồn rầu:

> Viết văn, ngày xưa, là một danh phận; sau này, vừa là một danh phận vừa là một nghề nghiệp. Ở hải ngoại, viết văn không thể là một nghề nghiệp mà trên thực tế, cũng không còn là một danh phận. Viết văn trở thành một cách hành lạc đau đớn của những người bị bất lực.[1]

Nhưng viết văn bằng thứ ngôn ngữ không phải tiếng mẹ đẻ của mình với hy vọng trở thành một nhà văn quốc tế, như Hoàng Ngọc-Tuấn đã phân tích trong bài "Vấn đề ngôn ngữ trong văn chương lưu vong",[2] không phải là đơn giản. Ngôn ngữ không bao giờ chỉ là ngôn ngữ. Ngôn ngữ nào cũng gắn chặt với văn hoá: nó là truyền thống, là quá khứ, là kỷ niệm; nó được nuôi dưỡng bằng truyền thuyết và bằng những giấc mơ. Ký ức làm cho ngôn ngữ có tính khả xúc. Linda Lê, một nhà văn nữ gốc

---

(paragragh). Phần lớn đều xuống hàng rất tuỳ tiện và tự phát. Mỗi đoạn văn ít khi là một cấu trúc hoàn chỉnh. Đây là một vấn đề quan trọng và thú vị, cần được nghiên cứu riêng, một dịp nào đó.
[1] Nguyễn Hưng Quốc (2000), *Văn học Việt Nam từ điểm nhìn h(ậu h)iện đại*, California: Văn Nghệ, tr. 234.
[2] Hoàng Ngọc-Tuấn (2002), *Văn học hiện đại và hậu hiện đại qua thực tiễn sáng tác và góc nhìn lý thuyết*, California: Văn Nghệ, tr. 236-265.

Việt khá thành công ở Pháp,¹ có một cách ví von mà tôi rất thích: "Viết trong một ngôn ngữ không phải là ngôn ngữ của mình đồng nghĩa với việc làm tình với một thây ma."²

Tái cấu trúc ký ức

Có điều, ký ức không phải là cái gì bất biến. Ký ức thay đổi theo thời gian, dĩ nhiên. Ký ức còn thay đổi theo nhu cầu tâm lý cũng như chính trị khi con người đối diện với những thử thách mới: ký ức không những được duy trì mà còn được sáng tạo và tái tạo. Tiến trình lưu vong, do đó, thực chất là một tiến trình tái cấu trúc ký ức không ngưng nghỉ. Với lớp di tản vào năm 1975, ký ức, nói theo chữ của Cao Tần, là một "kho tàng" với những kỷ vật nhỏ nhoi như một lạng vàng, một chiếc khăn tay, mấy tấm danh thiếp cũ mang theo từ ngày sang Mỹ ("Chàng Cù Lần"), hay rộng hơn, những kỷ niệm êm đềm ở quê nhà, từ những cây me xanh lá đầy tiếng chim đến những quán cóc nơi bạn bè thường tụ tập tán gẫu ("Chuyện thần tiên"). Hơn nữa, "kho tàng" ấy còn bàng bạc khắp nơi: "Kho tàng ta em yêu nhìn xem / Dưới ghế công viên anh giấu thời thơ dại / Trên tháp nhà thờ anh giấu niềm tin / Trong vườn cũ anh giấu thời hạnh phúc / Nơi nụ cười em ánh giấu trái tim." ("Chỗ giấu kho tàng").³ Việc tái hiện những "kho tàng" ấy dẫn đến sự ra đời của dòng "văn học miệt vườn" với những nhà văn

---

¹ Bố Việt mẹ Pháp, Linda Lê rời Việt Nam sang Pháp năm 14 tuổi. Có thể đọc thêm về tiểu sử của Linda Lê trên trang mạng: http://igrs.sas.ac.uk/research/CWWF/Linda_Le.htm
² Linda Lê, "Văn chương vô xứ", Đào Trung Đạo dịch từ bản tiếng Pháp, *Văn* số 97 & 98 (1 & 2.2005), tr. 15.
³ Cao Tần (1987), *Thơ Cao Tần*, California: Văn Nghệ.

gốc miền Nam chuyên viết về đời sống xã hội cũng như phong tục tập quán ở miền Nam như Hồ Trường An, Kiệt Tấn, Ngô Nguyên Dũng, Nguyễn Tấn Hưng, Nguyễn Văn Ba, v.v... rất được độc giả ái mộ trong suốt thập niên 1980. Với lớp vượt biên vào cuối thập niên 1970 và đầu thập niên 1980, những người đã có những kinh nghiệm ít nhiều cay đắng dưới chế độ mới, ký ức mang đầy tính bi kịch: không có chiến tranh thì cũng tù đày, áp bức, đói khổ, hãm hiếp. Các thể hồi ký, bút ký và tiểu thuyết lịch sử được mùa với những tên tuổi tiêu biểu như Nguyễn Mộng Giác, Cao Xuân Huy, Hoàng Khởi Phong, Hà Thúc Sinh, v.v... Không còn hoài nghi gì nữa, người Việt Nam lưu vong trong giai đoạn này đang hối hả tái cấu trúc ký ức tập thể để qua đó khẳng định bản sắc của mình như một cộng đồng tị nạn chính trị. Để nhấn mạnh đến tư cách tị nạn, người ta nhấn mạnh đến tư cách nạn nhân; qua việc nhấn mạnh tư cách nạn nhân, người ta xác lập một thế đứng chống cộng: văn chương luận chiến và văn chương tố cáo ra đời và phát triển hầu như cùng một lúc. Thái độ chống cộng thúc đẩy người Việt lưu vong tạo cho mình một quê hương riêng, không phải là cái quê hương đang bị cộng sản thống trị. Đó có thể là một quê hương đang bị dập vùi trong đói khổ và nạn độc tài. Đó cũng có thể là một quê hương trước chế độ cộng sản: hoặc là ở miền Nam trước năm 1975 hay 1954 hoặc là trong cả nước trước năm 1945. Hậu quả là: một dòng văn chương hoài niệm ra đời.

Nhưng tất cả những điều này dần dần thay đổi từ cuối thập niên 1980 và nhất là từ đầu thập niên 1990 khi Việt Nam có chính sách đổi mới về kinh tế và đặc biệt khi hệ thống xã hội chủ nghĩa hoàn toàn sụp đổ ở Liên xô và Đông Âu khiến người Việt lưu vong có thể về thăm Việt Nam như những du khách. Đối diện với hiện thực mới ấy, người Việt Nam lưu vong, một lần nữa, phải tìm cách tái cấu trúc ký ức, qua đó, vẽ lại tấm bản đồ quê hương tưởng tượng và tái định nghĩa thân phận của mình. Một trong những đặc điểm nổi bật nhất trong quá trình "điều chỉnh" này là càng có dịp về thăm Việt Nam, tâm lý hoài cảm càng lúc càng phôi pha, ám ảnh chính trị càng lúc càng nhạt dần, giới cầm bút càng tập trung vào lãnh vực nghệ thuật và thẩm mỹ, từ đó, họ càng dễ tiếp nhận những trào lưu mới hơn. Không phải tình cờ mà hầu hết, nếu không muốn nói là tất cả, các nỗ lực đổi mới trong nền văn học Việt Nam lưu vong đều xuất hiện từ giữa thập niên 1990 trở đi. Trước đó, hầu như mọi người đều chỉ quan tâm đến các vấn đề chính trị, xã hội, kinh tế và văn hoá. Rất hiếm người có ý định "bứt phá".[1] Từ người sáng tác đến nhà phê bình, ai nấy đều có vẻ hài lòng với những kỹ thuật và những quan điểm thẩm mỹ đã quen thuộc. Tất cả các tạp chí văn học đều là nơi tập hợp giới cầm bút thuộc mọi thế hệ và mọi khuynh hướng hơn là những diễn đàn vận động đổi mới văn học.[2] Quan hệ giữa những người cầm bút trước 1975 và những cây bút mới xuất hiện ở hải ngoại khá thuận hoà, nói như Võ Phiến, "lớp trước dìu lớp sau".[3] Từ giữa thập niên 1990 trở đi, tình hình đổi khác. Các tạp chí văn học mới ra đời trong giai đoạn này như tạp chí *Thơ* (bắt đầu từ năm 1994), *Việt* (1998-2001, tổng

---

[1] Trong số này, có thể kể, trước tiên, Đỗ Kh. với hai tập thơ *Thơ Đỗ Kh.* (1989) và *Có những bực mình, tức không thể nói* (1990). Cả hai đều do Tân Thư xuất bản tại California.
[2] Ngay cả *Hợp Lưu*, một trong vài tạp chí văn học thành công nhất ở hải ngoại, cũng được hình thành từ một quan điểm chính trị (hoà hợp và hoà giải giữa lực lượng sáng tác trong và ngoài nước) hơn là văn học.
[3] Võ Phiến (1989), *Tạp bút*, California: Văn Nghệ, tr. 313.

cộng 8 số)[1] và *Chủ Đề* (2000-2002, tổng cộng 10 số) đều chủ trương cách tân triệt để. Các thử nghiệm trong sáng tác, từ hậu hiện đại đến Tân hình thức, đều ra đời từ đó. Các cuộc bút chiến dữ dội về văn học cũng bùng nổ từ nó.[2]

Xây dựng trên những nỗ lực tái cấu trúc và tái định nghĩa liên tục như vậy, văn học lưu vong, một mặt, nhìn trên tổng thể, có thể được xem như một hình thức thăng hoa của ký ức, hơn nữa, một thứ tu từ học của ký ức; mặt khác, cũng như bản thân khái niệm lưu vong, có tính chất bất định. Với tính chất bất định ấy, lưu vong bao giờ cũng ở trong trạng thái trở thành một cái gì đó: bản sắc lưu vong, do đó, là một quá trình sản xuất không bao giờ hoàn tất; thân phận của người cầm bút lưu vong, do đó, thường trực bất an: hắn luôn luôn phải tự tìm kiếm và tự định nghĩa chính mình.

Cảm thức tha hoá

Theo các học giả hàng đầu về lưu vong, bên cạnh ký ức và huyền thoại chung về quê tổ, cảm thức tha hoá (alienation) trên đất khách là một trong những đặc điểm cơ bản của lưu vong.

Thực ra, cảm thức tha hoá ấy không phải chỉ có đối với đất khách mà còn đối với cả quê nhà nữa, nhất là ở những người lưu vong vì chính trị.

Tha hoá là biến thành hoặc tự xem mình như một cái gì khác. Khi tha hoá khởi sự, nó sẽ không có điểm kết

---

[1] Các số báo này đều được đưa lên internet. Địa chỉ: www.tienve.org.
[2] Chủ yếu trên các tạp chí *Hợp Lưu*, *Văn Học* và *Văn*.

thúc: nó là cái khác của bất cứ một cái gì khác. Lưu vong là mất hẳn cảm giác thuộc về bất cứ đâu, kể cả cố hương, nơi người ta không ngớt khắc khoải mong được trở về. Cái gọi là quê nhà của người lưu vong là một sản phẩm tưởng tượng kết tinh từ ký ức và hoài bão: đó là một thứ thiên đường đã mất hơn là một thực tế, một địa điểm nào đó trên bản đồ thế giới. Đi đâu cũng mang quê hương theo, nhưng khi về lại quê hương thật, người lưu vong lại cảm thấy đó không phải là "nhà" của mình. Từ quốc gia nơi hắn đang định cư đi Việt Nam: về quê. Từ Việt Nam trở lại nơi hắn đang thường trú: về nhà. Chuyến bay nào cũng là "về" cả. Xuôi cũng là "về" mà ngược cũng là "về". Ở bên này là "quê"; ở bên kia là "nhà": hai chữ "quê nhà" ngỡ như lúc nào cũng gắn liền làm một, bỗng dưng bị cắt làm đôi, thành "quê//nhà", do đó, ở đâu cũng chỉ là một nửa, và cũng do đó, ở đâu cũng cảm thấy có chút bơ vơ, hơn nữa, chút lạc lõng, hơn cả thế nữa, chút hụt hẫng. Ở đâu cũng là người lạ, hay nói như Julia Kristeva, ở đâu cũng là người ngoại quốc: lưu vong là "một cộng đồng nghịch lý", "được hình thành bởi những người ngoại quốc, những kẻ tự hoà giải với chính họ trong chừng mực họ xem họ như những người ngoại quốc"[1] trên mảnh đất họ đang sống, hơn nữa, với chính họ: "tính ngoại quốc (foreignness) ở bên trong chúng ta: chúng ta là những người ngoại quốc đối với chính chúng ta, chúng ta bị phân hoá."[2]

Tâm thế phê phán

---

[1] Julia Kristeva (1991), *Strangers to Ourselves*, Leon S. Roudiez dịch từ tiếng Pháp, New York: Columbia University Press, tr. 195.
[2] Như trên, tr. 181.

Sống với tâm thế người xa lạ là sống với tâm thế phê phán. Người lưu vong, một mặt, bắc cầu giữa các nền văn hoá; mặt khác, giữ một khoảng cách nhất định đối với các nền văn hoá ấy, nghĩa là, nói cách khác, vừa là sứ giả lại vừa là những kẻ đối lập. Quê hương, nếu cần gì ở người lưu vong, chính là ở những đóng góp trong tư cách sứ giả và đối lập ấy. Xin lưu ý: trong lịch sử Việt Nam mấy thế kỷ vừa qua, phần lớn những đóng góp làm thay đổi diện mạo của văn hoá dân tộc đều đến từ những chuyến đi xa. Càng xa càng nhiều phát hiện. Càng nhiều phát hiện, tính chất phê phán lại càng gay gắt. Hãy nhớ đến các chuyến đi sang Pháp hay Mỹ xa xôi và xa lạ từng để lại trong những Nguyễn Trường Tộ (1828-1871), Phạm Phú Thứ (1820-1883), Phan Thanh Giản (1796-1867),[1] Bùi Viện (1839-1878)... những cảm giác sững sờ, làm đảo lộn hẳn bảng giá trị truyền thống mà họ hằng tin tưởng và cũng làm thay đổi hẳn cách nhìn của họ về lịch sử, về văn hoá và về xã hội, từ đó, một số người trong họ trở thành những nhà duy tân được xem là táo bạo và có nhiều viễn kiến nhất trong thời đại của họ. Hãy nhớ đến chuyến đi sang Singapore (Tân Gia Ba) vào năm 1844 của Cao Bá Quát, một chuyến đi ngắn, chỉ có mấy tháng,[2] vậy mà đã để lại trong lòng Cao Bá Quát những ấn tượng cực kỳ sâu đậm, trong đó, đáng kể nhất là nhận thức về vị trí và diện mạo thực sự của văn hoá và rộng hơn, của dân tộc mình: "Tân Gia từ vượt con tầu / Mới hay vũ trụ một bầu bao la / Giật mình khi ở xó nhà..." (Trúc Khê dịch). Tuy nhiên, ở các quốc gia độc tài

---

[1] Trong một bài thơ, Phan Thanh Giản viết: "Từ ngày đi sứ đến Tây kinh / Thấy việc Âu châu luống giật mình / Kêu gọi đồng bào mau tỉnh giấc / Hết lòng năn nỉ, chẳng ai tin."
[2] Về chuyến đi này, có thể xem bài "Thử tìm hiểu thêm về chuyến đi công vụ ở Hạ Châu của Cao Bá Quát" của Vĩnh Sính trên trang mạng: http://zdfree.free.fr/diendan/articles/u137vsinh.html

và khép kín, người ta không cần cả sứ giả lẫn đối lập. Đó là lý do tại sao, cho đến nay, văn học lưu vong vẫn bị cấm ở Việt Nam. Nhưng sự cấm đoán ấy chỉ là một nỗ lực tuyệt vọng. Cấm sự phổ biến chỉ là cấm đằng ngọn: nó nhắm chủ yếu vào người đọc. Tác giả vẫn còn, các tác phẩm vẫn tiếp tục được ra đời và được lưu giữ trong các thư viện ngoại quốc hoặc trên mạng, rình chờ cơ hội để đến với người đọc. Tuổi thọ của những tác phẩm ấy chắc chắn cao hơn các chế độ độc tài cuối mùa như chế độ cộng sản hiện nay.

Tâm thế phê phán, trong quá khứ, từng làm lưu vong trở thành một trong những tác nhân chính của phong trào phản thực dân và chủ nghĩa hậu thực dân trong nửa đầu thế kỷ 20. Chính từ các cộng đồng lưu vong, tư tưởng tự do và dân chủ phát triển rộng rãi, từ đó, hình thành các phong trào cách mạng nhằm giải phóng các thuộc địa và liên kết giới trí thức và giới cầm bút lại với nhau như trường hợp của những người da đen trong giai đoạn Negritude và phục hưng Harlem những thập niên 1930 và 1940.[1] Điều tương tự cũng đã từng xảy ra ở Việt Nam trong những thập niên đầu tiên của thế kỷ 20: hầu hết các phong trào cách mạng, từ quốc gia đến cộng sản - cả đệ tam lẫn đệ tứ quốc tế-, đều được hình thành hoặc truyền bá từ những người lưu vong, hoặc ở Trung Hoa hoặc ở Pháp. Trong phạm vi văn học, nếu tính chất hoài cảm làm người cầm bút lưu vong trở thành thủ cựu, tâm thế phê phán lại làm cho họ giữ được một khoảng cách nhất định với truyền thống và

---

[1] Xem Abou Bakr Moreau, "The fluidity of diasporic identities in the New World: African, African American and Afro Caribbean Connections" trên http://usembassy.state.gov/dakar/wwwucol16.doc (truy cập ngày 24.7.2006),

với hiện trạng, từ đó, khiến họ dứt khoát hơn với việc đổi mới.

Lưu-vong-tại-chỗ

Nếu cảm thức tha hoá là bản chất của lưu vong, có thể có một thứ lưu-vong-tại-chỗ, tức lưu vong ngay trên đất nước của mình hay không? Theo tôi, ngày xưa: không; bây giờ: có thể. Với phương tiện truyền thông điện tử tối tân hiện nay, các tác phẩm văn học dễ dàng vượt qua các biên giới quốc gia và người cầm bút bị phân thân: ở trong nước, hắn là một công dân, ở nước ngoài, hắn là một văn nghệ sĩ. Nói cách khác, hắn có thể sống trong vị thế ở-giữa và tham gia vào trò chơi phi lãnh thổ như những người lưu vong thực sự. Tôi đề nghị một danh từ mới: nửa-lưu vong. Danh sách những nhà văn và nhà thơ nửa-lưu vong ở Việt Nam hiện nay có thể bao gồm những người đang sống ở Sài Gòn như Phan Đan, Nguyễn Quốc Chánh, Nguyễn Viện, Trần Tiến Dũng và một số cây bút trẻ trong nhóm Mở Miệng.[1] Họ sống ở Việt Nam và nhiều người trong họ chưa bao giờ rời khỏi Việt Nam nhưng phần lớn hay toàn bộ sáng tác của họ lại chỉ lưu hành ở nước ngoài. Trong lãnh vực văn học, họ là những kẻ hoàn toàn xa lạ ngay trên quê hương của họ. Từ quan điểm thẩm mỹ đến phong cách sáng tác, họ gần gũi với nhiều đồng nghiệp ở hải ngoại hơn là với những người đang sống bên cạnh họ.

Việc nhìn nhận sự hiện hữu của những người cầm bút nửa-lưu vong ở Việt Nam không những mở rộng diện tích của nền văn học lưu vong mà còn làm thay đổi

---

[1] Có thể tìm đọc tác phẩm của các cây bút này trên các trang mạng www.tienve.org hay www.talawas.org

hẳn tấm bản đồ văn học Việt Nam đương đại. Lâu nay, giới cầm bút chính thống tại Việt Nam, được sự chỉ đạo chặt chẽ của chính quyền, luôn luôn cố gắng làm cho người đọc tin dòng văn học chính thống không những chỉ là một trung tâm mà còn là toàn bộ văn học Việt Nam đương đại: ngoài nó, không có gì khác. Cố gắng ấy càng ngày càng rơi vào bế tắc: càng ngày càng có nhiều người cầm bút chọn cách phổ biến tác phẩm của mình trên mạng hoặc dưới hình thức photocopy, từ đó, dẫn đến sự hình thành dòng văn học "ngoài luồng" không những thu hút sự chú ý của dư luận mà còn được đánh giá cao như những cách tân táo bạo và đầy thú vị. Thậm chí, nó được xem là hơn hẳn dòng văn học "trong luồng", tức chính thống hay chính quy như nhận xét của Nguyễn Hương: "phẩm chất tác phẩm photocopy không nên gây ngạc nhiên. Ngược lại, chúng ta nên ngạc nhiên nếu có những tác phẩm chính quy - chính quy nhà nước và thị trường - có được phẩm chất tương xứng."[1]

Lưu vong và chủ nghĩa hậu hiện đại

Paul White ghi nhận: có sự tương đồng sâu sắc giữa tâm thế lưu vong và cảm hứng chủ đạo của chủ nghĩa hiện đại và hậu hiện đại, những phong trào tiền vệ trong văn học: tất cả đều dựa trên kinh nghiệm về sự tha hoá.[2]

---

[1] Nguyễn Hương trả lời phỏng vấn của Trần Tiến Dũng về đề tài "Chung quanh sự kiện các tác phẩm văn chương xuất bản dưới hình thức photocopy ở Sài Gòn" trên Tiền Vệ: http://www.tienve.org/home/literature/viewLiterature.do?action=viewArtwork&artworkId=4468

[2] Paul White, "Geography, Literature and Migration", in trong cuốn *Writing across Worlds: Literature and Migration* do Russell King, John Connell và Paul White (1995) biên tập, Routledge xuất bản tại London và New York, tr. 1-19.

Theo J. Hawthorne, "sự tha hoá gần như trở thành một hình ảnh sáo mòn (cliché) trong nền văn học hiện đại chủ nghĩa."[1] Mô típ tha hoá ấy cũng là một đặc điểm của văn học hậu hiện đại: khi mọi đại tự sự đều bị đặt thành nghi vấn, con người không còn tự đồng nhất mình với bất cứ một niềm tin hay một ý thức hệ nào, hơn nữa, sẵn sàng chấp nhận sống trong một thế giới đa trung tâm, lai ghép và bất định, ở đó, mọi ranh giới và biên giới đều bị xoá nhoà. Salman Rushdie có lần gợi ý: trong thế kỷ lang thang như thế kỷ chúng ta đang sống, chính những người di dân hay lưu vong mới là những hình ảnh trung tâm trong sinh hoạt văn học: kinh nghiệm bị đứt lìa với gốc rễ, với mọi người chung quanh và phải hoá thân thành một cái khác của họ là những ẩn dụ hữu ích nhất để mô tả tính chất lẫn lộn và đầy mâu thuẫn của thế giới hậu hiện đại.[2]

Tuy nhiên, bên cạnh thuận lợi, có không ít trở ngại. Trở ngại chính để tiếp cận được với chủ nghĩa hậu hiện đại, với những người nửa-lưu vong là ám ảnh về chính trị, là ý đồ nhân danh một lý tưởng lớn lao nào đó như một thứ siêu tự sự mới để chống lại chủ nghĩa Mác và chế độ xã hội chủ nghĩa như những siêu tự sự đã lỗi thời, và như thế, người ta tiếp tục bị cầm chân trong quỹ đạo hiện đại chủ nghĩa. Với những người lưu vong thực sự, trở ngại chính nằm ở tâm lý hoài cảm tự nhiên và hầu như bất khả cưỡng về một quá khứ lấp lánh đẹp nào đó mà người ta không ngừng tưởng tượng và tái tưởng

---

[1] Hawthorne J. (1994), *A Concise Glossary of Contemporary Literary Theory*, London: Edward Arnold, tr. 122.
[2] Xem Rufus Cook, "The Arts of Uncertainty: Cultural Displacement and the Devaluation of the World", *Critique: Studies in Contemporary Fiction*, Spring 2000. (Xem trên Expanded Academic ASAP Int'l Ed.)

tượng như một quê nhà nơi người ta sẽ trở về một lúc nào đó. Tâm lý hoài cảm ấy khiến người ta, một mặt, có khuynh hướng nghiêng về chính trị, mặt khác, quyến luyến với truyền thống, trở thành những kẻ bảo thủ, thậm chí, phản động trước mọi cái mới và mọi nỗ lực làm mới.

Cả ám ảnh chính trị mang tính siêu tự sự lẫn tâm lý hoài cảm đều là những đặc điểm nổi bật, thậm chí, là thuộc tính của lưu vong, là những biên giới ràng buộc người lưu vong trong ngục tù của quá khứ. Vượt qua những giới hạn đó cũng là một cách vượt biên. Một cây bút lưu vong lớn là kẻ không ngừng vượt biên.

Viết đến đây, bất chợt tôi nhận ra một điểm: vô tình, phần lớn những đoạn đầu tiên của bài này đều bắt đầu bằng những từ phủ định "không", "không có", "không phải", v.v… Vô tình hay do một ám ảnh nào đó từ trong vô thức?

Ừ, mà lưu vong nào lại không bắt đầu bằng một phủ định nhỉ?

12.
Một phiên bản h(ậu h)iện đại chủ nghĩa cho văn học Việt Nam

Từ những năm cuối cùng của thế kỷ 20, một số người cầm bút Việt Nam hô hào sáng tác theo tinh thần hậu hiện đại chủ nghĩa. Tuy nhiên, với phần lớn giới trí thức, từ giới trí thức trong nước đến giới trí thức hải ngoại, chủ nghĩa hậu hiện đại vẫn còn là một khái niệm khá xa lạ, hơn nữa, còn bị nhìn một cách đầy ngờ vực, thậm chí thù nghịch.[1]

---

1 Về chủ nghĩa hậu hiện đại, bằng tiếng Việt, đến nay, chỉ có một số bài viết chính, chủ yếu là dịch thuật. Ở trong nước, trên tạp chí *Văn Học* thuộc Viện Văn Học tại Hà Nội, có hai bài: "Vài suy nghĩ về cái gọi là tiểu thuyết hậu hiện đại" của Antonio Blach (số 9 năm 1991), và "Về chủ nghĩa hậu hiện đại" của John Verhaar (số 5 năm 1997); trên tạp chí *Nhà Văn* số 7.2000 có bài "Chủ nghĩa hậu hiện đại" của Phương Lựu (sau, in lại trong cuốn *Tiếp tục khơi dòng*, nxb Văn Học, Hà Nội, 2000, tr. 177-182). Ở hải ngoại, trên Tạp chí *Thơ*, có một số bản dịch của Phan Tấn Hải: "Giới thiệu thơ hậu hiện đại Hoa Kỳ" của Paul Hoover (số 11 năm 1997); "Chủ nghĩa hậu hiện đại và văn chương" của Steven Connor (số 12 năm 1998); "Giới thiệu tiểu thuyết hậu hiện đại Hoa Kỳ" trích từ cuốn *Postmodern American Fiction: a Norton Anthology* (số 14 năm 1998); của Nguyễn Thị Ngọc Nhung: "Thuyết hậu hiện đại và văn hoá đại chúng" của Dominic Strinati (số 19 năm 2000).

Công việc nghiên cứu và vận động cho chủ nghĩa hậu hiện đại có lẽ chỉ thực sự bắt đầu với tạp chí *Việt* số 5 (giữa năm 2000), với chủ đề "Chủ nghĩa hậu hiện đại và văn học Việt Nam", tập trung nhiều bài viết của Nguyễn Minh Quân, Hoàng Ngọc-Tuấn, Nguyễn

Đối diện với thái độ ngờ vực và thù nghịch ấy, có một số vấn đề, theo tôi, cần được đặt ra và giải quyết càng sớm càng tốt. Thứ nhất, việc tiếp cận và tiếp nhận chủ nghĩa hậu hiện đại có phải là một việc nên làm và đáng làm hay đó chỉ là một trò nhiễu sự, hoặc tệ hại hơn, một sự a dua? Thứ hai, liệu Việt Nam, từ một nền văn hoá chưa bao giờ thực sự được hiện đại hoá, có thể tiếp cận được với chủ nghĩa hậu hiện đại? Thứ ba, nếu tiếp cận được thì diện mạo của cái chủ nghĩa hậu hiện đại ấy có giống với diện mạo của chủ nghĩa hậu hiện đại ở các quốc gia Tây phương, nơi nó được sinh thành và phát triển? Và thứ tư, để tiếp nhận chủ nghĩa hậu hiện đại, điều chúng ta cần làm trước tiên là gì?

Chương này chủ yếu nhằm để trả lời bốn vấn đề ấy.

Không có thử nghiệm nào là vô ích

Trả lời câu hỏi thứ nhất không khó. Nó đã khá hiển nhiên. Chỉ cần vượt qua khỏi tâm lý làng xã vốn dễ hoang mang trước những cái mới lạ cũng như mặc cảm

---

Hưng Quốc và một số tác giả khác. (Có thể xem số báo này trên trang web Tiền Vệ: http://www.tienve.org/home/viet/viewVietJournals.do?action=toc&vietId=7.)

Sau số *Việt* này, Nguyễn Hưng Quốc cho xuất bản cuốn *Văn học Việt Nam, từ điểm nhìn h(ậu h)iện đại* (Văn Nghệ, 2000), và Hoàng Ngọc-Tuấn cho xuất bản cuốn *Văn học hiện đại và hậu hiện đại qua thực tiễn sáng tác và góc nhìn lý thuyết* (Văn Nghệ, 2002). Năm 2003, Lại Nguyên Ân và Đoàn Tử Huyến biên soạn cuốn *Văn học hậu hiện đại thế giới: Những vấn đề lý thuyết* (Hà Nội: Nxb Hội nhà văn & Trung tâm Văn hoá Ngôn ngữ Đông Tây), trong đó dùng lại nhiều tiểu luận và bản dịch trên tạp chí *Việt* số 5 dẫn trên. Bản thân tôi, ngoài cuốn *Văn học Việt Nam, từ điểm nhìn h(ậu h)iện đại* (2000), đã đề cập đến chủ nghĩa hậu hiện đại rải rác trong các cuốn *Võ Phiến* (1996: 185-190), và *Thơ, v.v... và v.v...* (1996: 233-6).

hậu thuộc địa vốn dễ dị ứng với những cái đương đại của Tây phương, và chỉ cần nhớ lại bản chất của văn học vốn là một sự sáng tạo, người ta sẽ thấy ngay là mọi sự thử nghiệm đều vô cùng cần thiết. Có thể nói trong lãnh vực văn học và nghệ thuật nói chung, không có thử nghiệm nào là hoàn toàn vô ích. Có những thử nghiệm thành công và có những thử nghiệm thất bại nhưng ngay khi thất bại thì sự thất bại trong một thử nghiệm cũng đáng khuyến khích hơn là một sự nhai lại, kể cả những sự nhai lại có vẻ như "thành công", nghĩa là được nhiều người yêu mến và hâm mộ. Lý do là thử nghiệm, cho dù thất bại, vẫn là một nỗ lực sáng tạo, hơn nữa, còn là một lời nhắc nhở về bản chất không ngừng sáng tạo của văn học. Nhớ, có lần so sánh lối văn đăng đối của Tản Đà và lối văn cụt ngủn của Hoàng Tích Chu vào cuối thập niên 20 và đầu thập niên 30,[1] nhà thơ Chế Lan Viên có một nhận xét sắc sảo mà tôi rất tâm đắc:

> Tôi rất yêu Tản Đà là một thi sĩ có tài, nhưng tôi không nỡ dè bỉu Hoàng Tích Chu lúc ấy là một nhà báo có thứ văn cọc cạch. Đứng bên Hoàng, Tản Đà có lời văn xem như trong sáng biết bao. Nhưng đấy là cái 'trong sáng khăn là áo lượt lễ giáo con nhà' sắp chết của lối văn xuôi biền ngẫu 'ngày cũng có lúc sầu, đêm cũng có lúc sầu, mưa dầm gió bắc mà sầu, trăng trong gió mát mà càng sầu'. Còn cái cọc cạch của Hoàng Tích Chu lúc ấy, lại là cái đấm cửa – dù là bất lực – nhưng chính để mở cửa cho một lối nói mới xuất hiện trên văn đàn. Tôi không thú cái lỗ tai thẩm âm kém của Hoàng Tích Chu, nhưng chính nhờ nó mà người ta cũng chán cái lỗ tai thích trắc bằng đối đáp biền

---

[1] Về Hoàng Tích Chu, có thể đọc thêm bài viết "Hoàng Tích Chu và lối văn cộc của anh" của Vũ Ngọc Phan trong tập hồi ký *Những năm tháng ấy*, Hà Nội: nxb Văn Học, 1987, tr. 242-252.

ngẩu ru đến mê người của văn xuôi Tản Đà, và sự chán ấy rất cần thiết trên bước đường tiến hoá.[1]

Trường hợp Nguyễn Vỹ cũng phần nào tương tự. Lâu nay, dưới ảnh hưởng của Thế Lữ, trên báo *Phong Hoá*, và đặc biệt của Hoài Thanh, trong cuốn *Thi nhân Việt Nam*, chúng ta vẫn thường nhìn những thử nghiệm thơ 12 chân của Nguyễn Vỹ[2] như một trò lố bịch. Thế nhưng chỉ cần bình tâm một chút, chúng ta sẽ thấy, thứ nhất, những bài thơ 12 chân của Nguyễn Vỹ, tuy không hay, thậm chí có thể nói là dở, nhưng rõ ràng là chúng không dở hơn vô số những bài thơ mòn sáo ê hề trên sách báo thời 1930-45, do đó, cũng không có gì đáng bị giễu cợt; và thứ hai, quan trọng hơn, trong khi những bài thơ mòn sáo kia hoàn toàn vô ích, hơn nữa, có khi còn có hại vì chúng gián tiếp nuôi dưỡng một thứ thẩm mỹ học kém cỏi và lỗi thời thì những bài thơ 12 chân của Nguyễn Vỹ ít nhất cũng có một đóng góp đáng kể: chúng gợi cho giới cầm bút niềm tin về khả năng mở rộng câu thơ ra khỏi khuôn khổ 8 chữ vốn rất phổ biến thời bấy giờ. Chính niềm tin ấy đã khuyến khích những sự tìm tòi và thử nghiệm của nhiều người mà kết quả là ngày nay chúng ta thấy không hiếm người sử dụng

---

[1] Chế Lan Viên (1988), *Thơ văn chọn lọc*, Sở Thông Tin Văn Hoá Nghĩa Bình, tr. 239.
[2] Ví dụ một đoạn trong bài "Gửi một thi sĩ của nước tôi":
Đến ngày nay cảnh non sông đã phủ mấy lớp sương mù
Mà còn rên dưới rễ cỏ những vết hận lòng lai láng.
Ta hãy bước vào se sẽ trong cái im lặng nặng nề
Của nấm mả, của gò cây, của đền đài lăng miếu cũ...
(Trích lại từ Nguyễn Tấn Long & Nguyễn Hữu Trọng, *Việt Nam thi nhân tiền chiến*, tập 5, Institut de l'Asie du Sud-Est in lại tại Paris, 1986, tr. 60.)

những câu thơ 12 chân hoặc thậm chí nhiều hơn nữa một cách thuần thục.[1]

Trường hợp nhóm Xuân Thu Nhã Tập là một ví dụ khác nữa. Tại Việt Nam, trong suốt hơn nửa thế kỷ vừa qua, giới hạn trong phạm vi thuần tuý văn học, có lẽ không có hiện tượng nào bị công kích và chế diễu nặng nề như Xuân Thu Nhã Tập. Từ những người đã đọc nó hay chưa từng đọc nó bao giờ, Xuân Thu Nhã Tập đều bị xem một cuộc thử nghiệm nhẹ dạ và kệch cỡm của lối văn chương hũ nút và "phản dân tộc". Thế nhưng cái tuyển tập thơ văn mỏng mảnh chỉ xuất hiện một lần duy nhất vào đầu thập niên 40 ấy lại có một sức sống lạ lùng: trong khi vô số những tác phẩm cùng thời được xem là thuộc khuynh hướng "về nguồn" như loại truyện lịch sử của Nguyễn Triệu Luật hay loại truyện đường rừng của Lan Khai từ lâu đã chìm vào quên lãng, không những không còn được đọc mà còn không hề gợi lên bất cứ một nỗi bận tâm nào từ giới phê bình và nghiên cứu thì ngược lại, Xuân Thu Nhã Tập cứ vẫn được nhắc nhở mãi, thoạt đầu, như một sự lập dị, sau, như một ý hướng cách tân đầy táo bạo.[2] Dù những tác giả trong nhóm Xuân

---

[1] Sau năm 1954, một trong những người thường mở câu thơ ra rất rộng là Chế Lan Viên. Chẳng hạn mấy câu thơ này trong bài "Nghĩ thêm về Nguyễn":
Một thế kỷ để hiểu Nguyễn ư? Ta có cần một thế kỷ đâu mà
Đau khổ vì những hoàng hôn, ta chóng hiểu cái hôn hoàng của Nguyễn
Ta yêu những hịch, những Bình Ngô gọi lòng ra hoả tuyến
Nhưng không quên ngọn lau trắng bên đường Kiều thổi lại tự xưa xa.
(Chế Lan Viên, *Thơ văn chọn lọc*; sđd, tr. 190.
[2] Xem bài "Xuân Thu Nhã Tập, một hướng tìm về dân tộc" của Nguyễn Bao trên tạp chí *Văn Học* (Hà Nội) số 11 năm 1994 và bài "Một số đặc trưng về tinh thần tiên phong của nhóm Xuân Thu Nhã Tập" của Nohire Munehiro trên tạp chí *Văn Học* (Hà Nội) số 10.1997.

Thu Nhã Tập chưa thành công cả trong sáng tác cũng như trong nỗ lực xây dựng một hệ thống lý thuyết cho riêng họ thì ít nhất những cố gắng bước đầu của họ cũng nhắc nhở mọi người về sự hiện hữu của một chân trời khác trong văn học, chân trời của tiềm thức, của mộng mị, của thế giới phi chủ thể tính và của ngôn ngữ như một kết cấu đa tầng, đa phương và đa hướng. Dọc theo lịch sử, cứ mỗi lần từ trong tâm thức của chính mình, giới cầm bút bỗng thấy khắc khoải cái nhu cầu đổi mới thì tự dưng người ta lại nghe vang lên những lời nhắc nhở mơ hồ ấy. Cứ như thế, Xuân Thu Nhã Tập cứ còn lại mãi. Như một ám ảnh.

Trong phạm vi thế giới, có thể nêu trường hợp nhóm đa-đa làm ví dụ. Xuất hiện lần đầu tại Zurich vào thời điểm nóng bỏng của chiến tranh thế giới lần thứ nhất, với một chủ trương nặng chất hư vô chủ nghĩa trong nhận thức, vô chính phủ trong thái độ, buông thả theo những lực đẩy phi lý tính của tiềm thức và vô thức trong cách viết, nhóm đa-đa hoàn toàn phủ nhận quá khứ, ngờ vực khả năng truyền thông của ngôn ngữ, khinh bỉ những giá trị thẩm mỹ truyền thống, và chống lại mọi thứ trật tự có sẵn của văn hoá và xã hội. Có thể nói trong lịch sử văn học thế giới hiện đại, có lẽ hiếm có xu hướng văn học nào cực đoan và bị nhiều người chống đối như đa-đa. Những người đương thời ghét đa-đa, đã đành. Ngay cả bây giờ, gần một trăm năm sau, rất nhiều người vẫn còn nhìn đa-đa với cặp mắt đầy ác cảm.[1] Ở Việt Nam, tuyệt đại đa số giới cầm bút và giới nghiên cứu vẫn xem những người thuộc nhóm đa-đa như những kẻ phá hoại hơn là những văn nghệ sĩ thực sự. Ngay cả những người có nhiều thiện ý nhất cũng cho sự

---

[1] Xem, chẳng hạn, René Wellek (1992), *A History of Modern Criticism*, vol 8, New Haven: Yale University Press, tr. 91-93.

thành công của nhóm đa-đa chủ yếu nằm trong các bản tuyên ngôn hơn là trong sáng tác. Nói cách khác, với họ, đó là sự thành công của một năng lực nhận thức chứ không phải một năng lực sáng tạo; của một tư tưởng chứ không phải của một giá trị thẩm mỹ. Tuy nhiên, điều ít người để ý là bản thân sự nhận thức, đến một mức nào đó, cũng là một sự sáng tạo, và một tư tưởng cũng có thể đạt đến một giá trị thẩm mỹ nhất định. Cái bồn tiểu được sử dụng như một tác phẩm điêu khắc của Marcel Duchamp, chiếc xe làm bằng những sợi dây phơi quần áo của Man Ray, những bức *collage* bằng giấy, bằng vải và bằng lông thú của Kurt Schwitters cũng như những bài thơ kết hợp bằng những âm hay những chữ rời rạc, hoàn toàn vô nghĩa của Tristan Tzara có thể, từ một góc độ nào đó, không được nhìn nhận như những công trình nghệ thuật hoàn chỉnh, tuy nhiên, ngay cả như vậy, chúng cũng tồn tại mãi như một sự hoài nghi, hơn nữa, một sự thách thức đối với những quan niệm quen thuộc về những cái gọi là công trình nghệ thuật, từ đó, góp phần thúc đẩy quá trình tái định nghĩa khái niệm nghệ thuật và thẩm mỹ của nhân loại. Với cách nhìn như vậy, chúng ta có thể nói, trong lịch sử văn học và mỹ học của thế kỷ 20, chủ nghĩa đa-đa có nhiều đóng góp hơn hẳn nhiều trào lưu đông đảo và ồn ào như chủ nghĩa hiện thực xã hội chủ nghĩa ở Đông Âu hay chủ nghĩa hiện sinh ở Tây Âu, chẳng hạn. Trong khi hai trào lưu sau chủ yếu chỉ có ý nghĩa về phương diện chính trị, xã hội và phần nào, văn hoá, trào lưu đa-đa, với những tư tưởng mỹ học và những thủ pháp nghệ thuật táo bạo, đã để lại những dấu ấn rõ rệt và lâu dài trong lịch sử văn học và nghệ thuật thế giới: nó chính là tiền thân trực tiếp của chủ nghĩa siêu thực, là tiền thân xa xôi của nền kịch nghệ phi lý, của nghệ thuật ý niệm (conceptual art) và thơ cụ thể cũng như thơ hình hoạ; nó có ảnh hưởng quyết định đến phong trào Pop Art ở Mỹ và phong trào Fluxus tại Đức. Quan trọng hơn cả, theo tôi, chủ nghĩa đa-đa đã làm cho người ta có thái độ không khoan nhượng đối với những khuôn sáo cũ kỹ, thái độ hoài nghi đối với những cái gọi là đúng và đẹp trong xã hội, và đặc biệt, qua lối viết tự động, kỹ thuật lắp ghép cũng như kỹ thuật đồng hiện, nó giúp người ta tự giác hơn về tính chất giả tạo trong những trật tự cứng nhắc của ngữ pháp, và giúp người ta khám phá ra những kích thước khác trong các mối quan hệ giữa các sự vật và các hiện tượng khác nhau trong cuộc đời. Nó làm đảo lộn cách nhìn về văn học nghệ thuật: với các nhà đa-đa chủ nghĩa, nghệ thuật là một tiến trình chứ không phải là một thành tựu, ở đó, chính hành động sáng tạo mới là điều quan trọng, còn sản phẩm chỉ là điều phụ thuộc. Một tác phẩm khi hoàn tất có thể bị vất bỏ nhưng ý niệm về cái đẹp nảy sinh từ tác phẩm ấy cũng như từ việc thực hiện tác phẩm ấy thì còn lại mãi: chúng góp phần làm giàu tư tưởng và lý tưởng thẩm mỹ của nhân loại. Có lẽ vì vậy mà Ihab Hassan đã xem chủ nghĩa đa-đa[1] và Jean-Francois Lyotard đã xem Marcel Duchamp, một hoạ sĩ sáng tác theo cảm hứng hư vô chủ nghĩa rất tiêu biểu của trường phái đa-đa, là kẻ đi xa hơn chủ nghĩa hiện đại, và là người thuộc về chủ nghĩa hậu hiện đại.[2] Cũng có lẽ vì vậy mà Kirk Varnedoe, khi xây dựng bộ sưu tập vĩnh viễn của Museum of Modern Art tại Hoa Kỳ, đã đánh giá Marcel Duchamp cao hơn hẳn Picasso: với ông,

---

[1] Ihab Hassan, "Toward a concept of postmodernism", in trong *Postmodernism, a Reader*, Thomas Docherty biên tập và giới thiệu, New York: Harvester Wheatsheaf, 1993, tr. 146-156.
[2] Jean-Francois Lyotard, "Answering the question: What is postmodernism? in trong tập *Postmodernism, a Reader* do Thomas Docherty biên tập, sđd, tr. 38-46.

Duchamp là một bóng ma không ngừng ám ảnh giới làm và/hoặc yêu nghệ thuật.[1] Mà có lẽ không phải chỉ có Duchamp. Người ta cũng có thể nói như vậy về chủ nghĩa đa-đa nói chung. Thơ đa-đa, kịch đa-đa, hội hoạ đa-đa... tất cả đều tồn tại như những bóng ma không ngừng ám ảnh hết thế hệ này đến thế hệ khác.[2]

Những ví dụ vừa nêu về các nỗ lực cách tân của Hoàng Tích Chu, của Nguyễn Vỹ và của nhóm Xuân Thu Nhã Tập cũng như cuộc cách mạng mỹ học và thi pháp của chủ nghĩa đa-đa cho thấy trong lãnh vực văn học nghệ thuật không có sự thử nghiệm nào, do chính mình tìm tòi hay tiếp nhận từ những nơi khác, dù là táo bạo và cực đoan đến mấy, lại hoàn toàn vô ích. Không những không vô ích, những thử nghiệm ấy còn là điều kiện sống còn: trong thế giới văn học, người ta không những chỉ cần những cái đẹp mà còn cần, rất cần, sự phong phú và đa dạng trong những cái đẹp ấy. Mà sự phong phú và sự đa dạng chỉ có thể có khi người ta không ngừng thử nghiệm. Mỗi thử nghiệm, nếu không làm xuất hiện những đỉnh cao, thật cao trong sáng tạo thì ít nhất nó cũng làm cánh đồng văn học nghệ thuật được đa dạng hơn, nhãn giới thẩm mỹ của những người làm văn nghệ được mở rộng hơn, và tâm lý của người đọc cũng dần dần bao dung hơn, từ đó, dễ chấp nhận những cái mới hơn. Bởi vậy, tôi không tin là trong lãnh vực văn học nghệ thuật, người ta có thể tìm ra một lý do chính đáng nào để từ chối việc tìm tòi hay tiếp nhận các thử nghiệm.

---

[1] Francis M. Naumann, "Dada did it", *Art in America*, June 1994 v82 n6.
[2] Xem Alan Young (1981), *Dada and after: Extremist Modernism and English Literature*, New Jersey: Manchester University Press. Xem thêm bài "Stefan Wolfe và bài giảng ứng khẩu về Dada" do Hoàng Ngọc-Tuấn dịch và giới thiệu, in trong cuốn *Văn học hiện đại và hậu hiện đại qua thực tiễn sáng tác và góc nhìn lý thuyết*, sđd, tr. 21-49.

Chủ nghĩa hậu hiện đại: một sự kiện lịch sử

Huống gì chủ nghĩa hậu hiện đại, ở vào thời điểm khởi đầu thế kỷ 21 như lúc này, chắc chắn không phải là cái gì mới mẻ, và do đó, cũng không còn là một thử nghiệm khiến người ta phải đắn đo. Với tư cách là một thuật ngữ, nó đã xuất hiện cách đây cả hơn một thế kỷ;[1] với tư cách là một khuynh hướng nghệ thuật, nó đã xuất hiện, trong kiến trúc, cách đây nửa thế kỷ, trong vũ đạo, hội hoạ và văn học, cách đây hơn bốn chục năm; với tư cách là một lý thuyết, nó đã xuất hiện cách đây hơn ba chục năm; và với tư cách một ngành học thuật trong đại học, nó cũng đã có một quá khứ gần hai chục năm. Hiện nay, chủ nghĩa hậu hiện đại đã trở thành một không khí,

---

[1] Dấu vết xưa nhất của thuật ngữ "hậu hiện đại" mà người ta tìm được là vào năm 1870, khi John Watkins Chapman, một hoạ sĩ người Anh, dùng chữ "hội hoạ hậu hiện đại" (postmodern painting) để chỉ những khuynh hướng sáng tác hiện đại hơn và avant-garde hơn trường phái ấn tượng của Pháp. Năm 1917, thuật ngữ hậu hiện đại lại xuất hiện trong cuốn *Die Krisis der europaischen Kultur* của Rodolf Pannwitz khi ông mô tả tình trạng suy đồi và hư vô chủ nghĩa trong nền văn hoá châu Âu thời bấy giờ. Năm 1934, nó lại được Frederico de Oníz dùng. Năm 1946, nhà thơ Mỹ Randall Jarrel, khi điểm cuốn *Lord Weary's Castle*, đã gọi Robert Lowell là một nhà thơ hậu hiện đại. Năm 1947, hai sử gia Arnold Toynbee và D.C. Somervell dùng thuật ngữ thời hậu hiện đại để chỉ thời kỳ sau năm 1875 như là thời kỳ thời kỳ thứ tư trong lịch sử châu Âu, sau các thời kỳ Dark Ages (675-1075), Middle Ages (1075-1475) và Modern (1475-1875). Năm 1957, Bernard Rosenberg, trong cuốn *Mass Culture*, và Peter Drucker, trong cuốn *The Landmarks of Tomorrow*, đều dùng thuật ngữ hậu hiện đại như một giai đoạn lịch sử đương đại. Từ thập niên 1960 trở đi, qua các tác phẩm của một số nhà phê bình như Irving Howe, Leslie Fiedler, Susan Sontag... thuật ngữ "hậu hiện đại" dần dần phổ biến tại Hoa Kỳ. (Xem chương "In search of the Postmodern" trong cuốn *Postmodern Theory, Critical Interrogations* của Steven Best và Douglas Kellner, London: Macmillan, 1991, tr. 1-33.)

một nếp nghĩ, một cách nhìn, một cách kinh nghiệm và diễn dịch thực tại, không chỉ giới hạn trong phạm vi văn học nghệ thuật mà còn chi phối mọi sinh hoạt của nhân loại, từ các sinh hoạt trí thức và văn nghệ đến các sinh hoạt chính trị và xã hội. Mức độ phổ biến của chủ nghĩa hậu hiện đại sâu rộng đến độ không những nó đã đi vào chương trình trung học ở nhiều quốc gia Tây phương mà còn dễ gợi cho người đọc ấn tượng là một cái gì đã thuộc về quá khứ, cho nên từ non mười năm nay, một số người đã đề nghị thay thế thuật ngữ hậu hiện đại bằng thuật ngữ hậu-hậu hiện đại, *post-postmodernism*, hoặc gọn hơn, *post-pomo*, hoặc chân chất hơn, *after-postmodernism*.

Với một lịch sử non nửa thế kỷ như vậy và với vô số thành tựu từ nhiều nền văn học khác nhau trên thế giới, giá trị và đóng góp của chủ nghĩa hậu hiện đại đã được khẳng định trên nhiều lãnh vực. Về phương diện lý thuyết, mặc dù vẫn còn bị đả kích kịch liệt bởi các nhà thần học và một số nhà mác-xít, chủ nghĩa hậu hiện đại rõ ràng đã dành được vị thế chủ đạo trong các khoa học xã hội, nhất là trong xã hội học và văn hoá học: nó giúp người ta, một mặt, khám phá ra tính chất bấp bênh trong những giấc mơ đại tự sự (grand narratives) của chủ nghĩa hiện đại, trong đó giấc mơ về một thế giới đại đồng của chủ nghĩa cộng sản đã, như một thí nghiệm sai lầm của lịch sử, làm hao tổn rất nhiều xương máu, kể cả xương máu của người Việt Nam; mặt khác, nó cũng giúp người ta hiểu sâu sắc hơn về chính thời đại mình đang sống, cái thời đại trong đó, với sự phát triển vượt bậc của các kỹ thuật truyền thông điện tử, từ truyền hình đến computer, các ký hiệu không còn nối liền với thực tại mà tự chúng trở thành một *virtual reality*, những bản thế vì của hiện thực, nơi ranh giới giữa cái thực và cái ảo, giữa cái bề mặt và cái bề sâu, giữa hiện tượng và ý nghĩa không còn hiện hữu nữa. Về phương diện thực hành, từ kiến trúc đến điêu khắc, từ hội hoạ đến trang trí, từ âm nhạc đến vũ đạo, từ kịch nghệ đến điện ảnh, từ văn học đến truyền thông, ở đâu chủ nghĩa hậu hiện đại cũng đạt được những thành tựu xuất sắc. Ví dụ, trong lãnh vực văn học, dù thích hay không thích, khó có ai có thể phủ nhận những giá trị nghệ thuật trong tác phẩm của các cây bút hậu hiện đại tiêu biểu như Gabriel Garcia Márquez, Italo Calivino, Umberto Eco, John Barth hay Thomas Pynchon, v.v... Giá trị của những thi pháp và thủ pháp nghệ thuật của văn học, đặc biệt là tiểu thuyết hậu hiện đại đã được định hình và được công nhận rộng rãi. Nó mở ra nhiều khả tính mới cho sự sáng tạo, từ đó, mở rộng địa dư của nghệ thuật và của cái đẹp nói chung.

Chủ nghĩa hậu hiện đại và chủ nghĩa đa nguyên

Hơn nữa, ngoài những thành tựu rực rỡ với tư cách là một khuynh hướng văn nghệ và một trào lưu triết học, chủ nghĩa hậu hiện đại còn là một môi trường văn hoá thuận lợi cho sự phát triển của các nền văn học nhỏ và yếu. Lâu nay, tâm lý chung của phần lớn giới cầm bút thuộc Thế giới Thứ Ba đối với chủ nghĩa hậu hiện đại là sự e ngại: người ta xem đó như một hiện tượng văn hoá và văn nghệ đặc thù của các cường quốc Tây phương, đặc biệt là Mỹ. Tuy nhiên, trên thực tế, ngược lại. Nếu chủ nghĩa hiện đại đầu thế kỷ 20 chủ yếu là một hiện tượng văn hoá và văn nghệ của phương Tây thì chủ nghĩa hậu hiện đại trong nửa sau thế kỷ 20 chủ yếu lại là một hiện tượng văn hoá và văn nghệ toàn cầu hoặc gần như toàn cầu. Thoạt đầu, chủ nghĩa hậu hiện đại manh nha vừa như một hiện tượng văn học nghệ thuật vừa như một ý thức văn hoá thời đại hậu kỹ nghệ tại Hoa Kỳ, sau đó, được nâng lên thành lý thuyết chủ yếu tại Pháp, và những lý thuyết ấy quay ngược về lại Hoa Kỳ để từ Hoa Kỳ, phát triển thành xu hướng, một mặt, gợi hứng cho giới sáng tác và xâm nhập vào sinh hoạt học thuật của giới hàn lâm, kết hợp một cách khá hài hoà với một số trào lưu khác như hậu cấu trúc luận, nữ quyền luận và đặc biệt, hậu thực dân luận; mặt khác, lan rộng đến các quốc gia châu Âu, châu Úc, châu Mỹ Latin và một số quốc gia Á châu, trong đó đáng kể nhất là Nhật Bản, Ấn Độ, Trung Hoa lục địa và Nam Hàn.

Khác với chủ nghĩa hiện đại vốn đặt trên nền tảng chủ nghĩa duy lý của Descartes và gắn liền với phong trào Khai Sáng, nhấn mạnh vào lý trí, vào khoa học, kỹ thuật và những sự tiến bộ theo hướng tuyến tính; chủ nghĩa hậu hiện đại gắn liền với chủ nghĩa hậu cấu trúc, đề cao tính bất định, tính đứt đoạn, tính đa dạng và tính phần mảnh. Khác với chủ nghĩa hiện đại vốn lúc nào cũng cố gắng hoàn chỉnh một nền văn hoá cao cấp như một thực tại khu biệt với nền văn hoá bình dân, chủ nghĩa hậu hiện đại nỗ lực xoá nhoà mọi sự phân biệt, xoá nhoà mọi ranh giới giữa bình dân và cao cấp, giữa tính đặc tuyển (elitism) và tính đại chúng. Khác với chủ nghĩa hiện đại vốn tìm kiếm sự thống nhất trong đó mọi yếu tố đều quy vào một trung tâm nhất định với một cấu trúc chặt chẽ và có thứ bậc rõ rệt, chủ nghĩa hậu hiện đại chủ trương phi tâm hoá (de-centring), do đó, chấp nhận những sự lắp ghép ngẫu nhiên (collage) và những sự nhại lại (pastiche), chấp nhận sự kết hợp lỏng lẻo giữa các thành tố trong tác phẩm như những thủ pháp nghệ thuật quan trọng. Khác với chủ nghĩa hiện đại vốn hoàn toàn hướng đến tương lai, cổ vũ các cuộc cách mạng, khuyến khích mọi hành vi phủ định và phản kháng, chủ nghĩa hậu hiện đại kết hợp cái nhìn về tương lai với một chút hoài niệm đối với quá khứ, kết hợp dễ dàng giữa cái cũ và cái mới, giữa truyền thống và sự cách tân.

Nói cách khác, nếu chủ nghĩa hiện đại là một quá trình khu biệt hoá (differentiation) dựa trên một trung tâm nhất định thì chủ nghĩa hậu hiện đại lại là một quá trình giải-khu biệt hoá (de-differentiation) và xoá bỏ mọi trung tâm.[1] Cũng có thể nói chủ nghĩa hậu hiện đại là sự sụp đổ của những cái đơn nhất và toàn trị để nhường chỗ cho những phần mảnh và những yếu tố ngoại biên (margin), là sự khủng hoảng của tính nhất quán và là sự nở rộ của những sự dị biệt, là sự thoái vị của tính hệ thống và sự thăng hoa của tính đa tạp. Một cách vắn tắt, tự bản chất, chủ nghĩa hậu hiện đại là một thứ chủ nghĩa đa nguyên.

Tính chất đa nguyên ấy, theo Roland Barthes, xuất phát từ sự thiếu vắng của một ý nghĩa trung tâm và những yếu tố mang tính độc sáng trong các văn bản;[2] theo Jean-Francois Lyotard, xuất phát từ sự sụp đổ của các đại tự sự vốn là nền tảng trên đó người ta xây dựng các trung tâm quyền lực;[3] theo Fredric Jameson, xuất phát từ quá trình sản xuất và tiêu thụ có tính chất xuyên quốc gia của nền kinh tế toàn cầu hoá thời hậu kỳ tư bản

---

[1] Xem Scott Lash (1990), *Sociology of Postmodernism*, London: Routledge, tr. 4-15.
[2] Xem bài "From Work to Text" của Roland Barthes, in trong cuốn *Image Music Text* do Stephen Heath dịch sang tiếng Anh, Fontana xuất bản tại London năm 1977, tr. 155-164; in lại trong Niall Lucy (biên tập; 2000), *Postmodern Literary Theory, an Anthology*, Oxford: Blackwell, tr. 285-292.
[3] Xem cuốn *The Postmodern Condition* của Jean-Francois Lyotard do University of Minnesota Press xuất bản tại Minneapolis năm 1984.

chủ nghĩa;[1] theo Jean Baudrillard, xuất phát từ một đặc điểm căn bản của xã hội hậu hiện đại vốn được tạo thành bởi những ký hiệu không còn quy chiếu về hiện thực, những ký hiệu tự chúng trở thành những sự thế vì (simulation) cho hiện thực.[2]

Chủ nghĩa hậu hiện đại và các nền văn học nhỏ

Dù vì bất cứ lý do gì thì tinh thần đa nguyên ấy cũng dẫn đến những hệ quả cực kỳ tốt đẹp: chúng làm giảm thiểu tính chất kỳ thị vốn hình thành và củng cố trong suốt lịch sử chinh phục thuộc địa của các đế quốc; chúng làm diện mạo văn hoá của nhân loại khởi sắc và đa dạng hẳn lên; và cuối cùng, chúng xoá bỏ, hoặc ít nhất, làm mờ nhạt đi, trong sinh hoạt văn học nghệ thuật, sự phân biệt giữa trung tâm và ngoại biên, nhờ đó, một số hiện tượng văn học nghệ thuật từ lâu vốn bị xem là thuộc ngoại biên đã có cơ hội nổi lên, trở thành bình đẳng với mọi hiện tượng văn học nghệ thuật khác tại các quốc gia Tây phương. Trong các hiện tượng mới nổi lên ấy, có nền văn học của các thổ dân, các cộng đồng di dân và tị nạn, những người đồng tính luyến ái, và đáng kể nhất là nền văn học nữ quyền và hậu thực dân của những kẻ trước kia, một thời gian khá dài trong lịch sử, vốn bị không những giới cầm bút mà còn cả độc giả nói chung ở Tây phương xem như những cái "khác" (Otherness), những sự ngoại lệ và bất toàn. Hiện nay, những hiện tượng văn học ngoại biên ấy không những được bình

---

[1] Xem cuốn *Postmodernism, or the Cultural Logic of Late Capitalism* của Fredric Jameson, Duke University Press xuất bản tại Durham, 1991.
[2] Xem cuốn *Simulations* của Jean Baudrillard, Semiotext(e) xuất bản tại New York năm 1983.

đẳng mà còn, hơn nữa, có khuynh hướng trở thành những hiện tượng chủ đạo trong sinh hoạt văn học thế giới. Theo sự ghi nhận của W.J.T. Mitchell, nếu những thành tựu lớn và mới nhất trong lãnh vực lý thuyết và phê bình văn học vẫn tiếp tục thuộc về Bắc Mỹ và Âu châu thì những thành tựu quan trọng nhất trong lãnh vực sáng tác lại thuộc về các nước cựu thuộc địa hoặc bị coi là ngoài lề các trung tâm văn minh hiện đại của nhân loại, từ Nam Phi, Trung Đông, Nam Mỹ, đến Úc.[1] Những thành tựu về phương diện sáng tác của các quốc gia cựu thuộc địa và/hoặc ngoại biên ấy có thể có nhiều nguyên nhân, tuy nhiên, việc ghi nhận và công nhận những thành tựu ấy một cách rộng rãi và thanh thản như hiện nay có lẽ sẽ không bao giờ xảy ra nếu không có tính chất đa nguyên vốn gắn liền với chủ nghĩa hậu hiện đại.

Giới cầm bút Việt Nam nếu không tận dụng được những cơ hội thuận lợi do chủ trương phi tâm hoá và chủ trương đa nguyên, từ đó, chủ trương dung hợp mọi yếu tố cũ và mới, Đông và Tây, hiện thực và huyền thoại của chủ nghĩa hậu hiện đại thì ít nhất, theo tôi, cũng không có lý do gì để e ngại hay từ khước chúng. Nói cách khác, theo tôi, chủ nghĩa hậu hiện đại, với tư cách là một trào lưu văn nghệ cũng như một trào lưu thẩm mỹ, nếu không mở ra cho chúng ta một chân trời mới lạ và đẹp đẽ nào thì nó cũng không tước đoạt của chúng ta bất cứ điều gì, trừ những điều rất cần và rất nên bị tước đoạt, chẳng hạn, óc giáo điều và tinh thần bảo thủ.

Cuối cùng, có lẽ cũng nên nói thêm là việc chấp nhận và tiếp nhận chủ nghĩa hậu hiện đại không bao

---

1 Xem bài "The golden age of criticism: seven theses and a commentary" của M.J.T. Mitchell in trong tập *Outside the Book: Contemporary Essays on Literary Periodicals* do David Carter biên tập, Local Consumption Publications xuất bản tại Sydney, 1991.

hàm thái độ loại trừ những khuynh hướng nhận thức hay sáng tác khác. Khái niệm chủ nghĩa hậu hiện đại không đồng nhất và không thể đồng nhất với khái niệm đương đại. Chủ nghĩa hậu hiện đại bất quá cũng chỉ là một trong nhiều trào lưu đương đại khác nhau. Chấp nhận nó, chúng ta có thêm một thứ vũ khí mới trong việc chinh phục lãnh thổ mênh mông của cái đẹp. Còn không, thì thôi, chúng ta lại tiếp tục canh tác trên những cánh đồng quen thuộc cũ. Chả có gì phải lo sợ hay phẫn nộ cả. Vả lại, trên nguyên tắc cũng như trên thực tế, sự xuất hiện của một trào lưu sáng tác mới, may ra, chỉ có thể dành được ngọn cờ tiên phong trong sinh hoạt văn học, chứ tuyệt đối không thể làm sụp đổ bất cứ một giá trị văn học nào đã có sẵn. Sự xuất hiện của phong trào Thơ Mới thời 1932-45 với những tên tuổi như Thế Lữ, Xuân Diệu, Hàn Mặc Tử, v.v... chỉ làm cho Tản Đà không còn là kẻ tiên phong trong thế giới thơ nữa chứ không hề làm cho thơ ông dở đi. Tuyệt đối không. Bởi vậy, tôi cho những nỗi lo âu, thậm chí, sợ hãi của một số cây bút lớn tuổi khi nghe nói đến chủ nghĩa hậu hiện đại chỉ là những sự lo âu và sợ hãi vu vơ: không ai có thể đánh mất cái mình đã có; càng không có ai có thể đánh mất những gì mình không có.

Chủ nghĩa hậu hiện đại và chủ nghĩa hiện đại

Ở trên, khi viết về chủ nghĩa hậu hiện đại, tôi hay so sánh nó với chủ nghĩa hiện đại. Tất cả những sự so sánh như thế đều có ý nghĩa rất tương đối, chỉ nhằm tô đậm những đặc điểm nổi bật của mỗi trào lưu hơn là vẽ ra một đường ranh thật rõ ràng và thật dứt khoát. Trên thực tế, quan hệ giữa chủ nghĩa hiện đại và chủ nghĩa hậu hiện đại là một thứ quan hệ vô cùng phức tạp.

Trước hết là quan hệ về thời gian: tiền tố "hậu" (post-) trong thuật ngữ hậu hiện đại hàm ý chủ nghĩa hậu hiện đại là cái gì đến sau chủ nghĩa hiện đại. Dĩ nhiên không phải khi chủ nghĩa hậu hiện đại ra đời thì chủ nghĩa hiện đại bị cáo chung. Không phải. Cả hai có thể tồn tại cùng lúc, xen kẽ và chồng chéo lên nhau. Từ đó dẫn đến một thứ quan hệ khác, quan hệ về ý niệm: chủ nghĩa hậu hiện đại được hiểu là những phản ứng nhận thức hay thẩm mỹ chống lại chủ nghĩa hiện đại. Như vậy, về phương diện logic, khái niệm chủ nghĩa hậu hiện đại tuỳ thuộc hẳn vào những đặc điểm được xem là hiện đại.[1] Điều này có hai ý nghĩa: thứ nhất, cách hiểu khái niệm chủ nghĩa hậu hiện đại sẽ khác hẳn nhau nếu người ta hiểu khái niệm chủ nghĩa hiện đại khác nhau; thứ hai, quan trọng hơn, bản thân sự tồn tại của chủ nghĩa hậu hiện đại bị phụ thuộc vào sự tồn tại của chủ nghĩa hiện đại, hay nói cách khác, với tư cách là một sự phát triển của chủ nghĩa hiện đại hoặc một nỗ lực phủ định chủ nghĩa hiện đại, chủ nghĩa hậu hiện đại chỉ có thể ra đời với điều kiện là chủ nghĩa hiện đại đã hiện hữu trước đó. Từ ý nghĩa thứ hai này, một vấn đề xuất hiện: như vậy, liệu người ta có thể tiếp cận được với chủ nghĩa hậu hiện đại từ những nền văn hoá và văn học chưa hoàn tất quá trình hiện đại hoá?

Hans Bertens và Douwe Fokkema, dựa trên những công trình giới thiệu chủ nghĩa hậu hiện đại ở nhiều quốc gia khác nhau trên thế giới, đi đến một số kết luận chung: ở những quốc gia truyền thống hiện đại chủ nghĩa hoặc truyền thống *avant-garde* còn quá mạnh,

---

[1] Noel Carrol, "The concept of postmodernism from a philosophical point of view" in trong tập *International Postmodernism, Theory and Literary Practice*, do Hans Bertens và Douwe Fokkema biên tập, 1997, tr. 90.

việc tiếp cận chủ nghĩa hậu hiện đại sẽ gặp nhiều khó khăn; ngược lại, ở những quốc gia chủ nghĩa hiện đại ít nhiều vắng bóng, việc tiếp cận vẫn có thể thực hiện được, tuy nhiên sự kiện ít nhiều vắng bóng chủ nghĩa hiện đại ấy sẽ ảnh hưởng lên diện mạo của chủ nghĩa hậu hiện đại ở đó.[1]

Bằng chứng của nhận định trên rất dễ thấy. Không cần phải là những chuyên gia về chủ nghĩa hậu hiện đại, người ta cũng có thể biết là trong danh sách những cây bút được xem là xuất sắc của khuynh hướng sáng tác hậu hiện đại, có khá đông người xuất thân từ các quốc gia thuộc Thế giới Thứ ba. Chẳng hạn, từ Argentina có Julio Cortázar và Manuel Puig, từ Nam Phi có John M. Coetzee, từ Peru có Mario Vargas Llosa và Alfredo Bryce Echenique, từ Mexico có Carlos Fuentes, từ Somalia có Nuruddin Farah, từ Nigeria có Ben Okri, từ Kenya có Ngugi wa Thiong'o, từ Zaire có V.Y. Mudimbe và M. a M. Ngal, từ Morocco có Abdelkebir Khatibi và Tahar Ben Jelloun, từ Scri Lanka có Michael Ondaatje, v.v... Ở phạm vi quốc gia, chủ nghĩa hậu hiện đại không những phát triển thành những trào lưu mạnh mẽ ở Âu châu hay Bắc Mỹ mà còn ở châu Mỹ Latin, ở châu Phi, ở các quốc gia thuộc khối cộng sản cũ ở Đông Âu và dần dần lan sang cả các nước Á châu.

Có lẽ ở Á châu, Nhật Bản là quốc gia đầu tiên tiếp cận với chủ nghĩa hậu hiện đại. Ngay từ cuối thập niên 1960 và đầu thập niên 1970 đã xuất hiện ở Nhật Bản xu hướng hoài nghi các đại tự sự của chủ nghĩa hiện đại; từ giữa thập niên 1970 càng ngày tiểu thuyết hậu hiện đại

---

[1] Hans Bertens và Douwe Fokkema (1997), *International Postmodernism, Theory and Literary Practice*, Amsterdam: John Benjamins Publishing Company, tr. 300.

càng nở rộ với những đặc điểm nổi bật: ngôn ngữ tự quy chiếu và cấu trúc tự phản tỉnh, sự phá vỡ khung tự sự dựa trên trình tự thời gian và sự ràng buộc của không gian, kỹ thuật lồng chuyện này vào câu chuyện khác (story-within-story), thủ pháp lắp ghép và nhại lại các văn bản đã xuất hiện trước đó, và việc sử dụng các thể loại bình dân hoặc phi văn chương, v.v...[1] Tuy nhiên, việc Nhật Bản tiếp nhận chủ nghĩa hậu hiện đại một cách nhanh chóng và khá dễ dàng như thế không có gì khó hiểu: về phương diện kinh tế cũng như cấu trúc xã hội, Nhật Bản rất gần gũi với Tây phương, đã bước hẳn vào thời đại hậu kỹ nghệ và hậu hiện đại.

Đáng để ý hơn là trường hợp của Trung Hoa lục địa, một nước nghèo và, cũng như Việt Nam, đang phấn đấu để đạt đến những tiêu chuẩn được gọi là "hiện đại". Có điều khác Việt Nam, Trung Hoa tiếp cận với Tây phương một cách tích cực hơn. Ngay từ đầu thập niên 1980, hầu hết các trường phái văn học và nhất là phê bình văn học đương đại của Tây phương, từ cấu trúc luận đến hậu cấu trúc luận, từ hiện tượng luận đến hậu thực dân luận... đều được dịch, giới thiệu và ứng dụng tại Trung Hoa. Sự du nhập ào ạt của các trường phái mới mẻ bắt đầu bằng tiền tố "hậu" như thế đã làm xuất hiện ở Trung Hoa thuật ngữ "hậu học" (hou xue), hơn nữa, một hiện tượng hậu-chủ-nghĩa (post-ism), trong đó có cả khuynh hướng "hậu phê bình" (post-criticism) với chủ trương chỉ thưởng thức và cảm thụ các tác phẩm văn học một cách khoan dung chứ không đi đến việc đánh giá hay phê

---

[1] Xem bài "Postmodernism in Japan" của Kodama Sanehide và Inoue Ken trong Hans Bertens và Douwe Fokkema (1997), sđd, tr. 511-515.

bình thực sự theo kiểu truyền thống.[1] Giới cầm bút Trung Hoa rất tự hào về việc tiếp nhận nhạy bén của họ: "chỉ trong một thập niên, chúng ta đã bao quát cả tiến trình văn học diễn ra trong cả thế kỷ ở Tây phương".[2] Trong làn sóng "hậu học" ấy, có cả chủ nghĩa hậu hiện đại vốn được du nhập vào Trung Hoa lần đầu tiên vào năm 1980 với bản dịch ra tiếng Hoa bài tiểu luận "The Literature of Replenishment: Postmodernist Fiction" của John Barth. Sau đó, người ta lần lượt dịch thêm các sáng tác của Donald Barthelme, Thomas Pynchon, Kurt Vonnegut, Italo Calvino, các bài tiểu luận của Ihab Hassan, Jean-Francois Lyotard, Linda Hutcheon, đặc biệt tập *Postmodernism and Cultural Theory* bao gồm các bài giảng của Fredric Jameson tại Đại học Bắc Kinh vào năm 1987 và tập *Approaching Postmodernism* do Fokkema và Bertens biên tập vào năm 1991. Theo Wang Ning, từ giữa thập niên 1980, ảnh hưởng của chủ nghĩa hậu hiện đại bắt đầu tác động vào tiểu thuyết Trung Hoa, và cho đến nay, tuy chưa tạo thành một khuynh hướng rõ rệt, những ảnh hưởng ấy càng ngày càng đậm nét trong nhiều tác phẩm.[3] Về phương diện lý thuyết, theo Jonathan Arac, mặc dù xã hội Trung Hoa chưa có tính hậu hiện đại và mặc dù sự hiểu biết của các học giả Trung Hoa về chủ nghĩa hậu hiện đại có một số điểm còn đáng ngờ nhưng rõ ràng là trong một mức độ nào đó chủ nghĩa hậu hiện đại đã thực sự xuất hiện ở Trung Hoa như một phong trào trí thức và văn nghệ được hình

---

[1] Xem bài,"Post-Isms and Chinese New Consevatism" của Henry Y.H. Zhao đăng trên *New Literary History* 28.1 (1997), tr. 31-44.
[2] Wang Fenzhen (1997), "Third-World Writers in the Era of Postmodernism", *New Literary History*, 28.1 (1997), tr. 45-55.
[3] Xem bài "The Reception of Postmodernism in China: The Case of Avant-Garde Fiction" in trong Hans Bertens và Douwe Fokkema (1997), sđd, tr. 499-510.

thành trong quá trình tiếp xúc và đối thoại với phương Tây.[1] Theo Henry Y.H. Zhao, sau một thời gian làm quen đầy bỡ ngỡ, từ những năm 1993-1994 trở đi, giới nghiên cứu Trung Hoa không còn nhìn chủ nghĩa hậu hiện đại như một cái gì ngoại lai hay xa lạ nữa. Ông dẫn một nhận xét của một nhà văn Trung Hoa, Zhu Binglong:

> Chủ nghĩa hậu hiện đại đã đi vào sinh hoạt văn chương và nghệ thuật của chúng ta hầu như không có một trở ngại nào. Dường như là người Trung Hoa đã đón nhận chủ nghĩa hậu hiện đại không một chút lưỡng lự như là họ đã từng lưỡng lự khi đối diện với chủ nghĩa hiện đại. Các yếu tố hậu hiện đại trong văn chương Trung Hoa ngày nay, trong dáng dấp ban đầu của chúng, đã chín muồi và tinh xảo.[2]

Toàn cầu hoá và giải thực hoá: cơ sở của chủ nghĩa hậu hiện đại

Hiện tượng từ một nền văn hoá chưa hoàn tất quá trình hiện đại hoá, người ta vẫn có thể tiếp cận được với chủ nghĩa hậu hiện đại, thật ra, không phải là điều khó hiểu. Hai lý do quan trọng nhất có lẽ là xu hướng toàn cầu hoá và xu hướng giải thực hoá (decolonialization).

Xu hướng toàn cầu hoá, đặc biệt trong lãnh vực tiêu thụ và thông tin, đã giúp việc chuyển giao kiến thức và văn hoá được tiến hành một cách vô cùng nhanh chóng. Điều đó giúp cho dân chúng từ các nước thuộc Thế giới Thứ Ba có thể vừa sống trong điều kiện kinh tế nông nghiệp lạc hậu vừa được giáo dục trong khí quyển văn

---

[1] Jonathan Arac, "Postmodernism and Postmodernity in China: An Agenda for Inquiry", *New Literary History*, 28.1 (1997), tr. 135-145.
[2] Henry Y.H. Zhao (1997), bài đã dẫn, tr. 41.

hoá hiện đại trong đó kỹ thuật và tính chất duy lý được xem là những giá trị cao cả lại vừa được hưởng thụ dù chỉ là một phần nền văn hoá tiêu thụ của các quốc gia tư bản và không ít sản phẩm văn hoá hậu hiện đại qua các phương tiện truyền thông như sách báo, âm nhạc và nhất là điện ảnh. Nói cách khác, với xu hướng toàn cầu hoá, với những mức độ khác nhau, mọi không gian đều mang tính pha tạp, nơi giao thoa của nhiều nền văn hoá khác nhau, trong đó có cả nền văn hoá hiện đại và nền văn hoá hậu hiện đại. Đây là một trong những điều kiện quan trọng giúp ít nhất là một số mầm mống của chủ nghĩa hậu hiện đại có thể được gieo trồng và nảy nở ở những quốc gia còn lạc hậu về kinh tế và khoa học kỹ thuật.

Ngoài ra, còn một nguyên nhân khác quan trọng không kém là phong trào giải thực. Sau khi dành được độc lập từ các đế quốc Tây phương, ở phần lớn các quốc gia cựu thuộc địa, người ta chứng kiến sự xuất hiện của những phong trào giải thực rầm rộ nhằm lật đổ bảng giá trị cũ kỹ do chế độ thực dân thiết lập và tuyên truyền, trong đó mẫu quốc không những bao giờ cũng là trung tâm mà còn là biểu tượng của cái đúng, cái đẹp, sự tiến bộ và tương lai, còn thuộc địa không những chỉ là ngoại biên xa xôi và mờ nhạt mà còn là biểu tượng của những sự lầm lẫn, bất toàn, lạc hậu và thuộc về quá khứ. Lật đổ những bảng giá trị như thế thực chất là lật đổ những đại tự sự, tức những lý thuyết có tham vọng thâu tóm bản chất hay lịch sử phát triển của nhân loại vào những nguyên tắc và những luật lệ nhất định; cũng đồng thời là lật đổ sự phân biệt giữa trung tâm và ngoại biên, giữa một nền văn hoá cao cấp và một nền văn hoá bình dân. Có thể nói trên rất nhiều khía cạnh, giữa xu hướng hậu hiện đại hoá và xu hướng giải thực có những tương đồng sâu sắc. Đó cũng chính là chỗ gặp gỡ giữa chủ nghĩa hậu hiện đại được hiểu như "một sự thức tỉnh của nền văn hoá Tây phương trước sự thật là nó không còn là một trung tâm thống trị bất khả nghi vấn của thế giới"[1] và chủ nghĩa hậu thực dân, "một khái niệm được sử dụng với ý định tổng kết những đặc trưng văn hoá chính trị của thế giới ngoài Tây phương trong quá trình chuyển tiếp đến tính hậu hiện đại".[2] Sự gặp gỡ này chính là một mảnh đất màu mỡ để hạt giống hậu hiện đại chủ nghĩa bén rễ được vào những quốc gia vừa mới thoát khỏi ách đô hộ của chủ nghĩa thực dân.

Tâm lý hậu thuộc địa và chủ nghĩa hậu cộng sản

Tuy nhiên, tình hình ở Việt Nam có phần hơi khác.

Trong khi Trung Hoa, trừ Hong Kong và Macau, không hề là thuộc địa của ai cả thì Việt Nam lại là thuộc địa của Pháp một thời gian khá dài, gần ngót cả một thế kỷ. Công cuộc hiện đại hoá đất nước của Việt Nam diễn ra chủ yếu dưới ách đô hộ của thực dân và sau đó, trong sự chia cắt và chiến tranh vô cùng khốc liệt. Nó đã khởi đầu muộn, lại còn bị dằng co giữa những tình cảm trái ngược vừa muốn Âu hoá lại vừa muốn giữ vững gốc rễ của mình, vừa phục lại vừa ghét Tây phương, do đó, cứ một bước tiến lại một bước lùi. Bởi vậy, cho đến nay, ngay cả tính hiện đại vẫn còn là một ý niệm khá mơ hồ ở Việt Nam; chủ nghĩa hiện đại trong văn học, sau ba lần

---

[1] Stephen Slemon, "Modernism's Last Post", trong *Past the Last Post*, Ian Adam và Helen Tiffin biên tập, 1993, tr. 18; dẫn lại theo Henry Y.H. Zhao, "Post-Isms and Chinese New Consevatism", *New Literary History* 28.1 (1997), tr. 31.
[2] Robert Young (1990*), White Mythology: Writing History and the West*, tr. 19; dẫn theo Henry Y.H. Zhao, như trên, tr. 31.

thử nghiệm vào đầu thập niên 1940 với một số bài thơ của Hàn Mặc Tử, của Bích Khê và của nhóm Xuân Thu Nhã Tập, cuối thập niên 1950 với nhóm Sáng Tạo, đặc biệt thơ của Thanh Tâm Tuyền, và giữa thập niên 80 với thơ Đặng Đình Hưng, Lê Đạt, Dương Tường, v.v... vẫn cứ là một thứ chủ nghĩa *iện* đại khập khễnh và ốm o.[1] Những nỗ lực giải thực không giúp ích gì mấy cho quá trình hiện đại hoá ấy vì, theo tôi, thành thực mà nói, ở Việt Nam trong suốt cả hơn nửa thế kỷ vừa qua, chỉ có các phong trào giải thực về chính trị chứ không có phong trào giải thực về văn hoá. Đúng ra không kịp giải thực về văn hoá. Ngay khi chủ nghĩa thực dân vừa ra đi thì chủ nghĩa cộng sản đã ập đến. Hai kẻ thù bất cộng đái thiên về chính trị này, theo tôi, oái oăm thay, lại có bản chất văn hoá khá giống nhau: cả hai đều xây dựng quyền lực trên những đại tự sự. Đối với chủ nghĩa thực dân, đó là khoa học, và gắn liền với khoa học là sức mạnh của kỹ thuật và là sứ mệnh khai hoá của nước văn minh đối với các nước lạc hậu; đối với chủ nghĩa cộng sản, đó cũng lại là khoa học, và gắn liền với khoa học cũng là sức mạnh của lịch sử và là sứ mệnh giải phóng dân tộc, giải phóng giai cấp và cuối cùng, giải phóng nhân loại. Để củng cố quyền lực và sức mạnh của mình, cả chủ nghĩa thực dân lẫn chủ nghĩa cộng sản đều sử dụng biện pháp tuyên truyền để dần dần biến các đại tự sự ấy thành các thần quyền, và do đó, tuy trên lý thuyết, hết sức đề cao tính hiện đại, nhưng trên thực tế, lại cột chặt dân chúng vào khí quyển văn hoá trung đại.

Hiện tượng trên chỉ chớm thay đổi một ít từ khi chủ nghĩa cộng sản ở Liên xô và Đông Âu bị sụp đổ vào cuối

---

[1] Xem thêm chương "Chủ nghĩa *iện* đại trong thơ Việt Nam" trong cuốn *Thơ, v.v... và v.v...* của Nguyễn Hưng Quốc, California: Văn Nghệ, 1996, tr. 199-216.

thập niên 1980 và đầu thập niên 1990. Sự sụp đổ đột ngột và toàn diện của hệ thống xã hội chủ nghĩa kéo theo sự sụp đổ của cả hệ thống triết học Mác-Lênin làm cho cái gọi là chủ nghĩa cộng sản tại Việt Nam hiện nay thực chất chỉ là một thể chế chứ không phải là một ý thức hệ. Nói cách khác, chủ nghĩa cộng sản tại Việt Nam hiện nay là một thứ chủ nghĩa hậu cộng sản (post-communism). Một trong những đặc điểm nổi bật nhất của chủ nghĩa hậu cộng sản là thái độ bất tín nhiệm đối với các lý thuyết có tham vọng bao quát cả lịch sử, và từ đó, có tham vọng định hướng cho sự phát triển của thế giới, tức những đại tự sự.[1] Theo tôi, chúng ta có thể nói, với chủ nghĩa hậu cộng sản, người Việt Nam, một cách tự phát, ở vào một tâm thế rất gần gũi với chủ nghĩa hậu hiện đại như cái điều chủ nghĩa hậu thực dân đã mang lại cho khá nhiều quốc gia trên thế giới trước đây. Sự tương hợp giữa chủ nghĩa hậu hiện đại và chủ nghĩa hậu cộng sản phần nào cũng giống sự tương hợp giữa nó với chủ nghĩa hậu thực dân: cả hai đều là sự hoài nghi đối với các đại tự sự mang tính hiện đại chủ nghĩa; cả hai đều là sự tan rã của hệ thống phân biệt và phân bậc trong đó thế giới được hình dung như một cấu trúc chặt chẽ với một trung tâm và các vùng ngoại biên; cả hai đều nhìn, với những mức độ tự giác khác nhau, những cái gọi là chân lý, là điển phạm, là quy luật đều là những sản phẩm của văn hoá và của ngôn ngữ. Nói một cách vắn tắt, cả chủ nghĩa hậu hiện đại lẫn chủ nghĩa hậu cộng sản đều mang tính phản-yếu tính luận (anti-essentialism) và phản-duy bản luận (anti-foundationalism). Có điều, nếu sự tương hợp giữa chủ nghĩa hậu hiện đại và chủ nghĩa hậu thực dân là những

---

[1] Xem cuốn *Post-Communism: an Introduction* của Leslie Holmes, Polity Press xuất bản tại Cambridge, 1997.

sự tương hợp tự giác, ở mức khá cao và tương đối ổn định thì sự tương hợp giữa chủ nghĩa hậu hiện đại và chủ nghĩa hậu cộng sản chỉ là sự tương hợp đầy tính tự phát, như một ngẫu nhiên, và do đó, khá bấp bênh. Chỉ cần một biến cố chính trị hay xã hội nào đó thật lớn có khả năng làm đảo lộn những trật tự hiện có thì người ta sẽ rất dễ có những phản ứng mạnh mẽ theo chiều hướng phản hậu hiện đại chủ nghĩa: tìm cách chống lại mọi sự thay đổi và tìm cách liên minh với các giá trị cũ, nhất là những đại tự sự hiện đại chủ nghĩa, trở thành cuồng tín và hơn nữa, mê tín.

Bởi vậy, ở thời điểm hiện nay, trong nền văn hoá vốn pha tạp của Việt Nam, ngoài các yếu tố mang tính trung đại và tính hiện đại cố hữu, đã thấp thoáng một số yếu tố mang tính hậu hiện đại. Theo tôi, sự xuất hiện, dù thấp thoáng, của các yếu tố hậu hiện đại mới mẻ này là những điều kiện thuận lợi để giới cầm bút Việt Nam có thể tiếp cận với chủ nghĩa hậu hiện đại.

Giới cầm bút ở hải ngoại lại càng có nhiều điều kiện thuận lợi hơn nữa: môi trường văn hoá nơi họ đang định cư thấm dẫm tính chất hậu hiện đại. Miễn là họ đừng quay lưng lại với thực tại và đừng cố thủ trong quá khứ.

Chủ nghĩa h(ậu h)iện đại: một phiên bản của Việt Nam

Ở các phần trên, tôi cố chứng minh hai điều: Việt Nam nên tiếp cận chủ nghĩa hậu hiện đại và việc tiếp cận ấy là một điều khả thi. Tuy nhiên, tôi cũng biết là cái chủ nghĩa hậu hiện đại, nếu có, trong văn học Việt Nam sẽ không thể có diện mạo giống hệt chủ nghĩa hậu hiện đại ở những nơi khác.

Thì đó cũng là một điều bình thường. Cũng như mọi thứ chủ nghĩa khác, chủ nghĩa hậu hiện đại, được xây dựng trên một số nguyên tắc chung, không thể không chịu ảnh hưởng nặng nề của từng quốc gia vốn có những truyền thống văn hoá và ngôn ngữ khác nhau.

Sự khác biệt giữa chủ nghĩa hậu hiện đại Việt Nam và chủ nghĩa hậu hiện đại ở Tây phương, trước hết, nằm ở chỗ, chủ nghĩa hậu hiện đại Việt Nam được hình thành từ một nền văn hoá không những tính hậu hiện đại chỉ mới phôi thai mà cả tính hiện đại tuy manh nha đã lâu nhưng còn dở dang và khập khễnh. Chúng ta ở trong tình trạng là phải tiếp nhận cả chủ nghĩa hiện đại lẫn chủ nghĩa hậu hiện đại hầu như cùng một lúc, hoặc thậm chí, ở một số người, việc tiếp nhận chủ nghĩa hậu hiện đại có thể đi trước việc tiếp nhận chủ nghĩa hiện đại: người ta có thể đọc Alain Robbe-Grillet trước khi đọc Marcel Proust, đọc Umberto Eco trước khi đọc James Joyce, đọc Jacques Derrida hay Roland Barthes trước khi đọc Kant hay Hegel, v.v... Như vậy, trong khi chủ nghĩa hậu hiện đại ở những nơi khác, nói như Jacques Maquet, bao gồm hai nội dung chính: một là phản bác chủ nghĩa hiện đại; hai là phản bác thái độ phản bác đầy tính chất cấp tiến ấy;[1] chủ nghĩa hậu hiện đại Việt Nam, theo tôi, sẽ bao gồm ba nội dung chính:

---

[1] Jacques Maquet, "Perennial Modernity: Forms as Aesthetic and Symbolic", *Journal of Aesthetic Education* 24, no. 4 (Winter 1990), tr. 47-58; dẫn theo Ralph A. Smith, "The question of modernism and postmodernism" in trong *Arts Education Policy Review*, July-August 1995.

Một, tiếp nhận chủ nghĩa hiện đại vừa như một khuynh hướng bản địa được hình thành qua các nỗ lực sáng tạo của giới cầm bút trong nước vừa như một di sản văn hoá của thế giới;

Hai, phản bác những nguyên tắc nhận thức và thẩm mỹ của (những) chủ nghĩa hiện đại ấy;

Cuối cùng, phản bác cả thái độ cực đoan và duy lý trong chính sự phản bác ấy.

Nói cách khác, chủ nghĩa hậu hiện đại Việt Nam, nếu có, chỉ là một kết hợp cùng lúc giữa chủ nghĩa hiện đại và chủ nghĩa hậu hiện đại, trong đó, các yếu tố mang tính hậu hiện đại được đẩy lên thành những yếu tố chủ đạo. Nó là hiện đại khi cố gắng cắt bỏ tính chất nghiệp dư, tính chất quy phạm và tính chất giáo điều của chủ nghĩa cổ điển. Nó cũng là hiện đại khi cổ xuý cho tính chất duy lý, tính chất đặc tuyển và tính chất cá nhân chủ nghĩa trong văn học. Nó là hậu hiện đại khi cố gắng vượt qua tất cả những giá trị hiện đại chủ nghĩa vừa nêu và khi tổng hợp mọi thành tựu nghệ thuật trên nền tảng một hệ mỹ học mới.

Đó là lý do chính khiến tôi thích dùng chữ chủ nghĩa h(ậu h)iện đại: trong cách viết ấy, chủ nghĩa hiện đại và chủ nghĩa hậu hiện đại hoà quyện vào nhau, trùng lấp lên nhau. Tôi cho đó là lý tưởng cao nhất và thực tế nhất mà trong tình hình hiện nay giới cầm bút Việt Nam có thể vươn tới. Xin lưu ý: tôi chỉ giới hạn trong "giới cầm bút" vì, khác với những người hoạt động trong các loại hình nghệ thuật khác, giới cầm bút phải sử dụng một công cụ chịu áp lực nặng nề của truyền thống và bản sắc dân tộc: ngôn ngữ. Kinh nghiệm các nền văn học ở châu Phi cho thấy hầu hết những cây bút có khả năng hội nhập nhanh chóng vào trào lưu hậu hiện đại chủ nghĩa là những người sử dụng tiếng Anh, tiếng Pháp hay tiếng Bồ Đào Nha trong sáng tác; ngược lại, những người sử dụng các ngôn ngữ bản địa thường dễ có khuynh hướng bảo thủ, gắn liền với truyền thống cổ cũ của đất nước.[1]

Nói cách khác, theo tôi, chúng ta có thể xem chủ nghĩa h(ậu h)iện đại tại Việt Nam là một thứ chủ nghĩa hậu hiện đại nguyên hợp.

Tính chất nguyên hợp (syncretism), tức khả năng dung chứa nhiều thể loại và nhiều nghệ thuật khác nhau, vốn từng là một đặc điểm lớn trong văn học dân gian ngày xưa. Tính chất nguyên hợp của chủ nghĩa hậu hiện đại thì khác. Khác, trước hết, ở tính chất: nó là một hành động đầy tính tự giác. Khác, ở phạm vi: nó không chỉ kết hợp các thể loại và các loại hình nghệ thuật khác nhau mà còn kết hợp nhiều hệ mỹ học, nhiều khuynh hướng và nhiều giọng điệu đối nghịch nhau. Khác, ở thái độ: những sự kết hợp ấy được tiến hành với ít nhiều châm biếm (irony) như đang tiến hành một trò chơi ngôn ngữ, không gắn liền với niềm tin nào mang tính tất định. Tuy nhiên, trong môi trường văn hoá Việt Nam, để có được một thái độ như vậy, người ta nhất thiết phải là những kẻ *avant-garde*. Cũng như hầu hết các nền văn học và nghệ thuật hậu hiện đại, ở giai đoạn hình thành, bao giờ cũng có tính chất *avant-garde*. Chính vì vậy Andrea Huyssen đã xem chủ nghĩa hậu hiện đại trong thập niên 60 như một thứ chủ nghĩa *avant-garde* đặc thù của Mỹ.[2] Có điều trong khi tính chất *avant-garde* trong chủ nghĩa hậu hiện đại sơ kỳ ở những nơi khác chống lại một số

---

[1] Xem Hans Bertens và Douwe Fokkema (1997), sđd, các trang 463-490, đặc biệt trang 483.
[2] Andrea Huyssen, "Mapping the Postmodern" in trong cuốn *Feminism / Postmodernism* do Linda J. Nicholson biên tập và giới thiệu, New York: Routledge, tr. 241-247.

hình thức nào đó của chủ nghĩa hiện đại thì tính chất *avant-garde* trong chủ nghĩa h(ậu h)iện đại Việt Nam lại nhắm tới việc chống lại những thành kiến và định kiến xưa cũ, phần lớn là những dấu vết của nền văn hoá trung đại và những mặc cảm phức tạp của thời vong quốc và thuộc địa.

Là những tù nhân lâu đời của quá khứ, chúng ta không hy vọng sẽ có được bất cứ thứ gì, kể cả một thứ chủ nghĩa h(ậu h)iện đại khập khễnh, nếu trước hết, chúng ta không chịu phá đổ các bức tường vây quanh mình. Và ngay trong chính bản thân mình. Những bức tường được duy trì bằng vô thức tập thể của cả một dân tộc. Từ những thời rất đỗi xa xôi.

Văn học và tín ngưỡng

Một trong những bức tường cần phá đổ đầu tiên là cách nhìn văn học như một cái gì có sẵn và nhất thành bất biến.

Thật ra, cái gọi là văn học như thế không bao giờ hiện hữu.

Xin lưu ý: Văn học (bao gồm cả văn học dân gian, dĩ nhiên), cùng với tín ngưỡng, là hiện tượng mang tính phổ quát: ở đâu cũng có và thời nào cũng có. Tuy nhiên, dù phổ quát như thế, cái gọi là "văn học" ấy lại không ngừng biến đổi. Hơn nữa, tất cả những biến dạng ấy đều không có một nền tảng gì chung nhất để có thể phân biệt chúng với những gì không phải là văn học cả. Chúng không chung nhất về chức năng: những chức năng được gán cho văn học thay đổi theo từng nơi, từng thời, từng trường phái khác nhau. Những chức năng được nhiều người nhắc đi nhắc lại như giải trí, bồi bổ kiến thức, di dưỡng tinh thần và dự báo chính trị hay xã hội đều là những chức năng của nhiều hoạt động khác của con người chứ không hẳn của văn học. Chúng không chung nhất về bản chất: tính chất hư cấu vốn gắn liền với các định nghĩa về văn học cũng có thể tìm thấy trong vô số các hình thức diễn ngôn khác, kể cả trong lịch sử, quảng cáo và các diễn văn chính trị; tính chất hình tượng cũng không hẳn đã là sở hữu riêng của văn học: nó có mặt trong mọi loại hình tự sự. Chúng cũng không chung nhất về hình thức: thật khó tìm ra điểm nào chung giữa các truyện dân gian hay thậm chí giữa các tiểu truyện viết theo lối văn biền ngẫu ngày xưa với các cuốn tiểu thuyết thịnh hành bây giờ, đặc biệt với tiểu thuyết hậu hiện đại vốn chủ trương phi tâm hoá vai trò của nhân vật, giảm nhẹ tính chất quy chiếu và gia tăng tính chất tự ý thức dẫn đến việc hình thành kỹ thuật siêu hư cấu hay truyện trong truyện. Càng khó tìm hơn nữa các điểm chung giữa các bài thơ cách luật truyền thống với các bài thơ tự do, thơ văn xuôi, thơ trình diễn, thơ hình hoạ hay thơ cụ thể hiện nay.

Không có những điểm chung nhất, những cái gọi là văn học thực chất là gì? Roland Barthes nói một cách ngắn gọn và dứt khoát: "Văn học là những gì được dạy. Hết."[1] Ứng dụng quan niệm ấy vào văn học Anh, Leslie Fiedler nhận định: "văn học là những gì chúng ta dạy trong các khoa Tiếng Anh, hay nói ngược lại, những gì chúng ta dạy trong các khoa Tiếng Anh chính là văn học."[2] Những nhận định như vậy dễ gây cảm tưởng là cực đoan, "nói ngược". Tuy nhiên, đó lại là sự thật. Tất cả những gì chúng ta có thể hình dung được về văn học

---

[1] Dẫn theo Arnold Krupat (1989), *The Voice in the Margin*, Berkeley: University of California Press, tr. 37.
[2] Như trên.

Việt Nam, chẳng hạn, là những gì chúng ta đã được học hoặc đọc đâu đó, đặc biệt từ các cuốn văn học sử, các công trình phê bình và các tuyển tập thơ văn.

Những gì chúng ta học được hoặc đọc được không những mang lại cho chúng ta những kiến thức có tính lịch sử về văn học mà còn cung cấp cho chúng ta những bảng giá trị mỹ học và nghệ thuật, nhờ đó, chúng ta phân biệt được văn học và phi văn học, văn học cao cấp và văn học bình dân. Trong thời hiện đại và hậu hiện đại, những bảng giá trị ấy đều có tính mở: chúng dung hợp được rất nhiều cái mới, thậm chí, ở những nơi hoặc những lúc khuynh hướng cách tân thắng thế, chỉ có cái mới mới là giá trị. Tính mở trong các bảng giá trị ấy, đến lúc nào đó, phủ định hoặc ít nhất làm lung lạc ngay chính sự hiện hữu của các bảng giá trị đã có để tạo nên những bảng giá trị khác. Tuy nhiên, điều đó không dẫn đến cái chết của văn học như nhiều người từng lo lắng, ngược lại, nó chỉ làm cho văn học thêm giàu có. Ở Việt Nam, lâu nay, nói đến sự giàu có, chúng ta thường chỉ chăm chăm tính đến những đỉnh cao. Thật ra, sự giàu có không những được tạo thành bằng những thành tựu lớn mà còn bằng tính chất đa dạng của những thành tựu ấy nữa. Đa dạng có nhiều mức độ. Mức độ cao nhất và cần thiết nhất, đặc biệt trong hoàn cảnh Việt Nam hiện nay, là những sự khác biệt có tính chất bản thể luận, có thể làm thay đổi hẳn cách nhìn về văn học, thậm chí, các định nghĩa về văn học.

Có thể nói văn học không phải chỉ là những gì chúng ta được dạy mà còn là những gì chúng ta tạo nên dựa trên những sự phủ định những điều đã được dạy. Việc thiếu những điểm chung nhất trong thế giới văn học có thể là một khó khăn cho những tham vọng khái quát hoá và lý thuyết hoá của giới nghiên cứu nhưng lại là một may mắn lớn đối với giới sáng tác: nhờ thế, văn học trở thành một thế giới không có biên giới, ở đó, viết trở thành một sự khám phá vô tận.

Có lẽ đó là sự khác biệt căn bản giữa văn học và tín ngưỡng: trong tín ngưỡng, đường là cái đã có sẵn; trong văn học, đó là cái được hình thành sau mỗi bước chân dò dẫm phiêu lưu.

Một nền văn học hậu hiện đại chủ nghĩa bằng tiếng Việt chỉ có thể ra đời từ những bước dò dẫm đầy phiêu lưu ấy.[1]

---

[1] Phần chính của chương này là bài "Chủ nghĩa h(ậu h)iện đại và văn học Việt Nam" đã in trong cuốn *Văn Hoá Văn Chương Việt Nam* (2002).

Phụ lục:

Các lý thuyết phê bình văn học chính từ đầu thế kỷ 20 đến nay

Phần tóm lược dưới đây chỉ nhằm cung cấp cho bạn đọc một tấm "bản đồ" của các lý thuyết văn học lớn trên thế giới từ đầu thế kỷ 20 đến nay, chủ yếu để giúp bạn đọc dễ theo dõi các lập luận trong cuốn sách này. Khi đọc, xin bạn đọc lưu ý cho một điểm: không có một lý thuyết nào có thể được tóm lược một cách trung thành và trung thực, do đó, tấm "bản đồ" này chỉ nên được sử dụng như một cơ sở để tham khảo, từ đó, đọc thêm, hơn là để đánh giá các lý thuyết ấy.

Với mục đích "giới thiệu", tôi chỉ chọn một số những lý thuyết chính và có ảnh hưởng nhất mà thôi. Đó là:

1. Hình thức luận của Nga (Formalism)
2. Phê Bình Mới của Anh Mỹ (New Criticism)
3. Cấu trúc luận (Structuralism)
4. Hậu cấu trúc luận / Giải kiến tạo (Poststructuralism / Deconstruction)
5. Các lý thuyết Mác-xít (Marxist Theories)
6. Thuyết người đọc (Reader Theory)
7. Phân tâm học (Psychoanalysis)
8. Nữ quyền luận (Feminism)
9. Thuyết lệch pha (Queer Theory)
10. Chủ nghĩa hậu thực dân (Postcolonialism)

11. Chủ nghĩa tân duy sử (New Historicism) và Chủ nghĩa duy vật văn hoá (Cultural Materialism)

Riêng phần chủ nghĩa hậu hiện đại (postmodernism) vì đã trình bày trong chương "Một phiên bản h(ậu h)iện cho văn học Việt Nam" rồi nên ở đây tôi không nhắc lại.

1. Hình thức luận của Nga

Hình thức luận của Nga ra đời trước cuộc cánh mạng vô sản vào năm 1917. Thành viên là những sinh viên văn học và ngôn ngữ học rất trẻ, hầu hết ở lứa tuổi trên dưới 20, thuộc hai nhóm chính: Nhóm Ngôn ngữ học Moscow được thành lập vào năm 1915 và Hội nghiên cứu ngôn ngữ thơ (thường được gọi tắt là Opojaz) ở Petersburg được thành lập vào năm 1916. Hai đại biểu nổi bật của nhóm trên là Roman Jakobson và Petr Bogatyrev; trong khi đại biểu của nhóm dưới là Viktor Shklovsky, Yury Tynyanov và Boris Eikhenbaum. Các công trình nghiên cứu của nhóm Hình thức luận có ảnh hưởng sâu rộng trong giới trí thức Nga vào những năm đầu tiên của thập niên 1920. Tuy nhiên, sau đó, bắt đầu từ 1924, chúng bị các nhà Mác-xít, đứng đầu là Trotsky trong cuốn *Văn học và cách mạng*, phê phán kịch liệt. Một số thành viên di tản ra khỏi nước Nga; số ở lại hoặc im lặng hoặc tìm cách thoả hiệp với các quan điểm văn học Mác-xít vốn đang giữ vị trí độc tôn trong sinh hoạt trí thức thời bấy giờ.

Trong số những người ở lại, có Mikhail Bakhtin, người, trong âm thầm, đã hoàn thành nhiều công trình nghiên cứu sau này, khi được xuất bản, đã được xem là những thành tựu lớn, có người còn cho là lớn nhất nhân loại trong cả thế kỷ 20. Trong số những người di tản, Roman Jakobson đã thành lập Nhóm ngôn ngữ học Prague tại Tiệp Khắc vào năm 1926, từ đó, làm nảy sinh hai nhà nghiên cứu xuất sắc khác là Jan Mukarovsky và đặc biệt, N.S. Troubetzkoy, tác giả cuốn *Các nguyên tắc ngữ âm học*, cuốn sách đã gợi cảm hứng và được xem là mẫu mực cho Claude Levi-Strauss trong các công trình nghiên cứu nhân chủng học, mở đầu cho trường phái cấu trúc luận sau này. Cũng thuộc Nhóm ngôn ngữ học Prague, René Wellek, khi định cư tại Mỹ, đã cùng với Austin Warren viết cuốn *Lý thuyết văn học*, một trong vài công trình lý thuyết có ảnh hưởng nhất trong các đại học Anh Mỹ trong trọn thập niên 1950 và nửa đầu của thập niên 1960. Bản thân Roman Jakobson, sau khi từ Tiệp Khắc di cư sang Mỹ, đã trở thành một trong những nhà ngôn ngữ học đồng thời là nhà lý thuyết về thơ hàng đầu thế giới. Như vậy, có thể nói nhóm Hình thức luận của Nga đã có những đóng góp lớn lao trong việc làm thay đổi diện mạo của nền nghiên cứu văn học thế giới không phải chỉ trong thời cực thịnh của nhóm vào cuối thập niên 1910 và đầu thập niên 1920 mà còn cả trong nhiều thập niên sau đó qua ảnh hưởng mà các thành viên đã tạo nên đối với nhiều trường phái khác, từ Phê Bình Mới đến cấu trúc luận và, thậm chí, cả hậu cấu trúc nữa.

Một trong những đóng góp có ý nghĩa nhất của Hình thức luận là đã nỗ lực biến ngành nghiên cứu văn học thành một "khoa học" độc lập chứ không phải chỉ là một phó sản của lịch sử, triết học hay xã hội học như trước đó. Để nghiên cứu văn học có thể biến thành một khoa học thực sự, các nhà Hình thức luận đã thay đổi đối tượng nghiên cứu: trước, người ta xem đó là tác giả hay tác phẩm; nay, với các nhà Hình thức luận, đó là tính văn chương (literariness), cái làm cho các tác phẩm văn học được xem là văn học; ở cái gọi là tính văn chương, điều họ quan tâm nhất là các thủ pháp (devices); ở các thủ pháp, điều họ quan tâm nhất là các chức năng; và trong các chức năng, điều họ quan tâm nhất là chức năng lạ hoá (defamiliarisation) ngôn ngữ. Nói cách khác, theo các nhà Hình thức luận, văn học là nơi ngôn ngữ thoát khỏi tình trạng bị tự động hoá và mòn nhẵn theo thói quen để trở thành mới mẻ, đầy tính nghệ thuật, làm tươi mát cái nhìn của con người về hiện thực. Nhiệm vụ chính của nhà nghiên cứu văn học, do đó, tập trung chủ yếu vào việc phân tích những sự dị biệt trong ngôn ngữ văn chương và ngôn ngữ thực dụng trong đời sống hàng ngày cũng như phát hiện những cái lạ đã bị biến thành tự động hoá và những cái lạ thực sự lạ, nghĩa là phát hiện những cái chủ tố (the dominant) trong từng tác phẩm cụ thể.

Quyết tâm xây dựng một khoa học văn học, các nhà Hình thức luận đã loại trừ hầu như tất cả các yếu tố phi văn chương ra khỏi phạm vi nghiên cứu của họ. Xem tính văn chương là đối tượng trung tâm của nghiên cứu văn học, các nhà Hình thức luận Nga đã "hạ bệ" tác giả, kẻ trước đó được các nhà lãng mạn chủ nghĩa xem như những thiên tài đặc dị và các nhà hiện thực chủ nghĩa xem như những "thư ký của thời đại". Với họ, tác giả chỉ còn là những người thợ thủ công, những kẻ nắm vững các kỹ thuật làm mới ngôn ngữ và các phương pháp tự sự, biết cách sắp xếp các vật liệu ngôn từ một cách hoàn hảo: tài năng của họ được đánh giá ở mức độ hoàn hảo này chứ không phải ở kiến thức hay thái độ của họ đối với cuộc sống.

Xem thủ pháp (device) là trung tâm của tính văn chương, các nhà Hình thức luận đã bác bỏ quan niệm cho "nghệ thuật là suy nghĩ bằng hình ảnh" của các nhà tượng trưng chủ nghĩa, đồng thời cũng loại trừ hiện thực, điều quan tâm bậc nhất của các nhà Mác-xít, ra khỏi quá trình nghiên cứu văn học. Với họ, văn học là cách kinh nghiệm tính nghệ thuật của hiện thực, còn bản thân hiện tượng thì lại không quan trọng. Hơn nữa, họ còn giảm nhẹ đến tối đa vai trò của ý nghĩa trong tác phẩm văn học, đi ngược lại hẳn chủ trương của tất cả các nhà nghiên cứu theo khuynh hướng đạo đức, chính trị, xã hội, tâm lý học và phân tâm học.

Xem lạ hoá như chức năng trung tâm của các thủ pháp nghệ thuật, các nhà Hình thức luận, một mặt, đã gián tiếp cổ vũ cho các tìm tòi và thử nghiệm trong sáng tạo, kể cả những cách làm cho ngôn ngữ trở thành thô tháp; mặt khác, đã làm thay đổi quan niệm về lịch sử văn học: đó không phải là một chuỗi dài những sự "thừa kế" điểm xuyết một ít sáng tạo với những quan hệ nhân quả giữa các hiện tượng văn học mà thực chất là một quá trình đấu tranh cực kỳ gay gắt để phá vỡ những giá trị thẩm mỹ cũ đồng thời xây dựng những giá trị thẩm mỹ mới; trong cuộc đấu tranh ấy, nội dung chỉ chiếm vị trí thứ yếu so với hình thức, và trong hình thức, nhiều yếu tố cách tân có thể trở thành lạc hậu và sáo cũ vì xu hướng tự động hoá. Trong chiều hướng ấy, các nhà Hình thức luận, đặc biệt Nhóm ngôn ngữ học Prague, quan niệm những sự thay đổi trong lịch sử văn học không xuất phát từ những thay đổi trong đời sống kinh tế, chính trị hay văn hoá của xã hội mà xuất phát từ nhu cầu lạ hoá những thủ pháp đã mòn và cũ: lịch sử văn học, do đó, trở thành lịch sử của các chủ tố: thời Phục Hưng, các chủ tố ấy đến từ nghệ thuật tạo hình; thời Lãng mạn, từ âm nhạc; thời Hiện thực, từ nghệ thuật ngôn ngữ, v.v...

Một trong những hệ quả chính của tất cả các mối quan tâm vừa trình bày là sự quan tâm đặc biệt của các nhà Hình thức luận đối với các thể loại: theo họ, mỗi thể loại sử dụng những thủ pháp khác nhau và có những luật lệ phân bố các chủ tố khác nhau. Ví dụ, với họ, thơ được xem là những sự "bạo động có tổ chức đối với những lời nói thường ngày". Bạo động ở âm điệu, ở nhịp điệu và cả ở ngữ nghĩa: chữ trong thơ ngân vang hơn, được ngắt nhịp một cách lạ hơn, hơn nữa, có khả năng phát nghĩa sâu sắc và đa dạng hơn. Sự quan tâm đặc biệt đối với các thể loại này sẽ được tiếp tục đẩy mạnh trong trào lưu cấu trúc luận sau này.

2. Phê Bình Mới của Anh và Mỹ

Phê Bình Mới, thoạt đầu, xuất hiện tại Anh với hai đại biểu: I. A. Richards và T.S. Eliot từ giữa thập niên 1920, sau đó, phát triển mạnh tại Mỹ với các đại biểu chính như John Crowe Ransom, W. K. Wimsatt, Monroe Beardsley, Cleanth Brooks, R. P. Blackmur và Allen Tate từ đầu thập niên 1940 đến khoảng giữa thập niên 1960. Như vậy, thời gian Phê Bình Mới phát huy ảnh hưởng kéo dài khá lâu, có lẽ lâu hơn bất cứ một trường phái phê bình nào khác tại Mỹ. Không những lâu, ảnh hưởng ấy còn vô cùng sâu đậm: Phê Bình Mới được giảng dạy trong hầu hết các trường đại học Mỹ, và từ Mỹ, lan rộng sang hầu hết các quốc gia nói tiếng Anh khác.

Trước thập niên 1960, phần lớn các nhà Phê Bình Mới của Anh và Mỹ đều không biết gì về Hình thức luận của Nga, tuy nhiên, trong quan điểm văn học của họ lại có khá nhiều điểm tương đồng. Cả hai đều bác bỏ chủ nghĩa thực chứng trong nghiên cứu văn học và chỉ tập trung vào văn chương được hiểu là những gì tồn tại trong một văn bản nhất định mà thôi. Cả hai đều cố gắng xây dựng lý thuyết văn chương của mình bằng cách đặt văn chương trong thế đối lập với những hình thức diễn ngôn phi văn chương khác; ở cái gọi là văn chương, họ đều nhấn mạnh đến vai trò của cấu trúc và mối quan hệ liên lập giữa các yếu tố thuộc văn bản.

Tuy nhiên, khác các nhà Hình thức luận của Nga chỉ tập trung vào các thủ pháp, các nhà Phê Bình Mới, trong khi quan tâm đến các yếu tố hình thức, vẫn không quên việc tìm kiếm ý nghĩa của các tác phẩm văn học. Nhưng khi quan tâm đến ý nghĩa, các nhà Phê Bình Mới lại không đồng thuận với nhau. Trong khi I.A. Richards nhấn mạnh vào khía cạnh biểu cảm của ngôn ngữ và vào kinh nghiệm đọc thì T.S. Eliot lại cho thơ không phải là nơi để cho cảm xúc tuôn trào mà là nơi kiềm chế cảm xúc: theo ông, những bài thơ hay thường giàu tính tư tưởng và nếu có cảm xúc, cảm xúc ấy thường được/bị khách quan hoá, nghĩa là được diễn tả một cách gián tiếp thông qua việc mô tả các sự vật hay sự kiện. Trong khi đó, các nhà Phê Bình Mới khác thuộc thế hệ sau không chú ý nhiều đến kinh nghiệm đọc mà chỉ tập trung vào văn bản với những đặc điểm khách quan của các phương tiện được sử dụng để diễn tả mà thôi.

Bị ám ảnh bởi ý nghĩa, các nhà Phê Bình Mới phải đối diện với một vấn đề mà các nhà Hình thức luận của Nga không hề gặp phải: Đâu là yếu tố chủ đạo trong việc hình thành ý nghĩa của một tác phẩm văn học? Wimsatt và Beardsley trả lời câu hỏi ấy bằng phương pháp loại trừ: ý nghĩa không đến từ ý định của tác giả, điều mà hai ông gọi là "nguy luận về ý định" (intentional fallacy); nó cũng không đến từ kinh nghiệm cũng như những phản hồi của người đọc, điều hai ông gọi là "nguy luận về cảm thụ" (affective fallacy). Ý nghĩa chỉ nằm trong văn bản.

Có thể nói trong khi các nhà Hình thức luận quan tâm đến văn bản, các nhà Phê Bình Mới tôn sùng văn bản: Wimsatt ví văn bản như một bức tượng bằng ngôn từ (the verbal icon), còn Brooks lại ví văn bản với một chiếc bình trang trí tuyệt hảo (the well-wrought urn). Chỉ biết đến văn bản, các nhà Phê Bình Mới cho không những kiến thức ngoại-văn chương mà cả kiến thức thuộc lãnh vực nghiên cứu văn học sử cũng không cần thiết đối với các nhà phê bình: với họ, chỉ có một thứ lịch sử mà nhà phê bình cần phải thông thạo, đó là lịch sử của chữ. Nhà phê bình không những cần hiểu chính xác ý nghĩa của các từ mà cần phải biết cả lịch sử phát triển của các ý nghĩa, các sắc thái biểu cảm khác nhau trong các ý nghĩa ấy.

Phân tích văn bản, các nhà Hình thức luận chú ý đến các thủ pháp và chức năng của từng thủ pháp, các nhà Phê Bình Mới lại chú ý đến cấu trúc; trong cấu trúc, khác với các nhà cấu trúc luận sau này, họ chỉ đặc biệt chú ý đến phương diện ý nghĩa; trong ý nghĩa, khác các nhà Hình thức luận vốn chú ý đến các yếu tố làm lạ hoá, họ chỉ tập trung vào mối quan hệ tương tác giữa các bộ phận khác nhau; trong các mối tương tác ấy, họ chú ý đến cả những khác biệt lẫn những sự tương tự: với họ, mỗi tác phẩm là một chỉnh thể vừa thống nhất vừa phức tạp: đó là sự hoà điệu của những sự xung khắc. Xuất phát từ sự hoà điệu của những sự xung khắc này, đặc điểm nổi bật nhất của thơ, theo Wimsatt và Brooks, là tính chất "trớ trêu" (irony): tác giả muốn nói một điều, đến khi thành thơ, ý nghĩa mà người đọc cảm nhận được có khi lại khác hẳn; có những cách nói, thoạt đầu, ngỡ là thế này, ngẫm lại, thấy không hẳn là như vậy; giữa điều được nói và điều được ám chỉ, giữa nghĩa đen và nghĩa bóng nhiều khi có khoảng cách xa vời vợi. Do tính chất "trớ trêu" này, bài thơ chỉ có thể tồn tại được trong chính nó, với từ ngữ và các quan hệ cố hữu của nó: nó chống lại mọi hình thức diễn xuôi hay tóm tắt: được diễn tả dưới cách khác, bài thơ sẽ biến mất.

Xem mỗi tác phẩm là một chỉnh thể ít nhiều độc lập, khác với các nhà Hình thức luận, các nhà Phê Bình Mới tập trung chủ yếu vào việc phân tích, diễn dịch và mô tả các tác phẩm văn học hơn là nhận định về giá trị thẩm mỹ hay ý nghĩa cách tân của chúng. Giới hạn trong những mục tiêu cụ thể như vậy, họ đi xa về phương diện thực hành hơn là phương diện lý thuyết. Sau gần nửa thế kỷ hoạt động, các nhà Phê Bình Mới vẫn không xây dựng được một hệ thống lý thuyết mỹ học hoặc lý thuyết ngôn ngữ học thực sự hoàn chỉnh làm chỗ dựa cho các thao tác phân tích và diễn dịch của họ. Nhưng bù lại, nhờ nhấn mạnh vào các thao tác phân tích và diễn dịch cụ thể, họ lại gặt hái được rất nhiều thành tựu trong lãnh vực giáo dục, đặc biệt trong việc rèn luyện kỹ năng tiếp cận văn bản qua phương pháp "đọc gần" (close reading), từ đó, làm xuất hiện những nhà phê bình thực hành xuất sắc thuộc đủ mọi lãnh vực và trình độ khác nhau.

3. Cấu trúc luận

Cấu trúc luận, vốn thịnh hành trong thập niên 1960 và nửa đầu thập niên 1970, được xem là một cuộc cách mạng, thậm chí, là cuộc cách mạng lớn nhất trong lãnh vực nghiên cứu văn học cũng như các ngành nhân văn và khoa học xã hội nói chung trong thế kỷ 20. Trên căn bản, cấu trúc luận tiếp tục con đường Hình thức luận và Phê Bình Mới đã khai mở, chẳng hạn, tham vọng biến nghiên cứu văn học thành một khoa học trong đó đối tượng phân tích chính là văn bản và chỉ là văn bản mà thôi. Tuy nhiên, từ điểm chung ban đầu ấy, cấu trúc luận đã đi rất xa, hình thành hẳn một hệ thống lý thuyết và phương pháp luận hoàn chỉnh không những chỉ có thể được ứng dụng trong lãnh vực văn học mà còn ở vô số các lãnh vực khác nữa.

Cấu trúc luận, trong lãnh vực văn học, được xây dựng trên ba nền tảng chính: Thứ nhất, lý thuyết ngôn ngữ của Ferdinand de Saussure (1857-1913), người đã chủ trương, một, về phương diện phương pháp luận, chỉ quan tâm đến khía cạnh đồng đại mà loại bỏ khía cạnh lịch đại của ngôn ngữ; hai, ở khía cạnh đồng đại, chỉ tập trung vào tính hệ thống với những quy luật và quy ước chung nhất và loại bỏ những biểu hiện của cái hệ thống ấy, ví dụ, những lời nói cụ thể hàng ngày; và ba, với tư cách là một hệ thống, ngôn ngữ thực chất là những ký hiệu; mỗi ký hiệu là một kết hợp gồm hai mặt, cái biểu đạt (signifier) và cái được biểu đạt (signified), gắn chặt với nhau bằng một thứ quan hệ rất tương đối và hàm hồ, ở đó, ý nghĩa chỉ được hình thành từ những sự khác biệt giữa các ký hiệu. Thứ hai, các phát hiện của Nhóm ngôn ngữ học Prague trong đó nổi bật nhất là Roman Jakobson, người đã đề xuất cách định nghĩa thơ dựa trên các chức năng giao tiếp: theo ông, ngôn ngữ, trong giao tiếp, mang nhiều chức năng khác nhau, nhưng khi chức năng thi ca chiếm vai trò chủ đạo, nghĩa là khi sự giao tiếp chỉ tập trung vào bản thân thông điệp, vào ngôn ngữ tạo thành thông điệp, lúc ấy người ta có thơ. Thứ ba, các công trình nghiên cứu nhân chủng học về huyền thoại, hệ thống thân tộc, cách nấu nướng và cách tư duy trong các xã hội sơ khai của Claude Levi-Strauss, người đã làm sáng tỏ cái điều Roland Barthes khái quát thành luận điểm: "văn hoá, trong mọi khía cạnh, là một ngôn ngữ."¹ Trong lời dẫn nhập bài luận văn phân tích bài thơ "Những con mèo" của Baudelaire viết chung với Jakobson, Levi-Strauss tuyên bố: "Trong các tác phẩm thơ ca, nhà ngôn ngữ học nhận ra các cấu trúc rất giống với các cấu trúc trong các huyền thoại mà các nhà dân tộc học đã từng bắt gặp trong quá trình phân tích của họ."²

Được xây dựng trên nhiều nền tảng như vậy, khác với Hình thức luận và Phê Bình Mới, cấu trúc luận có tính chất liên ngành rõ rệt. Với các nhà cấu trúc luận, nghiên cứu văn học chỉ là một lãnh vực của hệ thống ký hiệu học rộng lớn và đa dạng. Bởi vậy, cấu trúc luận không phải chỉ là một phương pháp luận, một lý thuyết hay một trường phái mà còn là cả một trào lưu.

Điểm chung của cả trào lưu cấu trúc luận là ở đâu người ta cũng theo đuổi một mục tiêu giống nhau: cấu trúc.

Đuổi theo cấu trúc, các nhà cấu trúc luận không quan tâm đến ý nghĩa của từng tác phẩm cụ thể như các nhà Phê Bình Mới. Họ cũng không quan tâm đến cái gọi là tính văn chương như các nhà Hình thức luận. Với các nhà cấu trúc luận, mục tiêu cao nhất của nghiên cứu văn học là phát hiện ra "ngữ pháp" của văn chương, tức những quy ước làm cho một hình thức diễn ngôn nào đó trở thành văn chương. Công cuộc tìm kiếm "ngữ pháp" văn chương ấy, ở Roland Barthes, dẫn đến lý thuyết về các "mã" (codes) chi phối cách "vận hành" của tiểu

---

[1] Dẫn theo Ann Jefferson và David Robey (eds) (1982), *Modern Literary Theory: A Comparative Introduction*, London: Batsford, tr. 93.
[2] Dẫn theo Karl Beckson và Arthur Ganz (1990), *Literary Terms, a Dictionary*, London: André Deutsch Limited, tr. 268.

thuyết; ở Tzvetan Todorov và Gérard Genette, sự phát triển của thi pháp học, tự sự học (narratology) và lý thuyết về các thể loại; ở Claude Levi-Strauss, lý thuyết về huyền thoại và văn hoá dân gian nói chung; ở Vladimir Propp và đặc biệt, ở A. J. Greimas, lý thuyết về truyện dân gian; ở Roman Jakobson, lý thuyết về sự chuyển hoá từ trục lựa chọn sang trục kết hợp và từ phong cách ẩn dụ sang phong cách hoán dụ trong thơ; ở Jonathan Culler, lý thuyết về khả lực (competence) và tính khả thức (intelligibility) của văn học, tức những điều kiện và quy luật chi phối cách thức diễn dịch để chúng ta có thể hiểu và cảm các tác phẩm văn học, bằng cách đó, nới rộng phạm vi của khái niệm cấu trúc: nó không chỉ nằm trong tác phẩm mà còn nằm cả trong động tác diễn dịch của người đọc.

Xem cấu trúc và "ngữ pháp" văn chương là đối tượng khảo sát và phân tích chính, cấu trúc luận vượt hẳn các lý thuyết văn học trước nó về "tính khoa học" với những nguyên tắc mang tính phương pháp luận cụ thể, một hệ thống khái niệm rõ ràng, một khả năng ứng dụng gần như vô giới hạn. Tuy nhiên, khi chọn trọng tâm nghiên cứu như vậy, cấu trúc luận cũng đồng thời bỏ qua các tác phẩm và tác giả cụ thể. Hậu quả là, một, do mọi người mải mê đi tìm những quy luật và quy ước phổ quát, lãnh vực phê bình thực hành tương đối yếu; hai, khi lược quy mọi hình thức diễn ngôn vào một hệ thống ký hiệu, ranh giới giữa tính văn chương và tính phi văn chương bị xoá nhoà, một mẩu quảng cáo, do đó, cũng có ý nghĩa tương đương với một kiệt tác; ba, bị hạn chế trong cách nhìn đồng đại, dưới mắt các nhà cấu trúc luận, mọi cái viết đều không có khởi nguồn, do đó, họ không đặt ra vấn đề đánh giá về tính độc sáng của bất cứ một văn bản nào: với họ, mọi văn bản đều hình thành từ những gì đã được viết trước đó cả rồi. Nói cách khác, cấu trúc luận có những đóng góp giới hạn trong cả lãnh vực phê bình lẫn lãnh vực văn học sử. Phần còn lại, nơi cấu trúc luận có nhiều thành tựu nhất, là lý thuyết, nhưng lý thuyết của cấu trúc luận chủ yếu là lý thuyết diễn dịch hơn là lý thuyết mỹ học, do đó, tuy cấu trúc luận được xem như một trào lưu rộng lớn nhưng nó lại thiếu những chiều sâu triết học cần thiết để có thể thúc đẩy quá trình vận động của văn học. Nói cách khác nữa, khối lượng kiến thức đồ sộ mà các nhà cấu trúc luận tích luỹ được trong lãnh vực nghiên cứu văn học suốt hơn một thập niên hầu như chỉ giới hạn trong việc giúp người đọc hiểu sâu sắc những điều kiện hình thành văn chương hơn là chính bản thân văn chương.

4. Hậu cấu trúc luận / giải kiến tạo

Hậu cấu trúc luận là bước phát triển ít nhiều mang tính đột biến của cấu trúc luận bắt đầu vào khoảng cuối thập niên 1960. Phát triển: phần lớn những cây bút tiêu biểu nhất của hậu cấu trúc luận cũng từng là những lý thuyết gia xuất sắc của cấu trúc luận; những vấn đề từng được đặt ra trong cấu trúc luận cũng tiếp tục ám ảnh các nhà hậu cấu trúc luận. Nhưng sự thay đổi này được gọi là "đột biến" vì nó không còn giữ bao nhiêu dấu vết cũ. Rõ nhất là trong thái độ: trong khi cấu trúc luận tôn sùng tính khoa học, hậu cấu trúc luận tuyên bố thẳng thừng: đó chỉ là một ảo tưởng; trong khi cấu trúc luận tin tưởng có một chân lý nào đó đang chờ đợi được phát hiện, hậu cấu trúc biết rõ cái chân lý ấy có thể thay đổi và triển hạn đến không cùng; trong khi cấu trúc luận muốn đóng vai trò những anh hùng trong việc khám phá thế giới của những ký hiệu nhân tạo, trong đó có ngôn ngữ và văn học, hậu cấu trúc luận tiến hành tất cả những công việc khám phá ấy với một thái độ hoài nghi và ít nhiều diễu cợt. Tuy nhiên, những thay đổi trong thái độ này, thật ra, chỉ là biểu hiện hay, đúng hơn, hệ quả của vô số những thay đổi khác trong quan điểm và phương pháp luận. Thứ nhất, trong cách nhìn về ngôn ngữ: trong khi các nhà cấu trúc luận, từ góc độ đồng đại, nhìn ngôn ngữ như một hệ thống khép kín và tĩnh tại, các nhà hậu cấu trúc luận, phần nào chịu ảnh hưởng từ Mikhail Bakhtin, người vừa được dịch và giới thiệu ở Pháp vào giữa thập niên 1960, cho ngôn ngữ bao giờ cũng thuộc về một cuộc đối thoại nào đó, nghĩa là, bao giờ cũng ở trong quá trình vận động, do đó, gắn liền mật thiết với xã hội và lịch sử.

Sự khác biệt trong cách nhìn ngôn ngữ này dẫn đến sự khác biệt thứ hai trong cách ghi nhận đối tượng nghiên cứu: với các nhà cấu trúc luận, đó là từng đơn vị nhỏ và riêng lẻ như hình vị, âm vị, hoặc "huyền vị" (mythemes) - theo cách gọi của Levi-Strauss, với các nhà hậu cấu trúc luận, đó là diễn ngôn (discourse), tức ngôn-ngữ-đang-được-sử-dụng. Nếu với các nhà cấu trúc luận, tất cả mọi hiện hữu đều là những hệ thống ký hiệu, tức là một loại ngôn ngữ, với các nhà hậu cấu trúc luận, tất cả đều là những hình thức diễn ngôn. Nếu với các nhà cấu trúc luận, mọi ký hiệu đều gắn liền với ý nghĩa, tức đều biểu đạt (signify) một cái gì đó, với các nhà hậu cấu trúc luận, mọi diễn ngôn, như Michel Foucault chứng minh, đều gắn liền với quyền lực, qua đó, các thiết chế và kỷ cương được hình thành. Tính quyền lực của diễn ngôn mạnh đến độ, một lúc nào đó, trong lịch sử, con người và các hoạt động của con người, từ vị thế chủ nhân, trở thành sản phẩm của diễn ngôn: Ví dụ, theo sự phân tích của Foucault, đời sống sinh lý của con người, khi được diễn ngôn hoá, tức khi đã được phân loại và được ban phát cho những ý nghĩa nhất định, lại trở thành yếu tố căn bản quy định bản sắc của cá nhân, buộc cá nhân phải cảm, nghĩ, hành xử và sống theo những diễn ngôn ấy.

Sự thay đổi trong đối tượng vừa kể dẫn đến sự thay đổi trong quan niệm về bản chất của văn học: với các nhà cấu trúc luận, văn học tồn tại dưới hình thức văn bản, mỗi văn bản có một cấu trúc duy nhất; với các nhà hậu cấu trúc luận, mỗi văn bản lại liên hệ với nhiều văn bản khác đã có trước đó, do đó, các văn bản chỉ chia sẻ với nhau một số "mã" (codes) chung nhưng không có văn bản nào thực sự độc lập và biệt lập. Ngay chính hiện thực cũng trở thành một thứ văn bản, hình thành bởi các "mã" khác nhau. Bởi vậy, không có quan hệ tất yếu nào giữa tác phẩm với hiện thực mà chỉ có quan hệ giữa văn bản và văn bản mà thôi. Mỗi văn bản tồn tại trong quan hệ chằng chịt với vô số các văn bản khác: nó giống một bức khảm dệt bằng vô số các trích dẫn khác nhau. Điều này dẫn đến hai hệ quả chính: một, văn bản là một cái gì luôn luôn dở dang, luôn luôn được hình thành, tồn tại trong quá trình "sản xuất" liên tục; hai, tính thống nhất của nó không ở nơi xuất phát mà chủ yếu ở nơi tiếp nhận, hay nói cách khác, kẻ có khả năng tạo nên sự thống nhất của văn bản không phải là tác giả mà chính là người đọc. Trong ý nghĩa này, Roland Barthes tuyên bố: "Tác giả đã chết".

Vì cho "tác giả đã chết", trong việc tìm hiểu văn học, các nhà hậu cấu trúc luận bị đè nặng bởi cảm giác bất lực. Đây cũng là sự khác biệt quan trọng giữa hậu cấu trúc luận và cấu trúc luận. Trong khi cấu trúc luận tin tưởng là ý nghĩa nằm đâu đó trong cấu trúc của tác phẩm, hậu cấu trúc luận quan niệm ý nghĩa là một tiến trình bất định và hầu như vô giới hạn. Quan niệm này gắn liền với thuật ngữ "differance" do Jacques Derrida đưa ra để chỉ bản chất của ký hiệu ngôn ngữ như một cái gì vừa khác biệt vừa triển hạn, trong đó, ý nghĩa là một cái gì vừa có mặt vừa vắng mặt và không bao giờ thực sự có mặt trọn vẹn cả. Khác với Saussure, Derrida cho ký hiệu không phải là một cấu trúc khép kín của hai mặt biểu đạt và được biểu đạt mà chỉ là cấu trúc của những sự dị biệt: một cái biểu đạt không nhất thiết dẫn đến một cái được biểu đạt tương ứng mà thường, nếu không muốn nói luôn luôn, dẫn đến những cái biểu đạt khác, và chúng ta sẽ không bao giờ vươn tới được cái được biểu đạt cuối cùng mà bản thân nó lại không phải là một cái biểu đạt của một cái gì khác. Như vậy, sau mỗi chữ là một (hay nhiều) chữ khác bị gạch bỏ: trong các bài viết của ông, Derrida hay sử dụng biện pháp gạch bỏ, đúng hơn, gạch nhưng không bỏ (sous rature / under erasure): chữ bị gạch chéo vẫn xuất hiện như thường bởi vì dù bất toàn, chúng vẫn cần thiết: chúng tồn tại như những vết mờ. Quá trình đọc thực chất là một quá trình truy tìm những vết mờ ấy. Đó là một quá trình không có điểm kết thúc. Ý nghĩa của tác phẩm, do đó, là một cái gì hoàn toàn bất định. Trong cuộc hành trình bất định ấy, diễn dịch cũng biến thành một văn bản, đòi hỏi một hay nhiều sự diễn dịch khác. Nói cách khác, ngôn ngữ dùng để phân tích ngôn ngữ chỉ là một thứ siêu-ngôn ngữ (metalanguage) và đến lượt nó, siêu-ngôn ngữ cũng trở thành đối tượng nghiên cứu của một thứ siêu-ngôn ngữ khác; hậu quả là mọi hình thức diễn ngôn, kể cả phê bình, đều mang tính hư cấu: khi tất cả đều là hư cấu, "chân lý" không thành vấn đề nữa.

Trong các nhà tiên phong của hậu cấu trúc luận như Michel Foucault, Jacques Lacan, Roland Barthes, những quan niệm mang tính giải kiến tạo của Jacques Derrida được nhiều nhà nghiên cứu văn học Mỹ hưởng ứng nhiệt liệt: họ tìm thấy trong cách đọc mới mẻ của Derrida một chiến lược phân tích có thể làm bộc lộ bản chất bất quyết của các hình thức diễn ngôn, trong đó có văn học. Trong số những người này, có những tên tuổi lớn như Paul de Man, Geoffrey Hartman, Barbara Johnson và J. Hillis Miller. Qua họ, giải kiến tạo (deconstruction) đã trở thành một trào lưu thịnh hành và có ảnh hưởng cực lớn trong sinh hoạt phê bình văn học và văn hoá tại Mỹ, và từ Mỹ, lan sang nhiều quốc gia khác.

5. Các lý thuyết Mác-xít

Các lý thuyết văn học Mác-xít có thể được chia thành hai nhóm chính: chính thống và bàng thống (para-Marxism). Nhóm được xem hay tự nhận là chính thống tập trung quanh lý thuyết hiện thực xã hội chủ nghĩa khởi phát tại Liên xô và sau đó lan rộng sang tất cả các quốc gia theo chế độ xã hội chủ nghĩa, trong đó có Việt Nam. Dòng bàng thống có các lý thuyết phổ biến ở các quốc gia Tây phương với những đại biểu nổi bật như Pierre Macherey và Lucien Goldmann ở Pháp, Theodor W. Adorno, Walter Benjamin và nhóm Frankfurt ở Đức, Fredric Jameson ở Mỹ, Raymond Williams và Terry Eagleton ở Anh, Mikhail Bakhtin ở Nga, và đặc biệt Georg Lukacs tuy sống và làm việc ở Hungary, một quốc gia theo chế độ xã hội chủ nghĩa nhưng tác phẩm chủ yếu lưu hành ở Tây Âu và Bắc Mỹ. Sự khác biệt giữa hai nhóm là, một, nhóm đầu chủ yếu dựa vào quan điểm xem văn học như một bộ phận trong guồng máy chính trị của Lenin trong khi nhóm sau chủ yếu dựa vào quan điểm cho tính khuynh hướng trong văn học càng kín đáo bao nhiêu càng tốt bấy nhiêu của Engels; hai, nhóm đầu chịu sự lãnh đạo và kiểm soát chặt chẽ của chính quyền trong khi nhóm sau được tự do - hoặc cố giành cho mình cái quyền tự do - tìm tòi và phát biểu. Những sự khác biệt ấy dẫn đến hai sự khác biệt nữa: thứ nhất, trong khi nhóm đầu chỉ dừng lại ở một số tín điều cứng nhắc thì nhóm sau phát triển lý thuyết văn học Mác-xít một cách sáng tạo và rất đa dạng; thứ hai, trong khi nhóm đầu chỉ còn là một di tích lịch sử thì nhóm sau vẫn còn ảnh hưởng khá sâu rộng trong sinh hoạt lý thuyết văn học và trí thức nói chung trên thế giới.

Thật ra, ngay trong nhóm gọi là "Mác-xít bàng thống" cũng có rất nhiều dị biệt. Nguyên nhân chính là tất cả đều dựa vào một nền móng rất mơ hồ: hai người sáng lập ra chủ nghĩa Mác là Karl Marx và Engels lại không chuyên về văn học và viết rất ít về văn học. Từ những phát biểu ít ỏi ấy, để khai triển thành những lý thuyết văn học hoàn chỉnh, những người tự xem là đệ tử của Marx phải vận dụng nhiều nguồn khác nhau: hoặc các quan điểm về triết học của Marx, hoặc thậm chí, của Hegel qua sự diễn dịch của Marx hoặc quan điểm phản ánh luận của Lenin, v.v...

Điểm chung của các lý thuyết văn học Mác-xít có thể tóm gọn vào mấy điểm chính: Một, khác các nhà Hình thức luận, cấu trúc luận hay Phê Bình Mới chỉ tập trung vào văn bản, các nhà Mác-xít tập trung chủ yếu vào mối quan hệ giữa văn bản và những yếu tố ngoài văn bản. Nhưng khác với các nhà phân tâm học nhấn mạnh đến đời sống bên trong của tác giả, các nhà Mác-xít lại nhấn mạnh đến bối cảnh hiện thực xã hội chung quanh tác giả. Khác các nhà xã hội học khác, các nhà Mác-xít lược quy cái gọi là "hiện thực xã hội" này chủ yếu vào cuộc đấu tranh giữa các giai cấp vốn gắn liền với các phương thức sản xuất nhất định, và vào mô hình cấu trúc gồm hai phần: hạ tầng và thượng tầng, trong đó, hạ tầng là yếu tố quyết định. Cái gọi là "quyết định" này được nhiều người diễn dịch theo nhiều cách khác nhau dẫn đến những quan điểm khác hẳn nhau: một số người bị xem là "dung tục" cho hạ tầng hoàn toàn quyết định thượng tầng; một số người khác cho phần thượng tầng cũng có ảnh hưởng ngược lại phần hạ tầng, tuy nhiên, mức độ ảnh hưởng ấy như thế nào lại là một đề tài tranh luận dằng dai và gay gắt khác. Bản thân Marx và Engels thì lại quan niệm văn học - một bộ phận của kiến trúc thượng tầng – ít chịu ảnh hưởng của hạ tầng kinh tế và có thể phát triển hoặc duy trì giá trị độc lập với các phương thức sản xuất hay quan hệ xã hội. Louis Althusser sau này theo gót Marx và Engels, phản đối tính tất định của cơ sở kinh tế và quan niệm một số lãnh vực trong kiến trúc thượng tầng, như văn học nghệ thuật, ít nhiều có tính chất tự trị. Có lẽ đây là một trong những điểm yếu lớn nhất của chủ nghĩa Mác khiến cho các lý thuyết gia Mác-xít, một mặt, khó thống nhất với nhau; mặt khác, cũng khó xây dựng được một hệ thống lý thuyết thật chặt chẽ và nhất quán.

Hai, giống như hầu hết các lý thuyết tiền-cấu trúc luận, kể từ Plato và Aristotle trở đi, tất cả các lý thuyết Mác-xít đều quan niệm văn học là một sự phản ánh hiện thực. Tuy hiên, trong khi Lenin và những người theo Lenin cho văn học phản ánh hiện thực theo kiểu gương soi, Lukacs lại cho việc phản ánh ấy được lọc qua một tiến trình sáng tạo phức tạp, trở thành một thứ kiến thức về hiện thực, và đã là kiến thức thì không có sự tương ứng một đối một giữa những gì tồn tại trong thế giới khách quan và những gì người ta đang có trong đầu nữa. Với Theodor Adorno, tác phẩm văn học không phải là một thứ kiến thức về hiện thực hay một phản ánh từng chi tiết của hiện thực mà nó xuất hiện từ bên trong hiện thực, bộc lộ tất cả những mâu thuẫn nội tại của hiện thực; hay nói theo lời ông, "nghệ thuật là thứ kiến thức tiêu cực của thế giới hiện thực". Với Louis Althusser, hiện thực, khi được phản ánh vào tác phẩm văn học, chịu sự chi phối của trí tưởng tượng, khả năng, một mặt, giúp chúng ta hiểu được thực tại, mặt khác, đẩy chúng ta ra xa khỏi thực tại. Với Pierre Macherey, tác phẩm văn học là một sản phẩm lao động trong đó hiện thực chỉ là một trong nhiều yếu tố và bị nhào nặn lại trong quá trình "sản xuất" phần lớn diễn ra ngoài tầm ý thức của nhà văn. Với Terry Eagleton, văn học có thể không trực tiếp phản ánh hiện thực nhưng lại không thể không phản ánh ý thức hệ của thời đại hiểu theo nghĩa là toàn bộ hệ thống biểu hiện (như tôn giáo, thẩm mỹ, pháp lý, v.v...), những yếu tố tác động mạnh mẽ lên cách nhìn hiện thực của từng cá nhân.

Ba, hầu hết lý thuyết văn học Mác-xít, xuất phát từ luận điểm cho các triết gia chỉ diễn dịch thế giới trong khi nhiệm vụ chính là phải cải tạo thế giới của Marx, đều nghiêng về tính chất quy phạm hơn là thuần mô tả. Nói cách khác, các lý thuyết gia không phải chỉ mô tả văn học mà phần lớn, với những mức độ khác nhau, đều đòi văn học phải tham dự vào cuộc đấu tranh trong xã hội hoặc ít nhất xác lập một hệ thống giá trị trong đó nhấn mạnh đến chức năng dấn thân của văn học. Nếu quan hệ giữa văn học (như một bộ phận của kiến trúc thượng tầng) và hiện thực (như một biểu hiện của cơ sở hạ tầng) là khâu yếu nhất của chủ nghĩa Mác thì tính chất quy phạm này là một trong những nguy cơ lớn nhất của các lý thuyết văn học Mác-xít khiến người ta có thể nghi ngờ sự khác nhau căn bản giữa hai nhóm chính thống và bàng thống, thật ra, chỉ là sự khác nhau giữa một bên ở tư thế cầm quyền và một bên thì không. Nói cách khác, nếu có quyền lực sẵn trong tay, tính chất quy phạm rất dễ biến thành mệnh lệnh và do đó, lý thuyết rất dễ bị biến thành giáo điều, khuynh hướng nghiêng về Engels sẽ biến thành khuynh hướng nghiêng về Lenin.

Cả ba đặc điểm chung vừa kể khá mơ hồ để có thể tập kết các lý thuyết gia Mác-xít vào một trường phái rõ rệt. Hậu quả là phần lớn các lý thuyết Mác-xít đều vừa là Mác-xít lại vừa là một cái gì khác, từ đó, chúng ta có những nhà Mác-xít theo khuynh hướng cấu trúc luận như Goldmann, Althusser hay Macherey, hoặc khuynh hướng hậu cấu trúc luận như Eagleton và Jameson, v.v...

6. Thuyết người đọc

Cái gọi là thuyết người đọc (reader theory) có nội hàm khá rộng, bao gồm ít nhất bốn lý thuyết chính: hiện tượng luận, chú giải học (hermeneutics), thuyết tiếp nhận (theory of reception), và thuyết hồi ứng của người đọc (reader-response theory). Điểm chung hầu như duy nhất giữa bốn lý thuyết này là tất cả đều tập trung vào người đọc, xem người đọc như nguồn nghĩa chính.

Chúng ta biết tất cả các lý thuyết đều ít nhiều quan tâm đến ý nghĩa nhưng mỗi lý thuyết lại tin ý nghĩa ấy xuất phát chủ yếu từ một điểm nhất định nào đó, chẳng hạn, với các nhà xã hội học, nó nằm trong bối cảnh chính trị xã hội phía sau người sáng tác; với các nhà Mác-xít, ở quan hệ giai cấp; với các nhà tâm lý học và phân tâm học, ở chính bản thân người sáng tác, phần nhiều là ở những kỷ niệm thời ấu thơ; với các nhà Hình thức luận và Phê Bình Mới, trong văn bản; với các nhà cấu trúc luận, trong cấu trúc; với các nhà hậu cấu trúc luận, trong tính chất liên văn bản; với các học giả theo "thuyết người đọc", cái nguồn nghĩa ấy nằm trong kinh nghiệm đọc của người đọc. Riêng ở các nước nói tiếng Anh, chủ trương nhắm vào người đọc này trước hết là phản ứng chống lại chủ trương của Phê Bình Mới. Trong bài viết "Nguỵ luận về cảm thụ" (The Affective Fallacy), Wimsatt và Beardsley cho phê bình mà căn cứ vào những cảm nhận của người đọc là một sai lầm: nó lẫn lộn giữa cái văn học là và cái văn học làm, giữa nguyên nhân và kết quả. Không những sai lầm, cách phê bình ấy chỉ dẫn đến chủ nghĩa ấn tượng và chủ nghĩa tương đối. Các nhà phê bình theo "thuyết người đọc" phản đối kết luận này. Họ quan niệm một tác phẩm văn học không thể được hiểu ngoài những tác động của nó nơi người đọc. Theo họ, những tác động ấy, từ góc độ tâm lý hay bất cứ góc độ nào khác, đều thiết yếu trong việc mô tả ý nghĩa của tác phẩm bởi vì ý nghĩa không thể tồn tại trọn vẹn ở ngoài tâm trí của người đọc.

Vượt ra ngoài nhận định về tầm quan trọng của người đọc và việc đọc, quan niệm của các "thuyết người đọc" rất khác nhau.

Thuộc hiện tượng luận, có hai lý thuyết gia tiêu biểu nhất: Roman Ingarden và Wolfgang Iser. Theo Ingarden, tác phẩm văn học là một khách thể có chủ ý, được cấu tạo bởi bốn lớp chính: lớp thứ nhất là ngữ âm, bao gồm từ độ luyến láy của âm đến thanh, vần và nhịp; lớp thứ hai là ngữ nghĩa, bao gồm từ từ đến câu, đoạn; lớp thứ ba và thứ tư không được phân biệt thật rõ, bao gồm các đối tượng được thể hiện và các khía cạnh được sơ đồ hoá, từ nhân vật đến khung cảnh, sự kiện, các mối quan hệ tương tác giữa các nhân vật với nhau để tạo thành cốt truyện, v.v... Cả bốn lớp này đều khác hẳn các khách thể đang tồn tại trong hiện thực ở chỗ chúng có vô số những điểm bất định: mỗi điểm bất định như thế là những khoảng trống mà người đọc cần phải lấp đầy và cụ thể hoá để tác phẩm văn học từ một cấu trúc xương xẩu biến thành một đối tượng thẩm mỹ thực sự. Công việc lấp đầy các khoảng trống và cụ thể hoá những điểm bất định này đòi hỏi ở người đọc khả năng tưởng tượng cũng như phán đoán và chịu sự tác động của rất nhiều yếu tố khác nhau như học vấn, kinh nghiệm, cảm xúc, v.v... Chính vì vậy, cái đọc biến dạng từ người này qua người khác, thậm chí, ở từng người, biến dạng từ lần đọc này qua lần đọc khác. Wolfgang Iser chịu ảnh hưởng nặng nề của Ingarden nhưng đi xa hơn Ingarden trong việc nhấn mạnh đến vai trò của người đọc: tác phẩm văn học, với Ingarden, là một đối tượng thẩm mỹ được cụ thể hoá; với Iser, là một hiệu ứng (effect) được kinh nghiệm. Với Ingarden, nhiệm vụ quan trọng nhất của người đọc là cụ thể hoá các khía cạnh được sơ đồ hoá trong văn bản; với Iser, công việc cụ thể hoá ấy không nhất thiết dẫn đến những sự thống nhất hay hoà điệu nhưng có khi nhằm phát hiện những khoảng trống và những sự bất định; đọc, do đó, với ông, trở thành một quá trình đầy những biến động trong đó những quy phạm và những cái mã văn hoá quen thuộc có thể bị thách thức khi người đọc đối diện với những khoảng trống trong văn bản.

Nếu hiện tượng luận, vốn gắn liền với tên tuổi của Edmund Husserl, chủ yếu là một trào lưu triết học hiện đại, chú giải học lại có truyền thống rất lâu đời, xuất phát từ công việc chú giải *Kinh Thánh* từ thời Phục Hưng, sau đó, được giới sử học tiếp nối và phát triển. Một trong những vấn đề trung tâm của các nhà chú giải học là quan hệ giữa ý nghĩa của tác phẩm và ý định của tác giả. Với E. D. Hirsch Jr, hai khía cạnh này đồng nhất với nhau. Những cách diễn dịch khác nhau nhưng không thực sự trùng với ý định của tác giả chung quanh một văn bản nào đó bị Hirsch xem là "liên nghĩa" (significance) chứ không phải là "ý nghĩa" (meaning). Theo Hirsch, tác giả quyết định ý nghĩa trong khi người đọc tạo dựng liên nghĩa; ý nghĩa chỉ có một và cố định trong khi liên nghĩa có thể thật nhiều và biến đổi theo thời gian. Với Hans-Georg Gadamer, ý nghĩa của tác phẩm không bao giờ cạn kiệt trong ý định của tác giả bởi vì trải qua thời gian với những giai đoạn lịch sử và văn hoá khác nhau, những ý nghĩa mới sẽ được bồi đắp vào những ý nghĩa đã có sẵn; do đó, theo Gadamer, mọi sự diễn dịch đều là cuộc đối thoại vô tận giữa quá khứ và hiện tại; mọi sự hiểu biết đều có tính năng sản: một mặt, hiểu luôn luôn là là hiểu một cách khác; mặt khác, khi hiểu, chúng ta vừa bước vào thế giới xa lạ của tác phẩm lại vừa đặt cái thế giới xa lạ ấy vào ngay trong tâm thức của chúng ta, nghĩa là, nói cách khác, hiểu một tác phẩm cũng đồng thời là hiểu một phần của chính mình.

Một trong những tên tuổi tiêu biểu nhất của thuyết tiếp nhận là Hans Robert Jauss. Một trong những khái niệm nòng cốt trong lý thuyết của Jauss là khái niệm "tầm kỳ vọng" (horizon of expectations), tức một hệ thống liên chủ thể hoặc một hệ thống quy chiếu mà người đọc mang theo khi tiếp cận với một tác phẩm nào đó và dùng nó để đánh giá tác phẩm ấy. Nói chung, những cách viết và những cách đọc bình thường sẽ trùng khít với những "tầm kỳ vọng" của thời đại. Nhưng những tác phẩm có tính tiền vệ, đi trước thời đại, sẽ đi lệch ra ngoài "tầm kỳ vọng" ấy và sẽ gây nên những phản ứng gay gắt từ người đọc cho đến khi "tầm kỳ vọng" ấy được điều chỉnh lại qua thời gian.

Trong khi thuyết tiếp nhận thoát thai từ hiện tượng luận, thuyết hồi ứng của người đọc lại xuất phát từ Mỹ, bao gồm nhiều khuynh hướng khác nhau, từ tâm lý học của David Bleich và Norman Holland, đến ký hiệu học của Michael Riffaterre. Tuy nhiên, đại biểu nổi bật nhất của thuyết hồi ứng của người đọc có lẽ là Stanley Fish, người đưa ra một khái niệm mới: "cộng đồng diễn dịch" (interpretive community). Theo Fish, mỗi cộng đồng có một "chiến lược diễn dịch" chung bao gồm những hệ thống niềm tin, quy phạm và quy ước chung về văn học để dựa theo đó các cá nhân đọc, diễn dịch và đánh giá các tác phẩm văn học. Với những "chiến lược diễn dịch" như thế, người đọc sẽ tạo ra hơn là khám phá ra cấu trúc của tác phẩm. Ít nhiều đi theo con đường của Fish, Jonathan Culler đề xuất ra khái niệm "khả lực văn học" (literary competence), tức những quy ước giúp người đọc hiểu và cảm được các tác phẩm văn học. Với khái niệm "khả lực văn học" này, Culler tránh được những kết luận có phần cực đoan của Fish: với ông, ý nghĩa của tác phẩm văn học không phải chỉ là sự hồi ứng của người đọc mà là một cái gì có tính chất thiết chế, một chức năng của những quy ước được cả xã hội đồng thuận và chia sẻ.

7. Phân tâm học

Thuật ngữ "phân tâm học" do Sigmund Freud đặt ra vào năm 1896. Thời gian đầu, đó chỉ thuần tuý là một khoa học và là một phương pháp trị bệnh, sau, ảnh hưởng lan rộng sang địa hạt văn học, trở thành một phương pháp phê bình. Với tư cách là một phương pháp phê bình, phân tâm học xem tác phẩm văn học như một thế giới huyễn tưởng trong đó, nhân vật có đời sống riêng, với những quy luật tâm lý riêng. Tất cả mọi chi tiết được mô tả trong thế giới huyễn tưởng ấy đều được xem là những biểu tượng phản ánh những ước muốn âm thầm cũng như những dồn nén trong vô thức của tác giả. Xin lưu ý, với các nhà phân tâm học, "vô thức" không phải là sự thiếu vắng ý thức mà là một cõi riêng, một phần riêng trong cấu trúc tâm thức của con người, nơi chứa đựng những xung lực có tính bản năng và những ước mơ không thể thực hiện được, thậm chí, không thể chấp nhận được trong một xã hội được xem là văn minh. Những xung lực và những ước mơ bị dồn nén này không ngừng tìm cách trồi lên vùng ý thức dưới nhiều hình thức nguy trang khác nhau và qua nhiều cách thức khác nhau, trong đó, những cách thức phổ biến nhất là nói tục, nói nhịu và đặc biệt, các giấc mơ. Các nhà phân tâm học xem giấc mơ như cửa ngõ chính dẫn vào thế giới vô thức. Các nhà phê bình theo khuynh hướng phân tâm học xem tác phẩm văn học y như một giấc mơ: nếu giấc mơ là một sự hoàn thành trá hình những ước muốn bị dồn nén của con người, tác phẩm cũng chỉ là hình thức thăng hoa của các ẩn ức từ trong vô thức và từ thời thơ ấu.

Hoạt động của giấc mơ - cũng như của tác phẩm văn học – có thể được tóm gọn vào hai quá trình chính, "dồn nén" và "hoán vị". Trong quá trình "dồn nén", vô số các ước mơ, các ẩn ức và các mặc cảm khác nhau sẽ được kết tập vào một hình thức biểu hiện nhất định, sau đó, hình thức biểu hiện này sẽ được nguy trang, tức được hoán chuyển sang một hình thức khác phù hợp với các quy ước đạo đức và văn hoá của xã hội. Hai quá trình "dồn nén" và "hoán chuyển" này tương tự hai cấu trúc "ẩn dụ" (dồn nén ý nghĩa lại theo nguyên tắc tương đồng) và "hoán dụ" (hoán chuyển ý nghĩa này sang ý nghĩa khác theo nguyên tắc tương cận) mà Roman Jakobson đã phát hiện như hai cái trục chính trong sinh hoạt ngôn ngữ nhân loại. Chính vì sự tương tự này, Jacques Lacan đã đi đến một kết luận nổi tiếng: "vô thức cũng được cấu trúc như ngôn ngữ." Với công thức này, Lacan trở thành một đại biểu của phân tâm học theo khuynh hướng cấu trúc luận. Tuy nhiên, sau đó, ông đã đi xa hơn về hướng hậu cấu trúc luận khi ông không dừng lại ở hai trục ẩn dụ và hoán dụ mà còn cho ngôn ngữ được hình thành từ những cái biểu đạt (signifiers) hơn là các ký hiệu (signs) với những ý nghĩa cố định. Ví dụ, nếu chúng ta nằm mơ thấy một con ngựa; con ngựa ấy sẽ không phải là một ký hiệu theo ý nghĩa mà Ferdinand de Saussure thường dùng, mà nó chỉ là một cái biểu đạt từ đó, chúng ta có thể diễn dịch ra nhiều cái được biểu đạt, tức nhiều ý nghĩa khác nhau. Vô thức, bởi vậy, với Lacan, là một chuỗi vận động liên tục của các cái biểu đạt, ở đó, những cái được biểu đạt thường bị đè nén, không vươn lên tầm ý thức được. Bị tác động bởi vô thức, chúng ta sẽ không bao giờ nói được hoàn toàn đúng những gì chúng ta muốn nói: mọi diễn ngôn đều ít nhiều mang tính nói nhịu, do đó, mơ hồ, hơn nữa, hàm hồ. Ý nghĩa luôn luôn là cái gì dở dang, lẫn lộn giữa những yếu tố có tính truyền thông và những yếu tố phi truyền thông, vừa sáng rõ vừa tăm tối, vừa ngỡ như có thể nắm bắt được lại vừa phấp phới bay ra xa. Quan niệm này dẫn đến một quan niệm khác về ngôn ngữ: giống các nhà cấu trúc luận khác, Lacan tin ngôn ngữ là cái gì không hoàn toàn nằm trong tầm kiểm soát của cá nhân: ngôn ngữ có trước chúng ta, luôn luôn có sẵn ở đâu đó để chờ đợi chúng ta. Điều này có nghĩa là vô thức không phải được cấu trúc như ngôn ngữ mà còn là sản phẩm của ngôn ngữ. Đây chính là một trong vài sự khác biệt lớn nhất giữa Lacan và Freud: Trong khi Freud nhấn mạnh vào các yếu tố sinh lý, Lacan nhấn mạnh vào yếu tố ngôn ngữ: với ông, không có bất cứ một chủ thể nào độc lập với ngôn ngữ. Trong khi Freud quan tâm một cách đặc biệt đến mối quan hệ giữa bản tính tự nhiên và văn hoá, ở đó, theo ông, ưu thế sẽ thuộc về văn hoá, Lacan quan niệm cái gọi là bản tính bẩm sinh là cái gì không thể nhận diện được trọn vẹn vì nó luôn luôn bị ảnh hưởng bởi cái ngôn ngữ mà chúng ta sử dụng: với ông, con người vừa không bao giờ có thể được định nghĩa trọn vẹn lại vừa không thể trốn thoát được các định nghĩa: mỗi người luôn luôn ở trong quá trình tự tìm chính mình. Sự khác biệt này lại dẫn đến một khác biệt khác nữa: Trong khi Freud hay nói đến bản năng và những xung lực từ vô thức, Lacan lại hay nói đến những ước mơ: với ông, ước mơ là cái gì có tính bản thể luận, một cuộc đấu tranh nhằm vươn lên cái toàn thể hơn là gắn liền với những xung lực tính dục. Mọi ước mơ đều gắn liền với sự thiếu hụt. Ngay chính ngôn ngữ con người cũng hoạt động trên sự thiếu hụt ấy: điều kiện để từ ngữ có ý nghĩa là sự vắng mặt của cái được biểu đạt và sự loại trừ vô số những cái biểu đạt khác.

Lý thuyết phân tâm học thay đổi, phê bình dưới nhãn quan phân tâm học cũng thay đổi theo. Thoạt đầu, các nhà phê bình phân tâm học "cổ điển" xem tác phẩm như một biểu hiện hoặc một phản ánh vô thức, do đó, cho công việc chính của phê bình là phân tích văn bản để nhận diện những gì giấu kín trong vô thức của tác giả. Sau, phần lớn xem tác phẩm như một công trình sản xuất, một thứ *production*, hơn là *product*, ở đó, nhiệm vụ chính của nhà phê bình không phải là "đọc" cái văn bản có sẵn mà là cố gắng khám phá quá trình hình thành của văn bản, không phải tìm xem văn bản nói cái gì mà là nhằm phát hiện văn bản ấy được tạo dựng như thế nào. Trong công việc khám phá và phát hiện ấy, nhà phê bình cần chú ý đến những "triệu chứng" tương đối bất bình thường như những sự bóp méo, sự vắng mặt hay sự lặp lại... của một số yếu tố nào đó trong văn bản. Trước, người ta chỉ tập trung truy nguyên diện mạo vào tác giả; sau, từ thập niên 1950, một số nhà phân tâm học chuyển hướng phân tích từ tác giả sang độc giả. Theo Norman Holland, người suối của mọi niềm vui do văn học mang lại là, qua việc đọc tác phẩm - một hế thống được mã hoá, chúng ta có thể hoán chuyển những ước muốn từ vô thức thành những ý nghĩa văn hoá mà mọi người có thể chấp nhận được. Đọc, như vậy, với Holland, trước hết và trên hết, là một hành động tái tạo bản sắc của chính độc giả. Trong công việc tìm hiểu tác giả, trước, người ta chỉ tập trung vào vô thức cá nhân; sau, dưới ảnh hưởng của Carl Jung, người ta còn quan tâm đến cả vô thức tập thể, từ đó, dẫn đến lý thuyết phê bình cổ mẫu (archetypal criticism), như một bước phát triển lệch hướng của Phê Bình Mới, với đại biểu chính là Northrop Frye. Bên cạnh đó, Harold Bloom dùng lý thuyết về mặc cảm Oedipus của Freud để hình dung lịch sử văn học như một cuộc "đấu tranh" liên lỉ giữa các thế hệ cầm bút: người nào cũng lo lắng và nung nấu khát vọng thoát khỏi cái bóng của một bậc tiền bối hay đàn anh nào đó mà mình ái mộ. Theo Bloom, bất cứ bài thơ nào cũng có thể được đọc như một nỗ lực thoát ra khỏi ảnh hưởng của những bài thơ được sáng tác trước đó; nói cách khác, mọi bài thơ đều được viết lại từ những bài thơ khác; ý nghĩa của một bài thơ, do đó, là một bài thơ khác.

Phân tâm học cũng có những ảnh hưởng nhất định lên một số những lý thuyết hậu hiện đại hàng đầu thế giới như Jacques Derrida, Gilles Deleuze, Félix Guattari, Julia Kristeva và nhiều nhà nữ quyền luận khác.

8. Nữ quyền luận

Phê bình nữ quyền luận bắt đầu thịnh hành từ cuối thập niên 1960 và đầu thập niên 1970, một mặt, như một nỗ lực lý thuyết hoá các phong trào tranh đấu cho nữ quyền rầm rộ trong xã hội Tây phương lúc bấy giờ; mặt khác, như một bước phát triển mới những phát hiện táo bạo của hai nhà văn nữ nổi tiếng khá lâu trước đó: Virginia Woolf và đặc biệt, Simone de Beauvoir. Trong cuốn *Le deuxième sexe*, xuất bản lần đầu năm 1949, Beauvoir phê phán gay gắt là nền văn hoá phụ hệ đã đẩy phụ nữ ra vị trí ngoài lề của xã hội cũng như của văn học nghệ thuật. Trong văn hoá ấy, nam giới đồng nghĩa với nhân loại, đồng nhất với lịch sử, còn phụ nữ thì bị nhìn như một "cái Khác" (Other), lúc nào cũng ở vị thế phụ thuộc, phải dựa vào nam giới mới có thể tự định nghĩa được chính mình.

Các nhà nữ quyền luận sau này xuất phát từ rất nhiều giác độ khác nhau, với những phương pháp luận có khi khác hẳn nhau, đều cùng chia sẻ một số niềm tin chung. Một, tất cả những cái gọi là chủ thể tính, bản ngã và bản sắc, bao gồm cả bản sắc của nữ giới - thường được gọi là nữ tính - không phải là những gì tất định và bất biến, hay nói như Beauvoir, "người ta không sinh ra là phụ nữ, người ta trở thành phụ nữ." Hai, cơ chế tiêu biểu nhất trong việc đàn áp phụ nữ chính là nền văn hoá phụ quyền, hay thỉnh thoảng, với một số nhà nữ quyền, còn được gọi là nền văn hoá duy dương vật (phallocentric culture). Và ba, nhiệm vụ của các cây bút nữ không phải chỉ là chống lại mọi hình thức áp chế của nam giới mà còn phải cố gắng xác định một thứ mỹ học riêng của nữ giới, từ đó, thiết lập nên những điển phạm riêng, và cuối cùng, xây dựng những tiêu chí riêng trong việc cảm thụ và đánh giá các hiện tượng văn học.

Nói đến những khác biệt giữa giới tính nam và nữ, người ta thường căn cứ trên năm yếu tố chính: sinh lý, kinh nghiệm, vô thức, các điều kiện kinh tế, xã hội và diễn ngôn. Ngày xưa (và hiện nay vẫn còn, ở một số nơi nào đó trên thế giới), người ta căn cứ chủ yếu vào yếu tố sinh lý để chứng minh phụ nữ là những "người đàn ông bất toàn" (imperfect men), là những kẻ không có gì cả, trừ... tử cung (tota mulier in utero / woman is nothing but a womb); sau, dưới ảnh hưởng của Freud, người ta xem phụ nữ là những kẻ không có cu và không lúc nào không bị day dứt bởi mặc cảm bị thiến (castration complex). Một số nhà nữ quyền luận muốn chứng minh ngược lại: chính nhờ một số đặc điểm riêng biệt về sinh lý, như việc có kinh, có thai, có sữa và sinh đẻ, người phụ nữ có quan hệ gần gũi và mật thiết với thế giới vật lý và với hiện thực nói chung hơn hẳn đàn ông. Những phân tích này dẫn một số nhà nữ quyền luận đến với phân tâm học: trong khi nam giới, khi chớm có ý thức, đã phải tách ra khỏi mẹ của mình để nhập vào thế giới phụ quyền của bố, phụ nữ, ngược lại, ở mãi với mẹ, xây dựng bản sắc của mình bên cạnh mẹ. Những chọn lựa ban đầu này hẳn trong vô thức của hai giới những dấu ấn không dễ gì phai nhạt: nam giới hay nghĩ đến quyền, nữ giới hay nghĩ đến trách nhiệm; nam giới thích những sự thay đổi, nữ giới thích sự ổn định; nam giới thích thứ trật tự phân cấp (hierarchical orders), nữ giới thích sự hài hoà. Các nhà Mác-xít tìm cách giải thích những khác biệt và nhất là cách biệt giữa nam và nữ ở các điều kiện kinh tế và xã hội, từ hệ thống giáo dục đến cách phân công lao động và cách tổ chức gia đình, vốn có truyền thống nằm trong tay nam giới và ưu tiên dành hẳn cho nam giới.

Năm 1968, trong cuốn *Sex and Gender: On the Development of Masculinity and Femininity*, Robert Stoller phân biệt hai khái niệm giống (sex) và giới tính (gender): trong khi giống gắn liền với đặc điểm sinh lý, giới tính là yếu tố do văn hoá quy định, gồm toàn bộ những phản hồi được điều kiện hoá đối với cách nhìn của xã hội về tính cách của nam và nữ. Đây là một trong những nền tảng tư tưởng của các nhà nữ quyền luận thuộc thế hệ thứ hai: trong khi những khác biệt về sinh lý là những điều không thể tránh khỏi, họ tập trung vào những sự bất bình đẳng xuất phát từ văn hoá, gắn liền với những phạm trù giới tính như "nam tính" (masculinity) và "nữ tính" (femininity). Từ cuối thập niên 1980, dưới ảnh hưởng của hậu cấu trúc luận và chủ nghĩa hậu hiện đại, các nhà nữ quyền thuộc thế hệ thứ ba cho vấn đề giới tính thực chất là vấn đề thể hiện (representation), một hệ thống biểu trưng hay hệ thống ý nghĩa nối liền các giống với những nội dung văn hoá tương ứng với những giá trị và đẳng cấp xã hội tương ứng. Theo Barbara Johnson, vấn đề giới tính thực chất là vấn đề ngôn ngữ; theo Dale Spender, cái ngôn ngữ chúng ta đang sử dụng hiện nay vốn là ngôn ngữ do nam giới tạo ra: bà gọi đó là "man-made language"; theo Judith Butler, cả giống lẫn giới tính đều có tính chất trình diễn (performance), sản phẩm của một ma trận tính dục dị giới (heterosexual matrix); và theo Hélène Cixous, khái niệm "Từ tâm luận" (logocentrism), vốn được xem là nền tảng của văn minh Tây phương, gắn liền chặt chẽ với chủ nghĩa duy dương vật (phallocentrism), ở đó, nam giới luôn luôn đóng vai trò thống trị.

Trong lãnh vực văn học, Annis Pratt cho phê bình nữ quyền luận nhắm đến bốn mục tiêu chính: một, cố gắng phát hiện và tái phát hiện các tác phẩm văn học của phụ nữ; hai, phân tích và đánh giá các khía cạnh hình thức văn bản của các tác phẩm ấy; ba, tìm hiểu xem những tác phẩm ấy đã phản ánh quan hệ nam nữ ra sao; và bốn, mô tả những sự phát triển của các yếu tố liên quan đến huyền thoại và tâm lý liên quan đến người phụ nữ trong văn học. Tuy nhiên, không phải ai cũng đồng ý với những mục tiêu này. Lillian S. Robinson lý luận là bốn mục tiêu ấy xác lập trên cơ sở bốn cách tiếp cận quen thuộc dựa trên: thư mục, văn bản, chu cảnh (hay xã hội học) và phê bình theo khuynh hướng cổ mẫu (archetypal criticism), và cả bốn đều là sản phẩm của nam giới. Bởi vậy, nhiệm vụ của các nhà phê bình nữ quyền luận là phải xa lánh thay vì đi theo các cách tiếp cận ấy. Elaine Showalter cổ xuý cho sự ra đời của cái bà gọi là "nữ phê bình gia" (gynocritics), bên cạnh loại phê bình nữ quyền (feminist critique) đã có, ở đó, phụ nữ chỉ tham dự với tư cách người đọc. "Nữ phê bình gia" có nhiệm vụ xác lập cái khung lý thuyết và mỹ học riêng để phân tích các tác phẩm văn học của phụ nữ, để phát triển những mô hình phê bình dựa trên kinh nghiệm riêng của phụ nữ hơn là chỉ tiếp nhận những mô hình và lý thuyết do nam giới dựng nên. Trên thực tế, tham vọng thoát ra ngoài các lý thuyết được xem là mang dấu ấn phụ quyền đã có không phải là điều dễ. Bản thân cách tiếp cận dựa trên văn bản của Showalter cũng chỉ là một sự thừa kế muộn màng của Phê Bình Mới vốn thịnh hành mấy thập niên trước đó mà thôi. Hầu hết các nhà phê bình nữ quyền luận khác đều nằm trong những cái khung quen thuộc khác: hoặc phân tâm học hoặc hậu cấu trúc luận hoặc Mác-xít (còn được gọi là chủ nghĩa nữ quyền duy vật, materialist feminism). Một lý thuyết và một phương pháp luận thực sự riêng biệt dành cho nữ giới hình như vẫn còn là một hoài bão.

9. Thuyết lệch pha (Queer Theory)

Tôi dịch thuật ngữ "queer theory" là "thuyết lệch pha" mà không dịch là "thuyết đồng tính" như dự định ban đầu vì trong tiếng Anh, chữ "queer" có hai nghĩa: một, người đồng tính nam; và hai, kỳ quái. Trong tiếng Việt, có lẽ chỉ có chữ "lệch pha", một loại tiếng lóng, là mang đủ hai ý nghĩa ấy. Ở Anh Mỹ, mặc dù mới xuất hiện từ đầu thập niên 1990, thuyết lệch pha đã được phổ biến rất rộng rãi, được giảng dạy trong các đại học và là chủ đề của nhiều tuyển tập cũng như nhiều số báo đặc biệt. Thoạt đầu, thuyết lệch pha nảy sinh từ ngành Đồng tính nam và đồng tính nữ (gay/lesbian studies) (trong khi bản thân hai ngành học này lại được nảy sinh từ phong trào nữ quyền luận vào khoảng giữa thập niên 1970), sau, dần dần, nội hàm khái niệm thuyết lệch pha được mở rộng, bao trùm cả hai lãnh vực Đồng tính nam và đồng tính nữ học, và cả một lãnh vực khác, mới hơn, Chuyển giới tính học (Transgender Studies). Thật ra, không phải ai cũng chấp nhận sự "bao trùm" này. Ngay chính người đầu tiên sử dụng thuật ngữ "queer theory", Teresa de Lauretis, mấy năm sau đó, cũng tuyên bố tách ra khỏi đứa con của mình. Tuy nhiên, số người chấp nhận sự đồng nhất giữa các danh xưng, thuyết lệch pha, đồng tính nam / đồng tính nữ học... vẫn khá đông. Để cho tiện, trong bài tóm lược ngắn này, tôi cũng đi theo xu hướng chung ấy.

Mối quan tâm chung của thuyết lệch pha và các lý thuyết liên hệ là giới tính và tình dục. Nền tảng mà thuyết lệch pha sử dụng để phân tích các vấn đề này chủ yếu là kiến tạo luận (constructionism), một đối cực của yếu tính luận (essentialism). Liên quan đến vấn đề giới tính, trong khi yếu tính luận nhấn mạnh vào khía cạnh sinh lý và cho sự khác biệt giới tính là điều tự nhiên, do "Trời sinh" và có tính chất vĩnh cửu, kiến tạo luận, ngược lại, chủ trương tính dục là sản phẩm của vô số các mã văn hoá và thế lực chính trị khác nhau: tất cả tương tác với nhau, dẫn đến việc hình thành những quy phạm nhất định để dựa theo đó, người ta phân chia nhân loại và sinh hoạt tình dục của nhân loại thành những phạm trù khác nhau. Từ cái nhìn mang tính kiến tạo luận như vậy, những người thuộc thuyết lệch pha cho quan niệm lưỡng phân nam/nữ cũng như toàn bộ các vấn đề liên quan tính dục và giới tính đều có tính xã hội và lịch sử. Điều đó có nghĩa là tất cả những điều được gọi là "bình thường" hay "bất bình thường" đều chỉ có ý nghĩa rất tương đối. Điều đó lại cũng có nghĩa là điều họ bị gọi và tự nhận là "kỳ quái" (queer), thật ra, chẳng có kỳ quái chút nào cả: khi cái "bình thường" không có thật thì cái gọi là "kỳ quái" cũng chỉ là một ý niệm ảo. Ở đây, chúng ta thấy rõ ảnh hưởng của các nhà hậu cấu trúc luận, đặc biệt của Michel Foucault đối với thuyết lệch pha. Theo Foucault, tình dục là một sản phẩm của diễn ngôn hơn là một điều kiện tự nhiên, và cũng giống như mọi hình thức diễn ngôn khác, tình dục chịu ảnh hưởng nặng nề của các quan hệ quyền lực trong xã hội; những ảnh hưởng ấy không phải chỉ ở những sự cấm đoán hay ức chế mà còn ở những sự cho phép và tạo nên những ý nghĩa mới cho hoạt động tình dục.

Nếu những người đồng tính nam và đồng tính nữ trước đây nuôi tham vọng xây dựng bản sắc của mình trên quan hệ cùng giới tính, những người theo thuyết lệch pha, thường có thái độ cực đoan hơn, hoài nghi cả cái gọi là "giới tính" cũng như "bản sắc" nói chung. Theo Judith Butle, cái gọi là giới tính chỉ là một sản phẩm hư cấu của văn hoá, một sự cách điệu hoá được lặp đi lặp lại thường xuyên của thân thể; còn bản sắc thì lúc nào cũng ở trong tiến trình được kiến tạo, một cái gì đang được hình thành. Chính vì vậy, những người theo thuyết lệch pha tự nhận là không thể xác định được bản sắc lệch pha của chính họ.

Nói chung, trong mấy thập niên vừa qua, các lý thuyết gia và học giả thuyết lệch pha (bao gồm cả Đồng tính nam và đồng tính nữ học) đã có những đóng góp đáng kể trong cả ba lãnh vực. Một, khai quật lại lịch sử trong đó những người đồng tính bị ức chế và áp chế. Hai, phát hiện và phân tích nhiều tác phẩm văn học do những người đồng tính sáng tác trong quá khứ cũng như trong hiện tại. Và ba, phân tích tính chất bất ổn và bất định trong toàn bộ những cái gọi là bản sắc giới tính hay những quy phạm trong đời sống tình dục của nhân loại. Đóng góp trong hai lãnh vực đầu chủ yếu thuộc về những nhà Đồng tính nam và đồng tính nữ trong những thập niên 1970 và 1980. Đóng góp sau cùng chủ yếu thuộc về những lý thuyết gia và học giả lệch pha từ đầu thập niên 1990 đến nay.

10. Lý thuyết hậu thực dân

Lý thuyết hậu thực dân ra đời vào khoảng đầu thập niên 1990, trước hết, từ ảnh hưởng của cuốn *Orientalism* của Edward W. Said, xuất bản lần đầu năm

1978, trong đó, Said giải mã quan hệ quyền lực giữa phương Đông và phương Tây qua các hình thức diễn ngôn, chủ yếu qua việc sáng tạo nên khái niệm "phương Đông" như một "cái Khác" (Other) so với phương Tây. Tuy nhiên, nguyên nhân sâu xa dẫn đến việc hình thành lý thuyết hậu thực dân chính là sự bất lực của các lý thuyết Tây phương trong việc lý giải tính chất phức tạp trong nền văn học các nước cựu thuộc địa. Hầu hết các lý thuyết về mỹ học, thể loại cũng như phong cách ở Tây phương trước đây đều được xây dựng trên tiền đề về tính phổ quát của văn học và triết học: những gì đúng và hay ở nơi này thì cũng sẽ đúng và hay ở những nơi khác. Thực chất đó là một thứ chủ nghĩa độc tôn (monocentrism) về văn hoá và chính trị, kết quả của chủ nghĩa đế quốc và thực dân kéo dài nhiều thế kỷ trong lịch sử. Từ giữa thế kỷ 20, khi tất cả các thuộc địa dần dần đều được giải thực, người ta nhận thấy văn học từ các xứ cựu thuộc địa có cái gì không nằm hẳn trong các quy phạm vốn phổ biến ở Tây phương. Khám phá này trở thành tự giác và có sức thuyết phục mạnh mẽ với lý thuyết về một thứ chủ nghĩa phương Đông của Edward W. Said: lý thuyết hậu thực dân ra đời.

Cũng như hầu hết các lý thuyết đã thành trường phái khác, lý thuyết hậu thực dân, thật ra, không phải là một cái gì thống nhất hoàn toàn. Tính chất thiếu thống nhất ấy thể hiện ngay trong cách viết: một số người đề nghị dùng gạch nối ngăn giữa tiền tố "hậu" và từ "thực dân" (post-colonialism) như một dấu mốc thời gian nhấn mạnh vào quá trình giải thực ở các quốc gia cựu thuộc địa; một số khác - hiện nay đang là số đông - chủ trương viết liền, không có gạch nối (postcolonialism) để nhấn mạnh vào những hậu quả kéo dài đến tận ngày nay của chủ nghĩa thực dân. Ngoài sự khác biệt về thời gian, các lý thuyết gia cũng không đồng ý với nhau về không gian mà lý thuyết hậu thực dân bao trùm. Với một số học giả, cái gọi là văn học hậu thực dân chỉ giới hạn trong những tác phẩm được viết ra ở các quốc gia thuộc địa và trong thời gian thuộc địa; còn tác phẩm được các cây bút thực dân viết ra thì được xếp vào một phạm trù khác, mệnh danh là "Diễn ngôn thực dân học" (Colonial Discourse Studies). Một số khác, đông hơn, quan niệm lý thuyết hậu thực dân bao trùm toàn bộ mọi nền văn hoá chịu ảnh hưởng của chủ nghĩa đế quốc từ thời bành trướng của thực dân cho đến tận ngày nay. Nghĩa là, không phải chỉ có nền văn hoá các nước thuộc địa mà cả văn hoá các quốc gia đi chinh phục và bóc lột các nước khác cũng nằm trong quỹ đạo của các ảnh hưởng ấy. Bởi vậy, trong phạm vi văn học, đối tượng nghiên cứu của lý thuyết hậu thực dân gồm hai nhóm chính: một, các nhà văn và nhà thơ thuộc các quốc gia thực dân khi họ tiếp cận với các đề tài liên quan đến thực dân và thuộc địa; và hai, quan trọng nhất, những cây bút sống trong các thuộc địa, trong đó, có một số thuộc địa được hình thành chủ yếu từ những người di dân đến từ mẫu quốc (như Úc, Tân Tây Lan, Canada và, trong chừng mực nào đó, có thể kể cả Mỹ), còn lại, các thuộc địa gồm tuyệt đại đa số là dân bản xứ, tức thuần là dân bị trị, như hầu hết các quốc gia Phi châu, các quốc gia vùng Caribbean, vùng đảo Nam Thái Bình Dương, Pakistan, Scri Lanka, Malaysia, Singapore, Bangladesh... và, dĩ nhiên, Việt Nam. Với nhóm trên, các nhà phê bình thuộc thuyết hậu thực dân tìm cách phân tích quá trình bóp méo kinh nghiệm, hiện thực và lịch sử chinh phục và bóc lột của các nhà văn, nhà thơ thực dân. Với nhóm dưới, họ tìm cách nhận diện những nỗ lực viết lại lịch sử và tái tạo bản sắc của các dân tộc thuộc địa qua văn học.

Vấn đề trung tâm của các nền văn hoá và văn học hậu thực dân là quan niệm về "cái khác" (otherness). "Cái khác" khác với sự khác biệt (difference) vì "cái khác" bao gồm cả sự khác biệt lẫn bản sắc: "cái khác", tự nó, là một bản sắc và bản sắc ấy được hình thành chủ yếu trên sự phân biệt với những bản sắc khác đang chiếm giữ vị trí trung tâm. Nó là một thứ con rơi: vừa được sinh ra vừa bị từ bỏ. Nó được tạo lập từ bảng giá trị mà nó luôn luôn tìm cách phủ nhận: nếu thực dân là trật tự, văn minh, duy lý, hùng mạnh, đẹp đẽ và tốt lành thì thuộc địa lại là hỗn loạn, mông muội, cảm tính, yếu ớt, xấu xí và xấu xa. Sự phủ nhận ấy được thực hiện ở thế yếu, do đó, không bao giờ thực sự triệt để. Tính chất phân vân ấy làm cho người thuộc địa không những là những "cái khác" so với thực dân mà còn là những "cái khác" so với chính quá khứ của họ. Bởi vậy, dân tộc thuộc địa nào cũng, một mặt, ngưỡng vọng quá khứ, mặt khác, họ lại thấy rất rõ trong quá khứ ấy có vô số khuyết điểm cần được khắc phục. Hậu quả là quá khứ chỉ được khôi phục từng mảnh; và với những mảnh vụn ấy, người ta không thể tái tạo được cả lịch sử: người dân thuộc địa, do đó, có thể nói là có rất nhiều quá khứ nhưng lại không có lịch sử.

Bên cạnh ý niệm về "cái khác" là tính chất đề kháng. Một trong những biểu hiện quan trọng nhất của tính chất đề kháng của các dân tộc thuộc địa là sự ra đời của chủ nghĩa quốc gia. Nằm ở trung tâm của chủ nghĩa quốc gia là ý niệm về bản sắc dân tộc. Trong nỗ lực xây dựng bản sắc dân tộc, các dân tộc thuộc địa thường loay hoay giữa sức đề kháng trước áp lực của văn hoá thực dân và những quyến rũ của tính hiện đại vốn gắn liền với nền văn hoá ấy, giữa hiện thực bản xứ và bảng giá trị xem chừng có tính sang cả và phổ quát ở Tây phương. Có thể xem thế áp đảo của các bảng giá trị này là một trong những chiến thắng lớn lao nhất của chủ nghĩa thực dân: nó biến khái niệm Tây phương từ một thực thể địa lý thành một phạm trù tâm lý để với nó, người ta sẽ thấy phương Tây ở mọi nơi, thành cả thế giới văn minh, hơn nữa, thành mẫu mực của văn minh.

Những tên tuổi tiêu biểu nhất của văn học hậu thực dân trên thế giới, về phương diện sáng tác, có Chinua Achebe, Marguerite Duras, Nadine Gordimer, Jamiaca Kincaid, V. S. Naipaul, Ngugi Wa Thiong'o, Michael Ondaatje, Salman Rushdie, Leopold Senghor, v.v...; về phương diện lý thuyết, có Homi Bhabha, Frantz Fanon, Edward Said, Gayatri Chakravorty Spivak... và, đặc biệt, một người Việt Nam: Trịnh Thị Minh Hà.

11. Chủ nghĩa tân duy sử và chủ nghĩa duy vật văn hoá

Xuất hiện từ những năm 1980, chủ nghĩa tân duy sử, vốn thịnh hành chủ yếu tại Hoa Kỳ với bốn đại biểu chính là Stephen Greenblatt, Louis Montrose, Jonathan Goldberg và Walter Benn Michaels, là một nỗ lực tổng hợp các lý thuyết trước đó, như Mác-xít, chủ nghĩa duy sử cổ điển, chủ nghĩa hiện thực, hậu cấu trúc luận, đặc biệt, hậu cấu trúc luận của Michel Foucault. Giống các nhà hậu cấu trúc luận, các nhà tân duy sử tin là tác phẩm văn học có tính đa nghĩa, nhưng khác các nhà hậu cấu trúc luận, họ không xem ý nghĩa là một vấn đề mà họ theo đuổi cả trong lý thuyết lẫn trong thực tiễn phê bình. Giống các nhà Mác-xít, các nhà tân duy sử xem văn bản văn học như nơi thể hiện các quan hệ quyền lực, nhưng khác các nhà Mác-xít, họ không giới hạn các quan hệ ấy chỉ trong cái khung đấu tranh giai cấp. Giống các nhà hiện thực chủ nghĩa, các nhà tân duy sử quan tâm đến mối quan hệ giữa văn học và hiện thực, nhưng khác các nhà hiện thực chủ nghĩa, họ quan niệm văn học không bắt chước hiện thực mà là hoà giải (mediate) hiện thực: tác phẩm văn học được ví như một lăng kính qua đó kinh nghiệm của con người được kết tụ lại vào một tiêu điểm; và với chức năng hoà giải, văn học tác động đến việc hình thành diện mạo một thời đại hơn là chỉ phản ánh nó. Khác các nhà duy sử truyền thống, với các nhà tân duy sử, lịch sử không được nhìn như nguyên nhân hay nguồn gốc của tác phẩm văn học. Ngược lại, mối quan hệ giữa văn học và lịch sử là một mối quan hệ hết sức biện chứng: tác phẩm vừa là sản phẩm vừa là tác nhân của lịch sử.

Mối quan hệ giữa văn học và lịch sử làm cho mọi tác phẩm văn học đều có sử tính. Do đó, để hiểu một tác phẩm văn học, điều chúng ta cần làm là tìm hiểu bối cảnh xã hội và văn hoá đằng sau tác phẩm ấy. Nhưng ngay cả độc giả, nhà phê bình và nhà nghiên cứu văn học sử cũng chịu sự tác động của các ý thức hệ và quan hệ quyền lực trong thời đại mình đang sống. Hậu quả là, một, không có người đọc hiện đại nào có thể hiểu và cảm một tác phẩm văn học giống như những người đương thời với tác phẩm ấy; hai, dù muốn hay không, nhà phê bình hay văn học sử nào cũng sử dụng văn bản như một cái cớ hay một phương tiện để tái thiết một ý thức hệ nào đó. Điều này cũng có nghĩa là các nhà tân duy sử, một mặt, cho lịch sử nào cũng có tính chủ quan; mặt khác, không có tham vọng khôi phục lại ý nghĩa nguyên thuỷ của tác phẩm: với họ, đó là một điều bất khả. Điều các nhà tân duy sử nhắm đến là khôi phục diện mạo của cái ý thức hệ làm nền tảng cho sự ra đời của tác phẩm và những đóng góp mà tác phẩm ấy mang lại trong việc làm cho ý thức hệ nền tảng của nó lan rộng và ăn sâu vào xã hội. Louis Montrose quan niệm mối quan tâm chính của các nhà phê bình tân duy sử là "tính lịch sử của các văn bản và tính văn bản của lịch sử" (the historicity of texts and the textuality of history). Gọi "tính lịch sử của các văn bản" vì ông cho tất cả các văn bản đều gắn liền với những chu cảnh (context) xã hội và văn hoá nhất định. Gọi là "tính văn bản của lịch sử" vì ông cho tất cả kiến thức và sự cảm nhận về quá khứ của chúng ta bao giờ cũng tồn tại thông qua các dấu vết văn bản còn sót lại của xã hội.

Với mục tiêu như thế, chủ nghĩa tân duy sử nặng về nhân chủng học và văn hoá học hơn là phê bình văn học, ở đó, văn học chỉ được xem như một tư liệu, giống như vô số các tư liệu khác, không được nhận bất cứ sự ưu tiên hay phân biệt nào so các loại văn bản phi văn học. Điều đó có nghĩa là, khi "tính lịch sử của các văn bản" và "tính văn bản của lịch sử" được đề cao, tính văn học bị loại trừ, hoặc ít nhất, bị giảm thiểu đến tối đa khía cạnh thẩm mỹ và tính chất tự trị của nó.

Trong khi chủ nghĩa tân duy sử khởi phát và thịnh hành ở Mỹ, chủ nghĩa duy vật văn hoá khởi phát từ Anh và chủ yếu thịnh hành tại Anh. Cả tân duy sử lẫn duy vật văn hoá đều chịu ảnh hưởng của chủ nghĩa Mác, nhưng trong khi ở chủ nghĩa tân duy sử, ảnh hưởng của chủ nghĩa Mác tương đối nhạt so với ảnh hưởng của Michel Foucault; ở chủ nghĩa duy vật văn hoá, ảnh hưởng của chủ nghĩa Mác rất sâu đậm, đặc biệt, qua sự diễn dịch của nhà phê bình Mác-xít Raymond Williams và Antonio Gramsci. Cả tân duy sử và duy vật văn hoá đều quy tụ, trước hết, các nhà văn học sử chuyên về thời Phục Hưng và đều say mê Shakespeare, muốn tìm kiếm những ánh hồi quang của lịch sử trong tác phẩm của Shakespeare và ngược lại, dấu vết ảnh hưởng của Shakespeare trong lịch sử thời ông cũng như các thời sau đó. Cả hai đều quan niệm văn học cần phải được đặt trong bối cảnh xã hội và văn hoá rộng lớn hơn: mỗi tác giả đều sống trong một thời đại nhất định, chịu ảnh hưởng và nội tâm hoá một số ý thức nhất định; những ý thức hệ ấy trở thành một phần trong tác phẩm của họ, bởi vậy tác phẩm của họ bao giờ cũng có tính lịch sử và bao giờ cũng ít nhiều tham gia vào sự tương tác giữa các quan hệ quyền lực trong xã hội. Nếu các nhà tân duy sử đánh đồng văn bản văn học và văn bản phi văn học, các nhà duy vật văn hoá đánh đồng mọi hình thức văn hoá, từ văn hoá cao cấp đến văn hoá bình dân, từ các tác phẩm kinh điển đến các chương trình giải trí trên tivi. Theo Raymond Williams, Stuart Hall và Richard Hoggart, sự phân biệt giữa văn hoá cao cấp và văn hoá bình dân xuất phát từ sự phân chia giai cấp trong xã hội: với họ, đối tượng nghiên cứu của nhà phê bình và các nhà văn học sử là những cách thức các nền văn hoá khác nhau "kể chuyện" về chính chúng qua các hình thức truyền thông và cách thức thể hiện nghệ thuật khác nhau. Bởi vậy, cũng giống chủ nghĩa tân duy sử, chủ nghĩa duy vật văn hoá nặng về lãnh vực văn hoá hơn là văn học: cả hai đóng góp nhiều trong việc soi sáng lịch sử hơn là văn học.

Tài liệu tham khảo chính

Adorno, Theodor (1984), *Aesthetic Theory* (C. Lenhardt dịch sang tiếng Anh, Gretel Adorno và Rolf Tiedemann biên tập), London: Routledge and Kegan Paul.
Alderson, David và Anderson, Linda (biên tập) (2000), *Territories of Desire in Queer Culture: Refiguring Contemporary Boundaries,* Manchester: Manchester University Press.
Allen, Graham (2000), *Intertextuality*, London: Routledge.
Anderson, Benedict (1991), *Imagined Communities: Reflections on the Origins and Spread of Nationalism*, London: Verso.
Anderson, Walter Truett (biên tập) (1996), *The Fontana Postmodernism Reader*, London: Fontana Press.
Atkins, G. Douglas và Morrow, Laura (biên tập) (1989), *Contemporary Literary Theory*, Amherst: University of Massachusette Press.
Attridge, Derek (2004), *The Singularity of Literature*, London: Routledge.
Baker, Stephen (2000), *The Fiction of Postmodernity*, Lanham: Rowman and Littlefield Publishers.
Bằng Giang (1994), *Sương mù trên tác phẩm Trương Vĩnh Ký*, Hà Nội: nxb Văn Học.
Bann, Stephen và Bowlt, John E. (biên tập) (1973), *Russian Formalism,* Edinburgh: Scottish Academic Press.
Barcan, Ruth (2004), *Nudity, A Cultural Anatomy*, Oxford: Berg.
Barker, Philip (1998), *Michel Foucault, an Introduction*, Edinburgh: Edinburgh University Press.

Barthes, Roland (1967), *Writing Degree Zero* (A. Lavers và C. Smith dịch sang tiếng Anh), London: Jonathan Cape; (bản dịch tiếng Việt của Nguyên Ngọc phổ biến trên website http//www.talwas.org).

-------------- (1972), *Critical Essays,* (Richard Howard dịch từ tiếng Pháp), Evanston: Northwestern University Press.

-------------- (1977), *Image, Music, Text*, (Stephen Heath dịch từ tiếng Pháp), London: Fontana Press.

-------------- (1982), *Selected Writings* (Susan Sontag biên tập), New York: Hill and Wang.

Baudrillard, Jean (1983), *Simulations*, Paul Foss, Paul Patton và Philip Beitchman dịch từ tiếng Pháp, New York: Semiotext(e).

Beaujour, Elizabeth Klosty (1989), *Alien Tongues: Bilingual Russian Writers of the "First" Emigration*, Ithaca: Cornell University Press.

Beckson, Karl và Ganz, Arthur (1990), *Literary Terms, a Dictionary*, London: André Deutsch Limited.

Belsey, Catherine (1980), *Critical Practice*, London: Methuen.

Belsley, Catherine và Moore, Jane (biên tập) (1997), *The Feminist Reader: Essays in Gender and the Politics of Literary Criticism,* Hampshire: Macmillan Press.

Bernardi, Bernardo (1977), *The Concept and Dynamics of Culture*, The Hague: Mouton Publishers.

Bertens, Hans (1995), *The Ideas of the Postmodern, a History*, London: Routledge.

Bertens, Hans và Fokkema, Douwe (biên tập) (1997), *International Postmodernism, Theory and Literary Practice* Amsterdam: John Benjamins Publishing Company.

Best, Steven và Kellner, Douglas (1991), *Postmodern Theory, Critical Interrogations*, London: Macmillan.

Birch, Cyril (biên tập) (1963), *Chinese Communist Literature*, New York: Frederick A. Praeger.

Blanchot, Maurice (1999), *Blanchot Reader: Fiction and Literary Essays* (George Quasha biên tập, Lyndia Davis dịch), New York: Station Hill.

Bloom, Harold (1976), *Poetry and Repression*, New Haven: Yale University Press.
-------------- (1994), *The Western Canon, the Books and School of the Ages*, London: Papermac.
Bradbury, Malcolm và Palmer, David (biên tập) (1970), *Contemporary Criticism*, London: Edward Arnold.
Brannigan, John (1998), *New Historicism and Cultural Materialism*, New York: St Martin's Press.
Brooks, Peter (1993), *Body Work, Objects of Desire in Modern Narrative*, Cambridge: Havard University Press.
Bruss, Elizabeth W. (1982), *Beautiful Theories, the Spectacle of Discourse in Contemporary Criticism*, Baltimore: John Hopkins University Press.
Butler, Judith, Guillory, John và Thomas, Kendall (biên tập) (2000), *What's Left of Theory*, New York: Routledge.
Callus, Ivan và Herbrechter, Stefan (biên tập) (2004), *Post-Theory, Culture, Criticism*, New York: Rodopi.
Cao Tần (1987), *Thơ Cao Tần*, California: Văn Nghệ.
Carlin, Deborah (biên tập) (2004), *Queer Cultures,* New York: Prentice Hall.
Cassedy, Steven (1990), *Flight from Eden, The Origins of Modern Literary Criticism and Theory*, Berkeley: University of California Press.
Cixious, Hélène (1991), *Readings: The Poetics of Blanchot, Joyce, Kafka, Kleist, Lispector and Tsvetayva* (Verena Andermatt Conley dịch và biên tập), Minneapolis: University of Minnesota Press.
Clifford, James (1997), *Routes: Travel and Translation in the Late Twentieth Century*, Cambridge: Havard University Press.
Cohen, Jeffrey Jerome và Weiss, Gail (biên tập) (2003), *Thinking the Limits of the Body*, New York: State University of New York Press.
Compagnon, Antoine (2004), *Literature, Theory, and Common Sense* (Carol Cosman dịch từ tiếng Pháp), Princeton: Princeton University Press.
Craig, David (biên tập) (1975), *Marxists on Literature*, Harmondsworth: Penguin.

Culler, Jonathan (1975), *Structuralist Poetics: Structuralism, Linguistics, and the Study of Literature*, Ithaca: Cornell University Press.

-------------- (1981), *The Pursuit of Signs, Semiotics, Literature, Decontruction*, London: Routledge & Kegan Paul.

-------------- (1983), *On Deconstrucion, Theory and Criticism after Structuralism*, London: Routledge & Kegan Paul.

-------------- (1988), *Framing the Sign, Criticism and Its Institutions*, Norman: University of Oklahoma Press.

-------------- (1997), *Literary Theory, A Very Short Introduction*, Oxford: Oxford University Press.

Currie, Mark (1998), *Postmodern Narrative Theory*, Hampshire: MacMillan Press.

Đặng Thai Mai (1944), *Văn học khái luận*, Hà Nội: Tân Văn Hoá (Liên hiệp xuất bản cục tái bản tại Sài Gòn năm 1949).

Dasenbrock, Reed Way (biên tập) (1993), *Literary Theory After Davidson*, Pennsylvania: Pennsylvania State University Press.

Davis, Robert Con và Schleifey, Ronald (1998), *Contemporary Literary Criticism*, New York: Longman.

Derrida, Jacques (1976), *Of Grammatology* (G. C. Spivak dịch sang tiếng Anh), Baltimore: Johns Hopkins University Press.

-------------- (1978), *Writing and Difference* (Alan Bass dịch), Chicago: Univerisy of Chicago Press.

Dews, Peter (biên tập) (1999), *Habermas: a Critical Reader*, Oxford: Blackwell.

Đỗ Lai Thuý (biên tập) (2001), *Nghệ thuật như là thủ pháp: Lý thuyết chủ nghĩa Hình thức Nga*, Hà Nội: Nxb Hội Nhà Văn.

Đỗ Minh Tuấn (1996), *Ngày văn học lên ngôi*, Hà Nội: Nxb Văn Học.

Docherty, Thomas (1996), *After Theory*, Edinburgh: Edinburgh University Press.

Eagleton, Terry (1984), *The Function of Criticism, From The Spectator to Post-Structuralism*, London: Verso.

-------------- (1990), *The Significance of Theory*, Oxford: Basil Blackwell.

-------------- (1996), *Literary Theory, an Introduction* (2nd edition), Massachusetts: Blackwell Publishers.

-------------- (2003), *After Theory*, New York: Basic Books.

Eco, Umberto (1979), *The Role of the Reader: Explorations in the Semiotics of Texts*, Bloomington: Indiana University Press.

-------------- (1989), *The Open Work* (Anna Cancogni dịch), Cambridge: Havard University Press.

-------------- (1992), *Interpretation and Overinterpretation* (Stefan Collini biên tập), Cambridge: Cambridge University Press.

-------------- (1995), *Faith in Fakes: Travels in Hyperreality* (William Weaver dịch), London: Minerva.

Eliot, T.S. (biên tập & giới thiệu) (1954), *Literary Essays of Ezra Pound*, London: Faber and Faber.

Erlich, Victor (1981), *Russian Formalism: History – Doctrine*, New Haven: Yale University Press.

Fabre, Genevière và Beneshch, Klaus (biên tập) (2004), *African Disaporas in the New and Old Worlds: Consciousness and Imagination*, Amsterdam và New York: Rodopi.

Federman, Raymond (1993), *Critifiction: Postmodern Essays*, New York: State University of New York Press.

Felperin, Howard (1985), *Beyond Deconstruction: The Uses and Abuses of Literary Theory*. Oxford: Clarendon.

Ferrell, Robyn (1996), *Passion in Theory: Conceptions of Freud and Lacan*, London & New York: Routledge.

Foucault, Michel (1974), *The Archaeology of Knowledge*, London: Tavistock.

-------------- (1984), *The Care of the Self*, London: Penguin Books.

Freadman, Richard và Miller, Seumas (1992), *Re-thinking Theory*, Cambridge: Cambridge University Press.

Freund, Elizabeth (1987), *The Return of the Reader: Reader-response Criticism*, London: Methuen.

Galan, F.W. (1985), *Historic Structures: The Prague School Projects, 1928-1946*, Austin: University of Texas Press.

Gandhi, Leela (1998), *Postcolonial Theory: A Critical Introduction,* St Leonards (NSW, Australia): Allen & Unwin.

Genette, G. (1982), *Figures of Literary Discourse*, bản dịch tiếng Anh của Alan Sheridan, Oxford: Basil Blackwell.

Gillis, Stacy, Howie, Gillian và Munford, Rebecca (biên tập) (2004), *Third Wave Feminism: a Critical Exploration,* New York: Palgrave Macmillan.

Goldmann, Lucien (1964), *The Hidden God*, London: Routledge & Kegan Paul.

Goodheart, Eugene (1999), *Does Literary Studies Have a Future?* Madison: The University of Wisconsin Press.

Gorak, Jan (biên tập) (2001), *Canon vs. Culture, Reflections on the Current Debate*, New York: Garland.

Gutting, Gary (biên tập) (1994), *The Cambridge Companion to Foucault*, New York: Cambridge University Press.

Hannerz, U. (1992), *Cultural Complexity: Studies in the Social Organization of Meaning*, New York: Columbia University Press.

Harper, Phillip Brian (1994), *Framing the Margins: the Social Logic of Postmodern Culture*, Oxford: Oxford University Press.

Harry Blamires (1991), A *History of Literary Criticism,* London: Macmillan.

Hartman, Geoffrey H. (1981), *Saving the Text: Literature / Derrida / Philosophy*, Baltimore: The Johns Hopkins University Press.

Hawthorne J. (1994), *A Concise Glossary of Contemporary Literary Theory*, London: Edward Arnold.

Hemmings, F.W.J. (biên tập) (1974), *The Age of Realism*, Harmondsworth: Penguin.

Herman, Peter C. (biên tập) (2000), *Day Late, Dollar Short: the Next Generation and the New Academy*, Albany: State University of New York Press.

Herron, J., Hudson, D., Pudaloff, R. và Strozier, R. (biên tập) (1996), *The Ends of Theory*, Michigan: Wayne State University Press.

Hoài Thanh & Hoài Chân (1967), *Thi nhân Việt Nam*, Sài Gòn: Thiều Quang (tái bản).
Hoài Thanh (1999), *Toàn tập*, 4 tập, (Từ Sơn sưu tập), Hà Nội: nxb Văn Học.
Hoàng Ngọc Hiến (1999), *Văn học và học văn*, Hà Nội: Nxb Văn Học.
Hoàng Ngọc-Tuấn (2002), *Văn học hiện đại và hậu hiện đại qua thực tiễn sáng tác và góc nhìn lý thuyết*, California: Văn Nghệ.
Hoffmann, Gerhard (2005), *From Modernism to Postmodernism: Concepts and Strategies of Postmodern American Fiction*, Amsterdam & New York: Rodopi.
Hogan, Patrick Colm (2000), *Philosophical Approaches to the Study of Literature*, Gainesville: University Press of Florida.
Holub, Robert C (1984), *Reception Theory: A Critical Introduction*, London: Routledge.
Hue-Tam Ho Tai (2001), *The Country of Memory, Remarking the Past in Late Socialist Vietnam*, Berkeley: University of California Press.
Jacobson, Roman (1987), *Language in Literature* (Krystyna Pomorska & Stephen Rudy biên tập), Cambridge: The Belknap Press of Havard University Press.
Jameson, Fredric (1991), *Postmodernism or the Cultural Logic of Late Capitalism*, Durham: Duke University Press.
Jancovich, Mark (1993), *The Cultural Politics of the New Criticism*, Cambridge: Cambridge University Press.
Jefferson, Ann và Robey, David (biên tập) (1982), *Modern Literay Theory: A Comparative Introduction*, London: Batsford.
Jenner, W.J.F. (1992), *The Tyranny of History: the Roots of China's Crisis*, London: Allen Lane.
Johnson, Barbara (1987), *A World of Difference*, Baltimore: The Johns Hopkins University Press.
Kavanagh, Thomas M. (biên tập) (1989), *The Limits of Theory*, Stanford: Stanford University Press.
Kermode, F. (biên tập và giới thiệu) (1975), *Selected Prose of T.S. Eliot*, London: Faber & Faber.

Kernan, Alvin (1990), *The Death of Literature,* New Haven: Yale University Press.
Kolbas, E. Dean (2001), *Critical Theory and the Literary Canon*, Boulder: Westview.
Krieger, Murray (1981), *Theory of Criticism, a Tradition and Its System*, Baltimore: Johns Hopkins University Press.
-------------- (1994), *The Institution of Theory*, Baltimore: The Johns Hopkins University Press.
Kristeva, Julia (1980), *Desire in Language: a Semeotic Approach to Literature and Art* (Leon S. Roudiez biên tập), Oxford: Basil Blackwell.
-------------- (1991), *Strangers to Ourselves*, Leon S. Roudiez dịch từ tiếng Pháp, New York: Columbia University Press.
Kundera, Milan (1998), *Nghệ thuật tiểu thuyết*, Nguyên Ngọc dịch, Nxb Đà Nẵng.
Lại Nguyên Ân & Đoàn Tử Huyến (biên soạn) (2003), *Văn học hậu hiện đại thế giới: Những vấn đề lý thuyết*, Hà Nội: Nxb Hội nhà văn & Trung tâm Văn hoá Ngôn ngữ Đông Tây.
Landow, George P. (1992), *Hypertext: The Convergence of Contemporary Critical Theory and Technology*, Baltimore: The Johns Hopkins University Press.
Lê Ngọc Trà (1990), *Lý luận và văn học*, Thành phố HCM: Nxb Trẻ.
Leavis, F.R. (1948), *The Great Tradition*, Middlesex: Penguin Books.
Leitch, Vincent B. (1988), *American Literary Criticism from the Thirties to the Eighties*, New York: Columbia University Press.
Lemon, Lee T. và Reis, Marion J. (dịch và giới thiệu) (1965), *Russian Formalist Criticism: Four Essays,* Lincoln: Nebraska University Press.
Lentricchia, Frank và McLaughlin, Thomas (biên tập) (1990), *Critical Terms for Literary Study*, Chicago: The University of Chicago Press.
Linda Lê, "Văn chương vô xứ", Đào Trung Đạo dịch từ bản tiếng Pháp, *Văn* số 97 & 98 (1 & 2.2005).
Lodge, David (biên tập) (1972), *20th Century Literary Criticism, a Reader*, London: Longman.

-------------- (biên tập) (1988), *Modern Criticism and Theory, a Reader*, London: Longman.

Lucy, Niall (biên tập) (1997), *Postmodern Literary Theory, an Anthology*, Oxford: Blackwell Publishers

Lukács, Georg (1963), *The Meaning of Contemporary Realism*, London: Merlin Press.

Lyotard, Jean-Francois (1984), *The Postmodern Condition*, Minneapolis: University of Minnesota Press.

Mã Giang Lân (2000), *Quá trình hiện đại hoá văn học Việt Nam 1900-1945*, Hà Nội: Nxb Văn hoá Thông tin.

Macherey, Pierre (1978), *A Theory of Literary Production* (G. Wall dịch), London: Routledge.

MacLachlan, Gale và Reid, Ian (1994), *Framing and Interpretation*, Melbourne: Melbourne University Press.

Marx và Engels (1978), *On Literature and Art*, Moscow: Progress Publishers.

Matejka, Ladislav và Pomorska, Krystyna (biên tập) (2002), *Readings in Russian Poetics: Formalist and Structuralist Views*, Cambridge: MIT Press.

McHale, Brian (1987), *Postmodernist Fictions*, New York: Methuen.

McQuillan, Martin, Macdonald, Graeme, Purves, Robin và Thomson, Stephen (biên tập) (1999), *Post-Theory, New Directions in Criticism*, Edinburgh: University of Edinburgh Press.

Mohanty, Chandra Talpade (2003), *Feminism Without Borders: Decolonizing Theory, Practicing Solidarity*, Durham: Duke University Press.

Newton, K.M. (biên tập và giới thiệu) (1988), *Twentieth-Century Literary Theory, A Reader*, New York: St. Martin's Press.

Nguyễn Bá Thành (1996), *Tư duy thơ và tư duy thơ hiện đại Việt Nam*, Hà Nội: Nxb Văn Học.

Nguyễn Bá Trạc (1993), *Chuyện của một người di cư nhức đầu vừa phải*, California: Văn Nghệ.

Nguyễn Đăng Mạnh (1996), *Con đường đi vào thế giới nghệ thuật của nhà văn*, Hà Nội: Nxb Giáo Dục.

Nguyễn Mộng Giác, "Nghĩ về một số nhà văn nữ hải ngoại hiện nay", tạp chí *Văn Học* (California) số 2, tháng 3. 1986.

Nguyễn Thị Thanh Xuân (Nguyễn Hương Tâm) (2004), *Phê bình văn học Việt Nam nửa đầu thế kỷ 20 (1900-1945)*, Tp HCM: Nxb Đại học Quốc gia TP HCM.

Nguyễn Tuân (1981), *Tuyển tập Nguyễn Tuân* (tập 1), Nguyễn Đăng Mạnh sưu tầm, tuyển chọn và giới thiệu, Hà Nội: Văn Học.

Nguyễn Văn Trung (1968), *Ngôn ngữ và Thân xác*, Sài Gòn: Trình Bày.

-------------- (1989), *Chữ, Văn quốc ngữ thời kỳ đầu Pháp thuộc*, California: Xuân Thu (tái bản).

Nhất Linh (1960), *Viết và đọc tiểu thuyết*; in lại trong Vương Trí Nhàn (sưu tầm) (1996), *Khảo về tiểu thuyết*, Hà Nội: Nxb Hội nhà văn.

Norris, Christopher (1986), *Deconstruction: Theory and Practice*, London: Routledge.

O'Donnell, Patrick và Davis, Robert Con (biên tập) (1989), *Intertextuality and Contemporary American Fiction*, Baltimore: The Johns Hopkins University Press.

Oliver, Kelly và Walsh, Lisa (biên tập) (2004), *Contemporary French Feminism*, Oxford: Oxford University Press.

Or, Mary (2003), *Intertextuality: Debates and Contexts*, Cambridge: Polity.

Parkin-Gounelas, Ruth (2001), *Literature and Analysis: Intertextual Readings*, New York: Palgrave.

Patnaik, Jitendra Narayan (1982), *The Aesthetics of New Criticism*, New Delhi: Intellectual.

Payne, Michael và Schad, John (biên tập) (2003), *Life after Theory*, New York & London: Continuum Publishing.

Petersen, Alan (1998), *Unmasking the Masculine: "Men" and "Identity" in a Sceptical Age*, London: Sage Publications.

Phạm Thị Hoài (1995), *Thiên Sứ*, Hà Nội: Nxb Hội Nhà Văn (xuất bản lần đầu năm 1988.)

Phan Cự Đệ (1990), *Tự Lực văn đoàn, con người và văn chương*, Hà Nội: nxb Văn Học.

Phan Ngọc (1998), *Bản sắc văn hoá Việt Nam*, Hà Nội: nxb Văn hoá Thông tin.

Phong Lê (2003), *Văn học Việt Nam hiện đại, lịch sử và lý luận*, Hà Nội: Nxb Khoa học xã hội.

-------------- (chủ biên) (1995), *Cách mạng kháng chiến và đời sống văn học, 1945-1954*, Hà Nội: nxb Khoa Học Xã hội.

Phương Lựu (1999), *Mười trường phái lý luận phê bình văn học phương Tây đương đại*, Hà Nội: Nxb Giáo Dục.

-------------- (2001), *Lý luận phê bình văn học phương Tây thế kỷ 20*, Hà Nội: Nxb Văn Học & Trung tâm Văn hoá Ngôn ngữ Đông Tây.

Rabinow, Paul (biên tập) (1984), *The Foucault Reader*, London: Penguin.

Riffaterre, Michael (1978), *Simiotics of Poetry*, Bloomington: Indiana University Press.

Rivkin, Julie và Ryan, Michael (biên tập) (1998), *Literary Theory: An Anthology*, Oxford: Blackwell.

Russell, D.A. và Winterbottom, M. (biên tập) (1989), *Classical Literary Criticism*, Oxford: Oxford University Press.

Ruthven, K. K. (1979), *Critical Assumptions*, Cambridge: Cambridge University Press.

Ryan, Kiernan (biên tập) (1996), *New Historicism and Cultural Materialism, a Reader,* New York: Oxford University Press.

Rylance, Rick (biên tập) (1987), *Debating Texts: A Reader in Ttwentieth-Century Literary Theory and Method*, Milton: Open University Press.

Sadoff, Dianne F. và Cain, William E. (biên tập) (1994), *Teaching Contemporary Theory to Undergraduates*, New York: The Modern Language Association of America.

Said, Edward W. (1979), *Orientalism*, New York: Vintage.

-------------- (1993), *Culture and Imperialism*, London: Vintage.

Sarup, Madan (1993), *An Introductory Guide to Post-Structuralism and Postmodernism*, New York: Harvester Wheatsheaf.

Sauerberg, Lars Ole (1997), *Versions of the Past – Versions of the Future*, London: Macmillan Press.

Saul, Jennifer (2003), *Feminism: Issues & Arguments:* Oxford: Oxford University Press.

Saussy, Haun (biên tập) (2006), *Comparative Literature in an Age of Globalization*, Baltimore: The Johns Hopkins University Press.

Scholes, Robert (1974), *Structuralism in Literature, an Introduction*, New Haven: Yale University Press.

Scruton, Roger (1998), *An Intelligent Person's Guide to Modern Culture,* London: Duckworth.

Simon, Irène (biên tập) (1971), *Neo-classical criticism, 1660-1800*, London: Edward Arnold.

Small, Helen và Tate, Trudi (biên tập) (2003), *Literature, Science, Psychoanalysis, 1830-1970: Essays in Honour of Gillian Beer*, Oxford: Oxford University Press.

Spurlin, William J và Fischer, Michael (biên tập) (1995), *The New Criticism and Contemporary Literary Theory: Connections and Continuities*, New York: Garland.

Sullivan, Nikki (2003), *A Critical Introduction to Queer Theory*, Edinburgh: Edinburgh University Press.

Tạp chí *Việt* số 7 (xuất bản tại Melbourne) ra đầu năm 2001 chuyên đề về chủ nghĩa hậu hiện đại và văn học Việt Nam (có thể đọc trên http://tienve.org).

Tate, A. (1968) *Essays of Four Decades*, Chicago: Swallow Press.

Thody, Philip (1996), *Twentieth-Century Literature: Critical Issues and Themes*, Hampshire: Macmillan Press.

Todorov, Tzvetan (1981), *Introduction to Poetics* (Richard Howard dịch sang tiếng Anh), Brighton: Harvester Press.

Tompkins, Jane P. (biên tập) (1980), *Reader-Response Criticism: From Formalism to Post-Structuralism*, Baltimore: The Johns Hopkins University Press.

Trịnh Bá Dĩnh (giới thiệu và dịch) (2002), *Chủ nghĩa cấu trúc và văn học,* Hà Nội: nxb Văn Học & Trung tâm Nghiên cứu Quốc học.

Trương Đăng Dung (1998), *Từ văn bản đến tác phẩm văn học*, Hà Nội: Nxb Khoa học xã hội.

-------------- (2004), *Tác phẩm văn học như là quá trình*, Hà Nội: Nxb Khoa Học Xã Hội.

Veeser, H. Aram (biên tập) (1989), *The New Historicism* London: Routledge.

Vertovec, Steven, "Three meanings of 'diaspora', exemplified among South Asian religions", *Diaspora* số 7, 1999. Đọc trên trang mạng www.transcomm.ox.ac.uk/working%20papers/diaspora.pdf ngày 24.7.2006.

Võ Phiến (1986), *Tuỳ Bút* 1, California: Văn Nghệ.

------------(1989), *Tạp bút*, California: Văn Nghệ.

Vũ Ngọc Phan (1987), *Những năm tháng ấy*, Hà Nội: nxb Văn Học.

Warhol, Robyn R. và Herndl, Diane Price (biên tập), *Feminism, an Anthology of Literary Theory and Criticism*, Houndmills: Macmillan Press.

Webster, Roger (1990), *Studying Literary Theory, an Introduction*, London: Edward Arnold.

Weeks, Jeffrey và Holland, Janet biên tập (1996), *Sexual Cultures, Communities, Values and Intimacy*, New York: St. Martin's Press.

Wellek, René (1965), *A History of Modern Criticism 1750-1950*, tập 3, London: Jonathan Cape.

-------------- (1965), *A History of Modern Criticism 1750-1950*, tập 4, Cambridge: Cambridge University Press.

-------------- (1981), *A History of Modern Criticism 1750-1950*, tập 1, Cambridge: Cambridge University Press.

-------------- (1992), *A History of Modern Criticism: 1750-1950*, tập 8: French, Italian and Spanish Criticism, 1900-1950, New Haven: Yale University Press.

Williams, Raymond (1977), *Marxism and Literature*, Oxford: Oxford University Press.

Williams, Raymond (1983), *Keywords, A Vocabulary of Culture and Society*, London: Fontana Press.

Wimsatt, W. K. (1954), *The Verbal Icon*, London: Methuen & Co Ltd.

Wolfreys, Julian (biên tập) (2002), *Introducing Criticism at the 21st Century*, Edinburgh: Edinburgh University Press.

Worton, Michael và Still, Judith (biên tập) (1990), *Intertextuality: Theories and Practices*, Manchester: Manchester University Press.

Wright, Elizabeth (1998), *Psychoanalytic Criticism, a Reappraisal*, Cambridge: Polity Press.

Xuân Diệu (1998), *Các nhà thơ cổ điển Việt Nam* (bản in lần thứ ba), Hà Nội: nxb Văn Học.

Young, Robert J. C. (2003), *Postcolonialism, a Very Short Introduction*, Oxford: Oxford University Press.

Bảng tra cứu

"đọc gần", 27, 204, 299
"quốc-hội-những-người-cầm-bút", 107
Achebe, Chinua, 329
Adorno, Theodor, 31, 307, 309, 335
Agathon, 134
Allen, Graham, 205-7
Althusser, Louis, 309-11
ấn tượng chủ nghĩa, 76, 104
Anderson, Benedict, 147, 237
Đặng Đình Hưng, 74
Đặng Thai Mai, 52, 110-2, 338
Đào Vũ, 125
Arac, Jonathan, 94, 277
Aristotle, 30, 63, 70, 85, 90, 104, 112, 115, 134, 213, 216, 309
Arnold, Matthew, 90, 98
Artemidorus, 191-2
Atkins, G. Douglas, 23, 107, 335
Auerbach, Erich, 66-7
Austen, Jane, 86
Bachelard, Gaston, 232
Baker, Stephen, 66-7, 335
Bakhtin, Mikhail, 95-6, 206-7, 209, 224, 292, 304, 307
Balzac, Honoré de, 62, 95
Bằng Giang, 173, 335
Bảo Ninh, 74
Barker, Pat, 96
Barth, John, 268, 277
Barthelme, Donald, 96, 277

Barthes, Roland, 38, 82, 95-6, 107, 129, 196-7, 210-1, 213-4, 215, 270, 284, 288, 300-1, 305-6, 336
Baudelaire, Charles, 301
Baudrillard, Jean, 37, 64-5, 270-1, 336
Baumlin, James S., 99
Beardsley, Monroe, 203-4, 296-7, 312
Beauvoir, Simone de, 194, 320
Belinsky, Vissarion, 96
Belsey, Catherine, 63, 138, 336
Benjamin, Walter, 192, 307
Bernardi, Bernardo, 146, 336
Bertens, Hans, 65, 274-7, 285, 336
Best, Steven, 266, 336
Bhabha, Homi, 330
Bích Khê, 280
Binglong, Zhu, 278
Blach, Antonio, 257
Blackmur, R.P., 204, 296
Bleich, David, 315
Bloom, Harold, 86, 99, 107, 117, 124, 204-5, 210, 319, 336
Bogatyrev, Petr, 292
Boileau, 26
Bolter, Jay David, 222
Bradbury, Malcolm, 98, 104, 201, 337
Brook, Cleanth, 296

Brooks, Cleanth, 99, 193, 204, 296, 298, 337
Bruss, Elizabeth, 105, 337
Bruss, Elizabeth W., 29, 30, 105
Bùi Công Trừng, 111
Bùi Hoằng Vị, 74
Bùi Viện, 249
Burke, Kenneth, 204
Butler, Judith, 36, 134, 322, 337
Butler, Samuell, 134
cái thế vì, 56
Calin, William, 119
Calivino, Italo, 268
Callus, Ivan, 36-7
Calvino, Italo, 277
Cao Bá Quát, 19, 20, 124, 250
Cao Tần, 245, 337
Cao Xuân Huy, 245
Carter, David, 73, 272
Cassedy, Steven, 98
Castelvetro, 26
cấu trúc luận, 28, 52-4, 66, 79, 92, 96, 99, 102, 138, 194, 201-2, 209, 218, 291, 293, 296, 298-9, 30-6, 308-9, 311, 317, 322-3, 325, 330
Cervantes, Miguel de, 115, 224
Chapman, John Watkins, 266
Chaucer, Geoffrey, 115
Chế Lan Viên, 17, 86, 150, 259-61
Chirac, Jacques, 44
chống-lý-thuyết, 16
chủ nghĩa duy hình tượng, 63

chủ nghĩa hiện thực, 20, 61, 67-8, 294, 330
chủ nghĩa hiện thực xã hội chủ nghĩa, 59, 63, 140, 176, 307
chủ nghĩa phản trí thức, 17, 46
chủ nghĩa tân cổ điển, 26-7, 39, 104, 111-2, 137, 216
Chu Đôn Di, 216
chú giải học, 53, 82, 200, 311, 313
chủ nghĩa ấn tượng, 102, 204, 312
chủ nghĩa cổ điển, 106
chủ nghĩa đa- đa, 28
chủ nghĩa đa-đa, 27, 63, 131, 180
chủ nghĩa duy hình tượng, 28
chủ nghĩa duy vật văn hoá, 333
chủ nghĩa hậu hiện đại, 54, 65, 182, 222
chủ nghĩa hiện đại, 63, 65-6, 113, 130-1, 137, 177, 222, 253
chủ nghĩa hiện thực, 20-1, 27, 39, 45, 60-3, 65-7, 69, 102, 106, 112, 140, 330
chủ nghĩa hiện thực (xã hội chủ nghĩa), 67
chủ nghĩa hiện thực biểu hiện, 63
chủ nghĩa hiện thực thần kỳ, 63
chủ nghĩa lãng mạn, 21, 27, 39, 63, 68, 102, 106, 217, 219
chủ nghĩa nữ quyền duy vật, 323

chủ nghĩa siêu thực, 27-8
chủ nghĩa tầm thường, 17
chủ nghĩa thực chứng, 102, 296
chủ nghĩa thực dân, 230, 280-1, 327, 329
chủ nghĩa tượng trưng, 27
chủ nghĩa vị lai, 28, 63, 131
Chu Văn, 125
Cixous, Hélène, 322
Clifford, James, 230-1, 337
Coetzee, John M., 275
Coleridge, Samuel Taylor, 89
cộng đồng diễn dịch, 315
cộng đồng tưởng tượng, 147, 237, 240-1
cộng hoà văn học, 56, 108, 130
Connor, Steven, 257
Conrad, Joseph, 86
Coover, Robert, 221
Cortázar, Julio, 275
Croce, Benedetto, 92
Culler, Jonathan, 30, 36, 43-4, 46, 50-1, 55, 93-4, 194, 302, 315
đa-đa, 262, 265
đại lý thuyết, 36, 54
đại tự sự, 54, 56, 66, 253
đại-lý thuyết, 57
Đặng Đình Hưng, 280
Đặng Tiến, 243, 364
Dasenbrock, Reed Way, 30, 338
Deleuze, Gilles, 319
Dentith, Simon, 206
Derrida, Jacques, 30, 82, 96, 107, 284, 305-6, 319, 338, 340
Descartes, René, 269

điển cố, 20, 211-2
diễn ngôn thiểu số, 54, 231
điển phạm hoá, 83, 85, 87, 119, 124
Đỗ Kh., 74, 243, 247
Đỗ Phủ, 85
Đoàn Thị Điểm, 86
Đoàn Tử Huyến, 258, 341
Dostoevsky, Fyodor, 207
Dostoievsky, Fyodor, 95
Drucker, Peter, 266
Dryden, John, 26, 104, 216
Duchamp, Marcel, 180, 225, 263-5
Dương Khuê, 124, 135
Dương Tường, 71, 280
Duras, Marguerite, 329
duy bản luận, 41
duy dương vật, 190, 194, 320, 322
duy mỹ, 126
duy sử, 53, 79, 113, 291, 330-2
duy vật văn hoá, 79, 291, 330, 332
Eagleton, Terry, 17, 36, 53, 98, 101, 307, 310
Echenique, Alfredo Bryce, 275
Eco, Umberto, 38, 51, 268, 284, 338
Eikhenbaum, Boris, 292
Eliot, George, 86
Eliot, T.S., 89-90, 104, 137
Engels, Friedrich, 61-2, 70, 307-9, 311, 342
Euripides, 115
Fanon, Frantz, 330
Farah, Nuruddin, 275
Felperin, Howard, 118, 339

Fenzhen, Wang, 277
Fiedler, Leslie, 266, 288
Fielding, Henry, 19
Fish, Stanley, 81, 315
Fokkema, Douwe, 274-7, 285, 336
Foucault, Michel, 29, 51, 96, 138, 140, 148, 186, 192, 209, 304, 306, 325, 330, 332, 335
Freud, Sigmund, 30, 51, 70, 99, 186, 191, 194, 315, 317-9, 321, 339
Frye, Northrop, 319
Fuentes, Carlos, 69, 275
Fussell, Paul, 152
Gadamer, Hans-Georg, 30, 314
Gasset, José Ortega y, 166
Genette, Gérald, 202, 209, 302, 339
giải cấu trúc, 28, 79, 99, 102, 218, 303, 306
giải-điển phạm, 119
Giễu nhại, 223
giới tính học, 54, 324
Godzich, Wlad, 24
Goethe, Johann Wolfgang von, 115
Goldberg, Jonathan, 330
Goldmann, Lucien, 307, 311, 339
Gorak, Jan, 106, 116-7
Gordimer, Nadine, 329
Graff, Gerald, 42
Gramsci, Antonio, 332
Greenblatt, Stephen, 330
Guattari, Félix, 319
Hà Thúc Sinh, 245
Hà Xuân Trường, 176

Hải Khách, 111
Hải Thanh, 111
Hải Triều, 15, 111
Hall, Stuart, 333, 337
Hàn Dũ, 216
Hàn Mặc Tử, 273, 280
Hartman, Geoffrey, 107, 307, 340
Hassan, Ihab, 264, 277
hậu cấu trúc luận, 28, 52-4, 79, 96, 102, 218, 303-5, 311, 317, 330
hậu cộng sản, 280, 282
hậu hiện đại, 31, 53, 54, 65-7, 96, 113, 130, 138-9, 142, 166, 182, 222, 244, 247, 253-4, 258, 319, 322, 340-1
hậu lãng mạn, 99
hậu thực dân, 28, 53-4, 66, 79, 96, 113-4, 138, 231, 250, 291, 326-9
hậu-lý thuyết, 36-8, 56
Hawthorne, J., 253, 340
Hegel, G.W.F., 284
Hegel, Georg Wilhelm Friedrich, 30, 308
Heidegger, Martin, 30
Hemmings, F.W.J., 19, 62, 340
Herbrechter, Stefan, 36-7
hiện sinh, 92
hiện tượng luận, 92, 185, 311-4
Hình thức luận, 27, 53, 79, 96, 102, 107, 201-2, 217, 291-9, 301, 308, 311
Hirsch, E.D., 313-4
Hồ Biểu Chánh, 122, 125
Hồ Trường An, 245
Hồ Xanh, 111

Hồ Xuân Hương, 86, 120, 198
Hoài Thanh, 15-6, 74-6, 86, 87, 111, 340
Hoàng Hưng, 74
Hoàng Khởi Phong, 245
Hoàng Ngọc Phách, 135
Hoàng Ngọc-Tuấn, 9, 161, 244, 257-8, 265, 340
Hoàng Tích Chu, 259, 265
Hoàng Trung Thông, 125, 149
Hoggart, Richard, 333
hồi âm của người đọc, 217
Holland, Norman, 81, 186, 315, 319, 346
Holmes, Leslie, 282
Hoover, Paul, 257
Horace, 90, 110, 213, 216
Hough, Graham, 98, 100
Howe, Irving, 266
Hue-Tam Ho Tai, 134, 340
Hume, David, 30
Husserl, Edmund, 185, 313
Hutcheon, Linda, 223, 277
Huy Cận, 86
Huy Thông, 86
Huỳnh Thúc Kháng, 121, 124, 135
Huỳnh Tịnh Của, 172
Huyssen, Andrea, 286
Ingarden, Roman, 312-3
Iser, Wolfgang, 81, 312-3
Jakobson, Roman, 96, 151, 292-3, 300-2, 316
James, Henry, 86, 90
Jameson, Frederic, 67
Jameson, Fredric, 270, 277, 307, 311, 341
Jarrel, Randall, 266
Jauss, Hans Robert, 81, 314

Jefferson, Ann, 53, 301
Jelloun, Tahar Ben, 275
Johnson, Barbara, 82, 94, 307, 322
Johnson, Mark, 185
Johnson, Samuel, 26, 104, 216
Jonson, Ben, 26, 89
Joyce, James, 96, 115, 284, 337
Jung, Carl, 319
Kafka, Franz, 63
Kant, Immanual, 284
Kant, Immanuel, 30, 61
Kavanagh, Thomas M., 25, 29, 32, 341
Keats, John, 104, 137
Kellner, Douglas, 266, 336
Kenedy, George A., 116
Khatibi, Abdelkebir, 275
Khổng Tử, 21, 70, 84-5, 90, 170, 216
khu biệt hoá, 64, 270
Khuất Nguyên, 85
kiến tạo luận, 324
Kiệt Tấn, 245
Kim Thánh Thán, 85, 96
Kincaid, Jamiaca, 329
Kolbas, E. Dean, 115, 341
Krieger, Murray, 22, 29, 42
Kristeva, Julia, 206-10, 213, 249, 319
Kundera, Milan, 69, 341
ký hiệu học, 51, 53, 92, 301, 315
ký ức tập thể, 131, 154, 229, 239, 242, 246
ký ức văn hoá, 154, 237
lạ hoá, 56, 202, 294-5, 298

Lacan, Jacques, 29, 138, 186, 192-3, 306, 316
Lại Nguyên Ân, 258, 341
Lan Khai, 111, 261
lãng mạn chủ nghĩa, 21, 87, 98, 104, 119, 136, 216, 224, 294
Lash, Scott, 65, 167, 270
Lauretis, Teresa de, 324
Lê Anh Hoài, 71
Lê Anh Xuân, 150
Lê Đạt, 74
Lê Đạt, 280
Lê Ngọc Trà, 63, 341
Lê Tràng Kiều, 111
Lê Đức Thọ, 125
Lê Văn Tài, 9
Lê, Linda, 244, 342
Leavis, F.R., 86, 91
Leitch, Vincent B., 95, 342
Lenin, 307-9, 311
Lentricchia, Frank, 82, 99, 342
Levi-Strauss, Claude, 51, 193, 293, 300-2, 304
lịch sử văn học, 15, 27, 29, 32-3, 35, 70, 85, 89, 97, 116, 125, 179, 218, 295, 319
liên văn bản, 7, 42-3, 56, 66, 79, 83, 103, 199, 205, 208-15, 218-9, 222, 225, 227, 311
Llosa, Mario Vargas, 275
Lodge, David, 54, 89, 93-4
Longinus, 90, 98, 213, 216
Lowell, Robert, 266
Lucy, Niall, 270, 342
Lukacs, Georg, 307, 309
Lukács, Georg, 66

Lutarch, 115
Lưu Hiệp, 104
Lưu Trọng Lư, 86, 111
Lý Bạch, 124
lý thuyết gia, 24, 28, 30-1, 38, 51, 54, 65-7, 81, 106, 112-4, 137, 205, 209, 213, 303, 309-12, 326-7
lý thuyết phê phán, 105
lý thuyết thể loại, 18, 21
lý-luận-phi-lịch-sử, 49
lý-luận-phi-lý-thuyết, 16, 49
Lyotard, Jean-Francois, 51, 66-7, 264, 270, 277, 342
lý-thuyết-phi-lý-luận, 46
Macherey, Pierre, 307, 310-1, 342
MacIntyre, Alasdair, 185
MacLachlan, Gale, 23, 342
Mai Thảo, 239
Mallarmé, Stephane, 180
Man, Paul de, 99, 307
Mao Trạch Đông, 175
Maquet, Jacques, 284
Márquez, Gabriel Garcia, 268
Marx, Karl, 62, 70, 308-10, 342
Merleau-Ponty, Maurice, 185
Michaels, Walter Benn, 330
Miller, J. Hillis, 307, 339
Minh Mạng, 124
Minturno, 26
Mitchell, W.J.T., 31, 73, 271-2
Mở Miệng, 252
Montrose, Louis, 330-1
Morrow, Laura, 23, 107, 335
Mudimbe, V.Y., 275
Mukarovsky, Jan, 293
Munehiro, Nohire, 261
mỹ học của sự bất toàn, 198

mỹ học về bạo động, 146
Naipaul, V.S., 329
Naumann, Francis M., 265
Ngal, M. a M., 275
nghệ thuật vị nghệ thuật, 15, 27, 111
nghệ thuật vị nhân sinh, 15, 27, 111
nghệ thuật ý niệm, 224
nghiên cứu văn học, 16, 23, 27, 29-30, 43, 51, 89, 93, 98, 119, 176, 207, 214, 218, 236, 293-6, 298-9, 301, 303, 306, 331
Ngô Nguyên Dũng, 245
Ngô Đức Kế, 124, 135
Nguyễn Bá Trạc, 239, 343
Nguyễn Bao, 261
Nguyễn Bính, 86
Nguyễn Bình Phương, 74
Nguyễn Chánh Sắt, 122
Nguyễn Công Trứ, 20, 124, 135
Nguyễn Đình Thi, 151
Nguyễn Du, 20, 86, 123, 126, 198
Nguyễn Hiến Lê, 85
Nguyễn Hoàng Văn, 9, 194
Nguyễn Hương, 252-3, 343
Nguyễn Huy Thiệp, 19, 68, 71, 74
Nguyễn Huy Tự, 19
Nguyễn Đình Chiểu, 135
Nguyễn Minh Quân, 67, 257
Nguyễn Mộng Giác, 158-9, 239, 241, 245, 343
Nguyễn Ngọc, 69, 71, 197, 336, 341
Nguyễn Nhược Pháp, 86
Nguyễn Quang Thiều, 74

Nguyễn Quốc Chánh, 74, 251
Nguyễn Tấn Hưng, 245
Nguyễn Thị Ngọc Nhung, 257
Nguyễn Thiện, 19
Nguyễn Thiện Kế, 195
Nguyễn Trãi, 18, 86, 124, 165
Nguyễn Triệu Luật, 261
Nguyễn Trường Tộ, 249
Nguyễn Tuân, 150, 343
Nguyễn Văn Ba, 245
Nguyễn Văn Trung, 188, 191, 242-3
Nguyễn Văn Vĩnh, 125
Nguyễn Viện, 74, 252
Nguyễn Vỹ, 260, 265
Nguyễn Xuân Thu, 9
Nhân Văn Giai Phẩm, 132
Nhất Linh, 110-2, 343
Nietzsche, Friedrich, 30, 138
Ning, Wang, 277
nữ quyền luận, 28, 53-4, 96, 113, 119, 138, 196, 319-22, 324
Đỗ Phủ, 124
O'Brien, Tim, 160
Đoàn Như Khuê, 135
Đoàn Thị Điểm, 120
Okri, Ben, 275
Ondaatje, Michael, 275, 329
Đông Hồ, 135
Oníz, Frederico de, 266
Oribe, Furuta, 198
Palmer, David, 98, 104, 201, 337
Pannwitz, Rodolf, 266
Payne, Michael, 36-7, 343
Phạm Công Thiện, 243
Phạm Phú Thứ, 249
Phạm Quỳnh, 122-3, 125-6, 173, 242

Phạm Thị Hoài, 68, 72, 74, 344
Phạm Tiến Duật, 150
Phạm Xuân Nguyên, 71
Phan Đan, 74
Phan Bội Châu, 121, 135
Phan Châu Trinh, 121, 135
Phan Đan, 251
phản lý thuyết, 32, 46
Phan Ngọc, 170, 344
phân tâm học, 27, 29, 51, 53-4, 92, 138, 191, 210, 217, 295, 308, 311, 315, 317-8, 321, 323
Phan Tấn Hải, 257
Phan Thanh Giản, 249
Phan Thị Vàng Anh, 74
Phan Văn Hùm, 15, 111
Phan Võ, 170
phản yếu tính luận, 225
phản-lý thuyết, 32, 35, 91
phản-văn học, 151
phê bình báo chí, 82
phê bình học thuật, 82
phê bình lý thuyết, 82
Phê Bình Mới, 24, 27, 53, 79, 91-2, 96, 98, 102, 164, 217, 291, 293, 296-9, 301, 308, 311, 319, 323
phê bình nữ quyền, 322
phê bình phê bình, 105
phê bình thực hành, 28, 75, 82, 91, 299, 302
phi tâm hoá, 113, 269, 272, 288
phi tuyến tính, 56, 221
phi-yếu tính luận, 231
Phương Lựu, 257, 344
Plato, 30, 98, 112, 115, 140, 213, 216, 220, 309

Pope, Alexander, 104
Pound, Ezra, 89-90, 339
Pratt, Annis, 322
Propp, Vladimir, 302
Proust, Marcel, 90, 115, 284
Puig, Manuel, 275
Pynchon, Thomas, 268, 277
quy phạm hoá, 84-5, 87-8, 92, 100, 103-5
Ransom, John Crowe, 91, 296
Ray, Man, 263
Reagan, Ronald, 158
Reid, Ian, 23, 342
Reid, Thomas, 61
Richards, I.A., 91, 204, 296-7
Richardson, Samuel, 19
Riffaterre, Michael, 210, 315, 344
Rimbaud, Arthur, 137
Robbe-Grillet, Alain, 95, 284
Robey, David, 53, 301
Robinson, Lillian S., 323
Rorty, Richard, 30, 94
Rosenberg, Bernard, 266
Rosenblatt, Louise, 81
Rousseau, Jean-Jacques, 129
Rushdie, Salman, 253, 329
Ruskin, John, 96
Ruthven, K.K., 129, 137, 344
Safran, William, 229, 237, 239
Said, Edward W., 38, 96, 215, 326-7, 330, 344
Saint-Beuve, 96
Sáng Tạo, 132
Sartre, Jean-Paul, 30, 70, 90
Saussure, Ferdinand de, 30, 51, 64, 202, 206, 300, 306, 317
Scaliger, 26

Schad, John, 36-7
Schelling, Friedrich Wilhelm Joseph von, 61
Schwitters, Kurt, 263
Selden, Raman, 53
Senghor, Leopold, 329
Shakespeare, William, 86, 115, 124, 332
Shelley, Percy Bysshe, 104
Shklovsky, Viktor, 96, 292
Showalter, Elaine, 323
siêu hư cấu, 223
siêu phê bình, 105
siêu tự sự, 36, 66, 113, 254
siêu văn bản, 210
siêu-lý thuyết, 32
siêu-ngôn ngữ, 306
siêu-phê hình, 47
siêu-tự sự, 31, 159
Somervell, D.C., 266
Sóng Hồng, 125
Sontag, Susan, 107, 266, 336
Spender, Dale, 322
Spitzer, Leo, 99
Spivak, Gayatri Chakravorty, 330, 338
Stein, Gertrude, 96
Still, Judith, 213, 346
Stoller, Robert, 321
Strinati, Dominic, 257
Tạ Duy Anh, 74
Taine, Hippolyte, 62
tầm kỳ vọng, 126, 314
Tản Đà, 76, 259, 273
Tân hình thức, 247
Tate, Allen, 203, 296, 345
Tế Hanh, 78, 175
Thanh Quan, 120
Thanh Tâm Tuyền, 131, 280
Thế Lữ, 86, 260, 273

Thi Nại Am, 85
thi ngôn chí, 20, 90
Thiếu Sơn, 111
Thiong'o, Ngugi Wa, 329
Thiongo, Ngugi wa, 275
Thơ Mới, 76, 86-7, 125, 131-2
Thời Đại của Lý Thuyết, 28
Thời Đại của Phê Bình, 28
Thuận, 74
thuyết hồi ứng của người đọc, 113, 311, 314
thuyết lệch pha, 53, 113, 324-6
Thuyết người đọc, 291, 311-2
thuyết tiếp nhận, 81, 311, 314
Tiền Vệ, 74, 240, 253, 258
tính bất định, 56, 103
tính bất quyết, 56, 103
tính chất thần học (của phê bình và lý thuyết), 99-100
tính đa thanh, 207
tính phê phán, 45, 47-8
tính quy phạm, 26, 45, 56
tính tự trị, 102, 209
tính văn chương, 102, 293-4, 301-2
tính văn học, 117, 202, 332
tính xuyên văn bản, 209
Tố Hữu, 149, 151
toàn cầu hoá, 68, 230, 270, 278
Todorov, Tzvetan, 302, 345
Tolstoy, Leo, 95, 161
Tôn Thọ Tường, 125
Toynbee, Arnold, 266
Trần Dần, 131
Trần Tiến Dũng, 252-3

Trần Trọng San, 85
Trang Tử, 85
Trilling, Lionel, 91
Trịnh Thị Minh Hà, 330
Trotsky, Leon, 292
Troubetzkoy, N.S., 293
Trúc Khê, 250
Trương Đăng Dung, 81, 345
Trương Vĩnh Ký, 124, 172-3, 335
tư bản văn hoá, 33, 212
Tự Lực văn đoàn, 125, 174, 344
Tư Mã Thiên, 85
Tự Đức, 124
Tú Xương, 86
Tùng Thiện Vương, 124
Tương Phố, 135
Tuy Lý Vương, 124
Tynyanov, Yury, 292
Tzara, Tristan, 263
Urry, John, 230
Valéry, Paul, 90
văn bản điện tử, 221
văn dĩ tải đạo, 20, 90, 137, 216
văn hoá bình dân, 333
văn hoá cao cấp, 333
văn hoá chiến tranh, 146, 148, 152-3
văn hoá đọc, 200
văn hoá ký tự, 116, 220
văn hoá tranh luận, 56
văn hoá truyền khẩu, 116, 200, 220
văn hoá văn chương, 17, 33, 56, 78, 82, 130, 153, 168-9, 231
văn học dân gian, 116, 139, 173, 200, 224

Văn học khái luận, 52, 111, 338
văn học liên mạng, 219
Varnedoe, Kirk, 264
Verhaar, John, 257
Việt Phương, 149
Vinci, Leonardo da, 225
Võ Đình, 243
Võ Phiến, 188, 235, 239, 243, 247, 346
Võ Quốc Linh, 9
Vonnegut, Kurt, 277
Vũ Hoàng Chương, 71, 217
Vũ Ngọc Phan, 74-6, 175, 259, 346
Vũ Trọng Phụng, 19
Vương Sung, 216
Vương Thực Phủ, 85
Walker, Benjamin, 192
Walters, Margaret, 193
Warren, Austin, 52, 293
Webster, Roger, 88, 346
Weiss, Gail, 184-5
Wellek, René, 52, 61-2, 92, 137, 204, 262, 293, 346
Werfel, Franz, 183
White, Paul, 96, 253
Williams, Jeffrey, 36, 57
Williams, Raymond, 146, 307, 332-3
Wimsatt, W.K., 24, 99, 164, 203-4, 296-8, 312, 346
Winters, Yvor, 204
Wolfreys, Julian, 55
Woolf, Virginia, 320
Wordsworth, William, 104
Worton, Michael, 213, 346
Xuân Diệu, 12, 86, 150, 217, 273, 346

Xuân Thu Nhã Tập, 261, 265, 280
Xuân Thuỷ, 125
xuyên quốc gia, 233, 237, 240-1
yếu tính luận, 324

Young, Alan, 265, 280, 346
Young, Iris Marion, 190, 194,-5
Zhao, Henry Y.H., 276-8, 280
Zola, Emile, 62

Vài nhận xét về Nguyễn Hưng Quốc

"Bình luận về thơ ở ngoài nước hiện giờ, chúng ta có một tài viết thông minh và xuất sắc: đó là Nguyễn Hưng Quốc." (Mai Thảo, tạp chí *Văn* tháng 9.1992)

"Nguyễn Hưng Quốc là một tay cự phách viết về thơ, ở ngoài cũng như ở trong nước Việt Nam." (Đỗ Quý Toàn, *Thế Kỷ 21* tháng 8, 1996)

"Nguyễn Hưng Quốc [...] tỏ ra am tường về thơ Đông Tây kim cổ nói chung và thơ Việt Nam nói riêng, đọc nhiều, biết rộng, nhận xét tinh tế, tài hoa, trình bày mạch lạc giản dị và sáng sủa ngay cả những vấn đề phức tạp trừu tượng nhất. Nguyễn Hưng Quốc là một tài năng trong lĩnh vực phê bình lý luận thơ, điều đó không còn phải nghi ngờ." (Đỗ Minh Tuấn, tuần báo *Văn Nghệ* 1.3.1997)

"Một số người ở hải ngoại đã nuôi ảo tưởng rằng nếu được tự do phổ biến thì văn học hải ngoại sẽ như một làn gió mới, gây nên những chấn động gì kinh khủng lắm. Có lẽ không như vậy. Gây chấn động bây giờ có phải dễ đâu. So với những sáng tác của hải ngoại thì có khi lối viết phê bình của Nguyễn Hưng Quốc lại gây tác động với trong nước nhiều hơn. Ông Quốc hội tụ được cả ba điểm: Một, tiếp thu được những lí thuyết mới; hai, nắm chắc văn học Việt Nam [...]; ba, có một lối viết vừa là khoa học vừa là văn chương."

(Phạm Xuân Nguyên, Talawas 21.4.2005)

"[M]ột cây bút phê bình như anh [NHQ] tiếc thay đã không thể có ở Việt Nam."
(Đinh Bá Anh, Talawas 18.5.2005)

"[B]ộ môn phê bình ở miền Nam trước kia và hải ngoại bây giờ rất yếu. Có thể đếm trên đầu ngón tay những người phê bình có uy tín. Bây giờ điểm lại người có uy tín nhất hiện nay là Nguyễn Hưng Quốc, tiếp theo là Đặng Tiến, Bùi Vĩnh Phúc, Thụy Khuê, Trần Hữu Thục, Nguyễn Vy Khanh... và một vài người khác nữa."
(Nguyễn Mộng Giác, Talawas 14.3.2006)

"Chữ nghĩa đanh thép, lý luận sắc bén như Nguyễn Hưng Quốc không phải thời nào cũng có."
(Nguyễn Xuân Hoàng, VOA blog ngày 2.9.2010)

www.ingramcontent.com/pod-product-compliance
Lightning Source LLC
Chambersburg PA
CBHW031753220426
43662CB00007B/384